माणसामधल्या सभ्य-सुसंस्कृततेची, सदसद्‌विवेकबुद्धीची कहाणी म्हणजे डायरी ऑफ मेरी बर्ग! पेटत्या घरांमध्ये, ज्वाळांनी लपेटलेल्या रस्त्यांवर, सामूहिक कत्तलींमधे अशीही काही माणसं होती, ज्यांनी हार मानली नाही.

– न्यूयॉर्क टाइम्स

नाझींनी बळकावलेल्या पोलंडबद्दल जाणून घ्यायची ज्याला खरोखरच उत्सुकता आहे, अशा प्रत्येकानं हे पुस्तक वाचावं अशी मी शिफारस करेन. हृदय हेलावून सोडणारी आणि खिळवून ठेवणारी कहाणी!

– बॅरी मार्कस, माजी प्राध्यापक,
विटवॉटर्सग्रँड विद्यापीठ

वाचताना आश्चर्याने थक्क करून सोडणारी ही कादंबरी म्हणजे, घेटोतल्या हद्दपारीच्या काळातील आयुष्याचे यथार्थ चित्रण आहे. थेट भिडणारी, तीक्ष्ण नजरेने वेध घेतलेली आणि सर्व बारकाव्यांसहित लिहिलेली ही डायरी म्हणजे इतिहास संशोधकांसाठी महत्त्वाचा स्रोत आणि मानवी संस्कृतीच्या इतिहासातील एक मौल्यवान दस्तऐवज आहे.

– टाइम्स लिटररी सप्लिमेंट

आपल्या
स्नेहीजनांना
पुस्तके
भेट द्या

द डायरी ऑफ मेरी बर्ग

वॉर्सा घेट्टोत वाढताना...

संपादन

एस.एल. श्नायडरमन

अनुवाद

शोभना शिकनीस

मेहता पब्लिशिंग हाऊस

✆ +91 020-24476924 / 24460313 / Mob. No. 9545000513
Email : production@mehtapublishinghouse.com
Website : www.mehtapublishinghouse.com

- *या पुस्तकातील लेखकाची मते, घटना, वर्णने ही त्या लेखकाची असून त्याच्याशी प्रकाशक सहमत असतीलच असे नाही.*

The Diary of Mary Berg Edited by S.L. Shneiderman

Published by arrangement with Oneworld Publications, Oxford, England
Translated into Marathi language by Shobhana Shiknis

द डायरी ऑफ मेरी बर्ग / आत्मकथन

अनुवाद : शोभना शिकनीस

मराठी अनुवादाचे व प्रकाशनाचे हक्क : मेहता पब्लिशिंग हाऊस प्रा. लि., पुणे

संस्थापक : सुनील अनिल मेहता

प्रकाशक : मेहता पब्लिशिंग हाऊस प्रा. लि.,
१९४१, सदाशिव पेठ, माडीवाले कॉलनी, पुणे ४११ ०३०

मुद्रक : ट्रिनिटी अ‍ॅकॅडमी फॉर कॉर्पोरेट ट्रेनिंग लिमिटेड

मुखपृष्ठ : फाल्गुन ग्राफिक्स

प्रकाशनकाल : ऑक्टोबर, २००९ / पुनर्मुद्रण : जुलै, २०२४

किंमत : ₹ ३५०

P Book ISBN 9788184980769

प्रस्तावना

१५ जून, १९४३

"बरेच दिवस झाले, मी काहीच लिहिलं नाही. काय फायदा आहे लिहून? कोणाला रस आहे माझ्या डायरीत? बरेच वेळा मी ती जाळून टाकण्याचा विचार केला; पण कुठल्या तरी आतल्या आवाजाने मला तसं करण्यापासून रोखलं. तोच आतला आवाज मला आता गेल्या काही दिवसांत मी ऐकलेल्या भयानक गोष्टी लिहून काढायला सांगतोय..."

वॉर्साच्या घेट्टोत बंदिवान झाली, तेव्हा मेरी फक्त पंधरा वर्षांची होती. नाझी दहशतीच्या चार वर्षांतून ती जगली, त्याची ही कथा...

जर्मन सैन्य वॉर्सावर त्यांची पकड घट्ट बसवत असताना, मेरी बर्गने तिच्या पंधराव्या वाढदिवशी तिची डायरी लिहायला सुरुवात केली. वॉर्सा काबीज करण्यासाठी घातलेल्या वेढ्यापासून, ते शेवटी घेट्टोत झालेल्या उठावाचे क्रूर निर्दालन होईपर्यंतच्या निर्वासितांच्या हालअपेष्टांची मेरीने अतिशय प्रभावी, तपशीलवार नोंद केली आहे. नवश्रीमंतांचे आयुष्य, बळजबरीची लष्करभरती, देशाबाहेर होणारी हकालपट्टी आणि ह्या सगळ्याशी शूरपणे दिलेला लढा, जर्मन दडपशाहीशी निकराची झुंज, ह्या सगळ्या घटनांचे ठळक वर्णन तिच्या डायरीत आहे.

तिच्या कुटुंबाबरोबर तिची सुटका होते, ती कैद्यांची देवाणघेवाण करण्याच्या सहअनुमतीने केलेल्या करारानुसार. तिच्या मालकीच्या क्षुल्लक वस्तूंत तिने बारा छोट्या वह्या काळजीपूर्वक दडवून ठेवल्या होत्या. त्या वह्यांनी एका वर्षाच्या आतच अमेरिकेतल्या युद्धकालीन प्रकाशनांमध्ये, जगापुढे सत्य उघड करण्याची महत्त्वपूर्ण भूमिका बजावली.

जगभरातल्या वाचकवर्गासाठी प्रकाशित करण्यात आलेली ही साहित्यकृती

तिच्यातला सच्चेपणा, तपशील आणि अर्थगर्भतेमुळे वैशिष्ट्यपूर्ण ठरते; पण केवळ दुसऱ्या महायुद्धाच्या वेळचा, जीवन-मृत्यूंचा आलेख मांडणारा, वस्तुस्थितीचा अस्सल दस्तऐवज, एवढ्यासाठीच तिचा दर्जा उंचावत नाही, तर त्यातला संदेश कालातीत आहे, मानवी संहाराला, वर्णद्वेषाला पूर्णविराम देण्याची हाक देणारा आहे.

आयुष्यावर प्रेम करणाऱ्या एका तरुण मुलीचा, कल्पनाही करता येणार नाही अशा मानवी हाल-अपेष्टांचा आलेला ज्वलंत अनुभव आणि तो शब्दांत मांडताना उलगडत जाणारी तिची कहाणी. इतिहासाच्या काळ्याकुट्ट पानांपैकी एका कालखंडाची, थरारून टाकणारी, अतिशय वेगळी अशी प्रत्ययकारी ओळख म्हणजे ही दैनंदिनी.

'द डायरी ऑफ मेरी बर्ग' ही एक वॉर्सा घेट्टोतून निर्माण झालेली सर्वाधिक प्रभावी, प्रत्यक्षदर्शी साक्ष आहे. मेरी बर्गने धरपकडीचा राक्षसीपणा आणि जगण्यासाठी दिलेला निकराचा लढा नेमका टिपला आहे आणि तरीही ही एका संवेदनशील युवतीची प्रगल्भ होत असतानाची कथादेखील आहे; असह्य भीतीच्या पार्श्वभूमीवर देखील आकारणाऱ्या मैत्री आणि प्रणयाची कहाणी. बर्गला तिने वॉर्सा घेट्टोत जे काही प्रत्यक्ष पाहिलं आणि अनुभवलं, ते जगाला सांगण्याची उर्मी होती आणि तिच्या डायरीतून ते पोहोचवण्यात ती प्रचंड यशस्वी झाली.

ही डायरी म्हणजे हादरवून टाकणारा ऐतिहासिक दस्तऐवज तर आहेच, हृदय पिळवटून टाकणारी स्मृतिचित्रं पण.

डेव्हिड सेसारानी,
रिसर्च प्रोफेसर इन हिस्टरी,
युनिव्हर्सिटी ऑफ लंडन

दोन शब्द

एस. एल. श्नायडरमन ह्या यीडिश पत्रकाराने मेरी बर्गच्या डायरीच्या प्रस्तावनेत म्हटलं आहे,

"पुन्हा केव्हातरी भविष्यकाळात, वॉर्साच्या भग्नावशेषांत दडलेले दुसऱ्या लेखकांचे अहवाल प्रकाशात येतील, युद्धासंबंधीच्या ह्या शूर कथेला पाठिंबा देणारे साक्षीदारही शोधता येतील... मात्र सद्य:स्थितीत मेरी बर्गची रोजनिशी हा प्रत्यक्ष डोळ्यांनी पाहिलेला घटनाक्रमांचा एकमेव दस्तऐवज आहे..."

मेरी बर्गच्या वैशिष्ट्यपूर्ण योगदानाची परीक्षणात्मक दखल घेण्यात आली. 'न्यूयॉर्कर', 'कर्कस रिव्ह्यू', 'न्यूयॉर्क टाइम्स', 'सॅटरडे रिव्ह्यू' ह्या सर्व दैनिकांनी, त्यातल्या गंभीर, भीतिदायक घटनांचं वर्णन, वॉर्सा घेट्टोतल्या लोकांचं धैर्य, माणुसकीचं दर्शन, ह्याबद्दल उत्स्फूर्त गौरवोद्गार काढले. *'त्यातला सच्चेपणा संपादकीय संस्कारांनी वलयांकित न झाल्याने खराखुरा वाटतो,'* असा अभिप्राय दिला.

मेरी बर्गची डायरी ही तिच्यातले बारीकसारीक तपशील, अर्थगर्भता, विश्वसनीयता, तसंच तिचं प्रथम प्रकाशित होणं, ह्या गुणविशेषांसाठी एकमेवाद्वितीय आहे.

जर्मनांनी पोलंडवर हल्ला केला, तेव्हा मेरी बर्ग पंधरा वर्षांची होती. ॲन फ्रँकप्रमाणेच आजूबाजूला अनुभवाला येणाऱ्या क्रौर्याचा तिच्यापरीने अर्थ लावण्यासाठी आणि भावनांना वाट करून देण्यासाठी तिनेही रोजनिशी लिहायला सुरुवात केली असणार.

वॉर्सा घेट्टोची सुरुवात झाल्यापासून ती तिच्या कुटुंबीयांबरोबर तिथे होती. पाविआकच्या तुरुंगाच्या खिडकीतून तिने घेट्टोतल्या तीस लाखांहून अधिक ज्यूंना तडीपार करत असल्याची घटना प्रत्यक्ष पाहिली. त्यांच्या मृत्यूकडे गुरांसारखं हाकलत नेल्या जाणाऱ्या सर्व वयोगटांतील लोकांत तिचे बरेच मित्रही होते.

मेरी लॉड्झमधल्या एका सधन कुटुंबात वाढली होती. मेरीची आई लेना ही अमेरिकन नागरिक होती. तिचे आईवडील आणि मोठी भावंडं १९२० च्या दशकात अमेरिकेत परतली; पण फॅशन डिझायनर असलेली लेना, श्या वॉटेनबर्ग ह्या पोलिश नागरिकाशी विवाहबद्ध होऊन लॉड्झमध्येच राहिली.

वॉटेनबर्ग स्वत: एक चित्रकार तर होतेच, त्यांची आर्ट गॅलरीही होती. ॲन्टिक आणि दुर्मिळ वस्तूंचे ते संग्राहक होते. प्रतिभावान युरोपियन कलावंतांची चित्रं विकत घेण्यासाठी ते विदेशातही फिरले होते.

लेना आणि श्या वॉटेनबर्गला दोन अपत्यं झाली, मेरी आणि तिची धाकटी बहीण ॲना.

नोव्हेंबर १९४० मध्ये जर्मन लोकांनी वॉर्सा येथील ज्युईश क्वार्टर बंद करून त्याचं घेट्टोत रूपांतर केलं. त्याचवेळी वॉटेनबर्ग कुटुंब त्यांच्याच एकेचाळीस, सिएन्ना येथे घेट्टोतल्या सॉसनोवा रस्त्यावर राहण्याइतकं नशिबवान ठरलं. ह्या विभागाला 'लिटिल घेट्टो' असं म्हटलं जात होतं. वॉटेनबर्ग यांच्या अपार्टमेंटच्या अंगणाच्या बाजूला उघडणाऱ्या खिडक्यांतून त्यांना घेट्टोची 'आर्यन' बाजू आणि तिथे मुक्तपणे फिरणारे लोक दिसत होते. सिएन्ना आणि क्लोद्ना रस्त्यांवरची घरं अधिक प्रशस्त होती, लोकवस्ती तुरळक आणि इतरांच्या तुलनेने तेथील ज्यू लोक अधिक सधन होते. मेरीला लहान वयातच पैशांमुळे गोष्टी विकत घेता येऊ शकतात, त्याचं आयुष्यात किती महत्त्व आहे, ह्याची कटु जाणीव झालेली होती.

तारुण्यसुलभ मानसिकतेमुळे अशा परिस्थितीत देखील मेरीला आजूबाजूचं भयानक वास्तव विसरून सर्वसाधारण जीवन जगायचं होतं. "तरुण-तरुणींचं प्रणयाराधन, प्रेमप्रकरणं, संगीताचे जलसे, नाट्यप्रयोग, चित्रकलेची प्रदर्शनं, शाळा चालवणं हे सगळं चालायचं. लोक उपहारगृहांत जायचे; पण त्याचवेळी मागच्या बाजूला कोणाचा तरी मृत्यू ओढवत असायचा... साधारण आणि असाधारण परिस्थिती वरचेवर एकात एक गुंफली जायची..." घेट्टोतून वाचलेली एक व्यक्ती

नंतर मुलाखतीत सांगते.

मेरी आणि तिच्या लॉड्झच्या अकरा मित्रांनी 'एलझेडए' म्हणजेच 'लॉड्झ आर्टिस्टिक ग्रुप' ह्या नावाने एक क्लब स्थापन केला होता. पोलिशमध्ये त्याचा अर्थ 'अश्रू' असा होतो.

पावाची, उबदार अंथरूण-पांघरुणाची स्वप्नं बघणाऱ्या; पण शेवटी उपासमारीने मृत्यूला कवटाळाव्या लागणाऱ्या लोकांची मेरी वर्णनं करते.

मेरीच्या वडिलांनाही बऱ्याचशा धकाधकीनंतर घेट्टोत जेनिटर, म्हणजेच द्वारपालाची नोकरी मिळाली.

मेरीला आणि तिच्या कुटुंबीयांना नंतर घेट्टोतून बाहेर काढून पाविआक तुरुंगात ठेवण्यात आलं. मग तिथून इतर कॅम्पपेक्षा तुलनेने अधिक सुरक्षित व्हिटेल कॅम्पमध्ये हलवण्यात आलं. त्यावेळेस मेरीचं मन द्वंद्व करून उठलं... *'मी इथे मोकळ्या हवेत श्वास घेतेय आणि तिथे माझेच लोक गॅसने गुदमरून मरताहेत, ज्वाळांमध्ये जिवंत भस्मसात होत आहेत... का?'*

लहान वयातच जे धक्के मेरी आणि तिच्यासारख्याच इतर 'टीन एजर' मुलांना सोसावे लागले, ज्या छळवणुकीचा आणि भीतीचा अनुभव घ्यावा लागला, जे गमवावं लागलं, त्यामुळे त्यांची आयुष्यं कायमची बदलून गेली. आयुष्याच्या त्या सुरुवातीच्या वर्षांचा आनंद त्यांना पुन्हा कधीच अनुभवता आला नाही.

मेरी बर्ग कालांतराने लोकांच्या नजरांपासून अदृश्य झाली. तिच्या प्रौढ वयात तिला सुख मिळालं की नाही, हे माहीत नाही... ''आपण केवळ एवढीच आशा करू शकतो, की युद्धाच्या नंतरच्या काळात, ती तिच्या पद्धतीने आयुष्य जगू शकली... पूर्वस्मृतींपासून तिला अखेर शांतता लाभली...''

सुसान पेंटालिन

अनुवादिकेचे मनोगत

मेरी बर्गच्या एक बहुमोल दस्तऐवज ठरलेल्या रोजनिशीचे जे. श्नायडरमन आणि सुसान पेंटालिन यांनी अतिशय मेहनतीने संशोधन आणि संपादन करून ते पुस्तकरूपात प्रकाशित केलं; त्यांनी लिहिलेली प्रस्तावना, तसंच पुस्तकावरचे अभिप्राय, पुस्तकाची ओळख वाचकांना करून देण्याच्या दृष्टीने पुरेसे बोलके आहेत.

पुस्तकाचा अनुवाद मराठीत करणं ही एक आव्हानात्मक जबाबदारी होती. मेरी बर्गचं एक विलक्षण संवेदनशील व्यक्तिमत्त्व या लेखनप्रवासात माझ्यासमोर उलगडत गेलं. कमालीच्या अस्थिर, उपासमार, भूक. क्रौर्य, मृत्यू, रोगराई थैमान घालत असलेल्या नैराश्यपूर्ण आयुष्यातदेखील मेरी आणि तिचे सहकारी ज्या निष्ठेने संघटना स्थापन करून, विविध शैक्षणिक आणि सांस्कृतिक उपक्रम वॉर्सा घेट्टोत राबवतात, ते अक्षरश: थक्क करणारं होतं.

मेरी आणि तिच्या सहकाऱ्यांनी 'एलझेडए' संस्थेने केलेल्या प्रयोगांचं उत्पन्न निर्वासितांच्या मदतीसाठी देणं, ही गोष्ट एवढ्या तरुण वयात त्यांना असलेली सामाजिक जबाबदारीची जाणीव अधोरेखित करते.

मेरी बर्गवर एकाच वेळी दोन वेगवेगळ्या पार्श्वभूमीच्या तरुणांनी प्रेम करणं, त्यापैकी घेट्टोभोवती भिंती उभारण्याचं कष्टप्रद काम करणाऱ्या, खंगून गेलेल्या, हताश, निराश, बोटं ताठर झाल्याने पियानो वाजवू न शकणाऱ्या तरुणाच्या संदर्भातले प्रसंग काळजाला भिडणारे आहेत.

पुस्तकाच्या अनुवादाच्या निमित्ताने, ह्या निरागस, अभिजात ज्युईश सौंदर्याचा नमुना भासणाऱ्या मेरीशी कुठेतरी नकळत एक अनामिक नातं जुळलं; तिच्या 'डायरी'ने मनात वेगळीच खळबळ माजवली, रूखरूख निर्माण केली आणि सुसान पेंटालिनप्रमाणे मीही स्वत:लाच विचारत राहिले, "पुढे काय घडलं असेल मेरीच्या आयुष्यात?..."

'मेहता पब्लिशिंग हाऊस' या मान्यवर संस्थेच्या श्री. सुनील मेहतांनी मराठी अनुवादासाठी या पुस्तकाची निवड केली, याबद्दल ते निश्चितच अभिनंदनास पात्र आहेत. तसंच अनुवादाची संधी मला दिल्याबद्दल मी श्री. मेहतांची ऋणी आहे.

पुस्तकाच्या एकूणच संपादन प्रक्रियेचा समन्वय साधण्याची अवघड जबाबदारी 'मेहता पब्लिशिंग हाऊस'च्या राजश्री देशमुख यांनी अतिशय कौशल्याने पार पाडली. याबद्दल त्यांचं मन:पूर्वक अभिनंदन. पुस्तकाच्या मुद्रितशोधन, संपादन प्रक्रियेला हातभार लावणाऱ्या इतर सर्वांना आणि सुरेख, साजेशा कलात्मक मुखपृष्ठाने ते सजवणाऱ्या श्री. चंद्रमोहन कुलकर्णी यांना धन्यवाद.

शोभना शिकनीस

अनुक्रमणिका

वॉर्साला गराडा

ऑक्टोबर १०, १९३९

आज मी पंधरा वर्षांची झाले. मला खूप प्रौढ झाल्यासारखं आणि एकटं वाटतंय, माझ्या कुटुंबाने माझा वाढदिवस साजरा करण्याचा त्यांच्या परीने करता येईल तेवढा प्रयत्न करूनदेखील त्यांनी माझ्या सन्मानार्थ हल्लीच्या काळात चैनच समजावी लागेल, असा मक्रून केकही तयार केला होता. माझ्या वडिलांनी बाहेर जाऊन माझ्यासाठी अल्पाईन व्हायोलेट फुलांचा एक गुच्छ तयार करून आणला. जेव्हा मी तो पाहिला तेव्हा मला रडू आवरलं नाही.

मी बरेच दिवस रोजनिशी लिहिलेली नाही, त्यामुळे जे काही घडलं, ते सगळं मला लिहून काढता येईल की नाही कुणास ठाऊक. आजचा दिवस पुन्हा रोजनिशी लिहिणं सुरू करण्यासाठी चांगला आहे. मी माझा बहुतेक वेळ घरीच घालवते. प्रत्येकजण बाहेर जायला घाबरतो. इथे जर्मन लोक आले आहेत.

केवळ राहा आठवड्यांपूर्वीच मी आणि माझे कुटुंबीय सायकोसिनेकच्या निसर्गरमणीय हेल्थ रिसॉर्टमध्ये इतर हजारो पर्यटकांबरोबर एका चिंतामुक्त सुट्टीचा आनंद लुटत होतो, या गोष्टीवर माझा विश्वासच बसत नाही. आमच्यापुढे काय वाढून ठेवलंय, याची मला काहीच कल्पना नव्हती. २९ ऑगस्टला मला आमच्या भविष्यात पुढे काय आहे, याची काहीशी चाहूल लागली.

कर्णकर्कश भोंग्यावरून प्रसृत केली जाणारी सूचना ऐकायला लोक रस्त्यात थांबले. प्रत्येक वाक्यागणिक 'युद्ध' शब्दाची पुनरावृत्ती होत होती. तरीही आलेलं संकट खरं आहे यावर बहुतेक लोकांचा विश्वास बसेना. भोंग्यांचा आवाज जसजसा कमी होत नाहीसा झाला, लोकांच्या चेहऱ्यावरची आश्चर्याच्या भावनेची तीव्रताही कमी कमी होत गेली.

माझ्या वडिलांनी लॉड्झला आमच्या घरी परत जायचं असा निर्णय घेतला. आमचं सामानसुमान बांधून तयार होतं. एका ठिकाणाहून दुसऱ्या ठिकाणी फरफट

होण्याची ही नांदी होती.

आम्ही नागरी लोकांची वाहतूक करणारी पॅसेंजर गाडी पकडली आणि लॉड्झला पोहोचलो. ते गाव गोंधळाच्या स्थितीत होतं. नंतर काही दिवसांतच तिथे जर्मनांचे तीव्र बॉम्बहल्ले झाले. फोन पुन्हा पुन्हा वाजतच होता. माझे वडील एका कार्यालयाकडून दुसऱ्या कार्यालयाकडे चकरा मारत होते. प्रत्येक ठिकाणी त्यांना वेगळ्या रंगाची चिठ्ठी देण्यात येत होती. एक दिवस अचानक माझ्या आईचा धाकटा भाऊ उबीमामा आमच्याकडे आला. युद्धावर जाण्यापूर्वी आमचा निरोप घ्यायला तो आला होता. त्याचा अगदी अवतार झाला होता. दाढी वाढलेली, अंगावरचे कपडे फाटलेले आणि कळकट, तेलकट रूप. अंगावर गणवेषदेखील नव्हता, फक्त मिलिटरी कॅप आणि खांद्यावर पिशवी. तो एका गावाहून दुसऱ्या गावाला त्याचे दल शोधण्यासाठी फिरत होता.

आम्ही बहुतेक वेळ आमच्या घराच्या तळघरातच घालवला. जर्मन लॉड्झच्या दिशेने कूच करून येत असल्याची बातमी आली होती. सगळे लोक संभ्रमित झाले होते.

रात्री अकरा वाजता लोक शहरातून बाहेर वेगवेगळ्या दिशांनी निघून चालले होते. सायकोसिनेकहून आल्यावर एका आठवड्याच्या आतच आम्ही आवश्यक तेवढ्या वस्तूंची बांधाबांध करून पुन्हा एकदा प्रवासाला निघालो होतो.

पण कुठे जायचं? वॉर्साच्या की ब्रझोझिनीच्या दिशेने? शेवटी लॉड्झच्या इतर बहुसंख्य ज्यूंप्रमाणे आम्ही वॉर्साचा रस्ता पकडला. नंतर आम्हाला असं कळलं की, जे निर्वासित ब्रझोझिनीच्या दिशेने गेले होते, त्यांना जर्मन विमानांनी अगदी शेवटचा माणूस संपेपर्यंत ठार केलं होतं.

आमच्या कुटुंबाच्या चार व्यक्तींमध्ये तीन सायकली होत्या. आमची ती बहुमोल ठेव होती. इतर लोकांना त्यांच्या मौल्यवान वस्तू मागेच ठेवायला भाग पाडण्यात आलं होतं. पुढे जात असताना आम्हाला रस्त्यावर सगळ्या प्रकारच्या वस्तू आढळल्या. फर कोट, गॅसोलिन संपल्याने सोडून दिलेल्या गाड्या. आम्ही दोनशे लोटिस* मोजून एका शेतकऱ्याकडून एक सायकल मिळवली. त्यामुळे आम्ही त्वरेने पोहोचू शकू असं आम्हाला वाटलं; पण रस्त्यात गर्दी तुडुंब झाली होती आणि त्या गर्दीने आम्हाला अक्षरश: वेढून टाकलं होतं.

मैलोन्‌मैल हीच परिस्थिती होती. तीव्र उन्हात शेतं कोळपून चालली होती. निर्वासितांच्या वर्दळीमुळे धुळीचे प्रचंड लोळ उठत होते. आमचे चेहरे आणि कपडे

---

* युद्धापूर्वीच्या सर्वसाधारण चलनाच्या दराप्रमाणे एका झ्मातीचं मूल्य अंदाजे २० अमेरिकन सेंट्स इतकं किंवा १५ पेन्स एवढं होतं. १ झ्माती = १०० ग्रॉस्झी

धुळीत माखले होते. क्षितिजदेखील धुळीच्या लोटांमुळे झाकल्यासारखं झालं होतं. जर्मन विमानांची घरघर ऐकली, की आम्ही बाजूच्या डबक्यांत चेहरे खाली करून उड्या घेत होतो. रात्री काळ्याकुट्ट आकाशात बॉम्बस्फोटांनी जळणाऱ्या गावांमधून उठणाऱ्या ज्वाळांचे लाल लोळ दिसत होते.

आम्ही जेव्हा जिविक्झला पोहोचलो, तेव्हा ते गाव म्हणजे आगीचा एक प्रचंड लोळ झालं होतं. तिथून जाणाऱ्या निर्वासितांच्या डोक्यावर जळणाऱ्या लाकडांचे ओंडके पडत होते. टेलिफोनच्या तारा तुटून खांब रस्त्यांत आडवे पडले होते. फुटपाथवर वस्तूंचा खच पडला होता. बरेच लोक आगीच्या भक्ष्यस्थानी पडले होते. जळणाऱ्या मानवी मांसाचा दुर्गंध आम्ही ते गाव सोडलं तरी आमचा पिच्छा पुरवत होता.

९ सप्टेंबरपर्यंत आम्ही बरोबर आणलेले अन्नपदार्थ संपून गेले होते. वाटेने जाताना बरोबर खायला काहीच उरलं नव्हतं. भुकेने आलेल्या अशक्तपणामुळे माझी आई रस्त्यावर चक्कर येऊन पडली. मी तिच्याशेजारी जोरजोरात हुंदके देत कोसळले; पण तिच्यात जिवंत असल्याचं कोणतंच चिन्ह दिसत नव्हतं. माझे वडील चक्रावून पाणी आणण्यासाठी पुढे धावत गेले. माझी बहीण अर्धांगवायू झाल्यासारखी स्तंभित होऊन उभी राहिली; पण ती फक्त अशक्तपणाची एक तात्पुरती अवस्था होती.

सोकाझ्यूला आम्हाला अक्षरश: साबणासारखी चव असलेल्या कुकीज आणि आंबट लोणची मिळाली. संपूर्ण दिवसात फक्त एवढंच खायला होतं आमच्याकडे. प्यायचं पाणीदेखील दुर्लभच होतं. वाटेत लागलेल्या सगळ्या विहिरी आटून गेल्या होत्या. आम्हाला एका ठिकाणी गढूळ पाण्याची एक विहीर दिसली; पण गावकऱ्यांनी सावधगिरीचा इशारा दिला, की त्या विहिरीतल्या पाण्यात जर्मनांनी विष मिसळलं असेल.

सुकलेल्या ओठांनी आणि तहानेने दुखणाऱ्या घशांनी आम्ही घाईघाईत पुढे निघालो. अचानक आम्हाला एका रस्त्याच्या बाजूला असलेल्या घराच्या धुरांड्यातून निळा धूर बाहेर येताना दिसला. रस्त्याने बाकीची घरं ओसाड पडलेली दिसली; पण या घरात मात्र जिवंतपणाचं चिन्ह दिसत होतं.

माझे वडील धावतच त्या घरात गेले आणि एक मोठी किटली घेऊन बाहेर आले; पण त्यांच्या चेहऱ्यावर एक विचित्र भाव होता. त्या घरातल्या बिछान्यावर एक शेतकरी गोळ्या लागून मरण पावला होता. खिडकीच्या तावदानांवर बंदुकीच्या गोळ्यांनी भोकं पडली होती. बिछाना रक्ताने भरला होता.

त्या मारल्या गेलेल्या माणसाकडून 'वारसा' म्हणून मिळालेली ती किटली, आमच्या पुढच्या प्रवासात आमची प्रामाणिक सोबतीण बनली. राजधानीच्या जवळ

आल्यावर महामार्गावर आम्हाला पोलिश सैनिकांच्या मागोमाग जर्मन युद्धकैदी चालत जाताना दिसले. ते दृश्य बघूनही जर्मन लोकांना मात्र त्यामुळे विशेष फरक पडल्याचं दिसत नव्हतं. अंगावर कडक रुबाबदार गणवेष घालून ते निर्लज्जपणे हसत होते. त्यांना माहीत होतं, की ते फार काळ कैदी राहणार नाहीत.

ओकेसायमध्ये, वॉर्साच्या एका उपनगरात, आम्हाला बरेच दिवसांनी शिजवलेल्या अन्नाची चव चाखायला मिळाली. एका ओसाड पडलेल्या इमारतीतील काही सैनिकांनी त्यांच्या बटाट्याच्या सूपातलं थोडं आम्हालाही दिलं. चार दिवस आणि रात्रींनंतर अविरत प्रवास केल्यावर आम्हाला पहिल्यांदाच आम्ही किती थकून गेलोय, याची प्रकर्षाने जाणीव झाली. तरीही आम्हाला पुढे जावंच लागणार होतं. एक क्षणही फुकट घालवून चालणार नव्हता.

आम्ही जेव्हा ओकेसाय सोडलं, तेव्हा आम्हाला काही स्त्री-पुरुष राजधानी ताब्यात घेण्याच्या तयारीत दिसले. रिकाम्या गाड्या, दगड वगैरेंचा वापर करून ते तटबंदी तयार करत होते.

वॉर्सामध्ये आम्हाला घराच्या दरवाज्यांत उभं राहून निर्वासितांना चहा आणि पाव देणाऱ्या स्त्रिया दिसल्या. तिथे निर्वासितांची अखंड रीघ लागली होती. ज्या वेळेला हजारो लोक तिथे निवाऱ्याच्या आशेने प्रवेशत होते, त्याच वेळी इतर हजारो स्थानिक रहिवासी राजधानी सोडून पळून गेले होते.

वॉर्साच्या ज्युईश क्वार्टरमधल्या आमच्या नातेवाइकांनी आमचं मनापासून, भावपूर्ण स्वागत केलं; पण सततच्या हवाईहल्ल्यांमुळे आम्हाला सारखं त्यांच्या तळघरात लपावं लागत होतं. १२ सप्टेंबरच्या सुमारास जर्मनांनी शहराच्या मध्यभागाचा विध्वंस करायला सुरुवात केली. पुन्हा एकदा आम्हाला अधिक सुरक्षित ठिकाणी जाण्यासाठी तिथून निघावं लागलं.

येणाऱ्या पुढील दिवसांत आमच्या लोकांना उपासमार, मृत्यू आणि संभ्रमित अवस्थेच्या संकटांना तोंड द्यावं लागलं. आम्ही तहान-भूक, निद्रा विसरलो होतो. सुरुवातीला झिएला रस्त्यावरच्या एका घरात आम्हाला थोडा आराम मिळाला. ते घर स्वच्छ होतं आणि जेवण वाढायला मोलकरीणदेखील होती. लॉड्झ सोडल्यापासून पहिल्यांदाच आम्ही पांढरं कापड अंथरलेल्या टेबलावर बसून चांगलं जेवण जेवलो. त्या जेवणात हेरिंग, टोमॅटो, लोणी आणि पांढरा पाव होता. तो पाव मिळवायला माझ्या वडिलांना एका भटारखान्याच्या समोर लांबलचक रांगेत उभं राहावं लागलं. ते तिथे उभे असताना अचानक जर्मन विमानं त्या रांगेवर झेपावली आणि लोकांवर गोळ्यांचा वर्षाव झाला. क्षणार्धात बेकरीसमोरची रांग विखुरली. फक्त एकच माणूस आणि त्याच्यामागे माझे वडील उरले. पुढल्याच क्षणी त्या माणसाच्या डोक्याला गोळी लागली, भटारखान्याचं प्रवेशद्वार आता मोकळं झालं होतं, माझ्या

वडिलांनी आत जाऊन त्यांची खरेदी केली.

जेवणानंतर आम्ही रेडिओवरचं बातमीपत्र ऐकलं. वार्ताहराने जर्मन लोकांच्या युद्ध पद्धतीबद्दल अमेरिकन श्रोत्यांना माहिती देताना एका प्रसंगाचं वर्णन केलं. ''हा प्रसंग मी काही अंतरावरून पाहत होतो. एका शेतात एक स्त्री बटाटे उकरून काढत होती. तिच्यामागे तिचं लहान मूल होतं. एकाएकी एक जर्मन विमान तिच्यावर झेपावलं, गोळ्यांचा वर्षाव झाला आणि क्षणार्धात ती स्त्री खाली पडली. मुलाला काही झालं नाही. ते मूल खाली पडलेल्या आईवर वाकून हृदय पिळवटून टाकणारा आक्रोश करायला लागलं. अशा प्रकारे पोलंडच्या युद्धात अनाथ झालेल्या मुलांत आणखी एका मुलाची भर पडली. ''माननीय अध्यक्ष रुझवेल्ट,'' त्याने त्याच्या दमदार आवाजात मदतीचं आवाहन केलं, ''मी आपल्याला आवाहन करतो की, अशा शेतातले बटाटे काढणाऱ्या आयांना मदत करा, ज्या मुलांच्या आया निर्जन शेतात मरून पडतायत त्या मुलांना मदत करा. पोलंडच्या कसोटीच्या क्षणी पोलंडला मदत करा;'' पण कोणतीही मदत आली नाही.

३१ झिएल्ना रस्त्यावरचं आमचं घर टेलिफोनच्या इमारतीच्या शेजारी होतं. वॉर्साचा पाडाव करण्याच्या संपूर्ण मोहिमेत ती इमारत जर्मन बंदुकांचं लक्ष्य झाली होती. एवढा गोळीबार होऊनदेखील ती मजबूत इमारत फारशी इजा न होता टिकून राहिली आणि टेलिफोन ऑफिसमधल्या काम करणाऱ्या मुलीही कामावर थांबून राहिल्या. जवळची बरीच घरं उद्‌ध्वस्त झाली आणि नंतर तर आमच्या अपार्टमेंटच्या समोरच बॉम्बस्फोट झाल्याने आम्हाला पुन्हा आमच्या नातेवाइकांच्या गर्दीने फुललेल्या घरात आश्रय घेणं भाग पडलं.

हळूहळू शहराचा अन्नपदार्थांचा पुरवठा संपत आला. ज्या अन्नधान्यप्रक्रिया करणाऱ्या कारखान्यावर बॉम्बहल्ला व्हायचा, त्यातले पदार्थ बाजारात विकायला यायचे. काही दिवस तर दुकानात फक्त सार्डिन मासे किंवा लोणचीच होती.

आम्ही जेवणाइतकेच बातम्या ऐकण्यासाठी उत्सुक असायचो. प्रकाशित होणारं एकच वर्तमानपत्र उरलं होतं ते म्हणजे 'वर्कर'. ते पोलिश समाजवादी पक्षाचं मुखपत्र होतं. त्याच्या विशेष आवृत्त्या निघत होत्या. आम्हाला त्या पत्राच्या धैर्याचं कौतुक वाटत होतं. आम्हाला बातम्या कळण्याचं फक्त तेच एक साधन उरलं होतं. ब्रिटिश नौदल जीडाम्निआ येथे तळ ठोकून असल्याची बातमी कळल्यावर आम्हाला उत्साह वाटला; पण लवकरच आमची आशा निराशेत परिवर्तित झाली.

२० सप्टेंबरला रेडिओही शांत झाला आणि पाणीपुरवठा व्यवस्था कोलमडून पडली. आम्हाला एखाद्या वाळवंटात असल्यासारखंच वाटत होतं. मी २३ सप्टेंबर १९३९ ही 'डे ऑफ अटोनमेंट'ची तारीख कधीच विसरणार नाही. हा ज्युईश लोकांचा पवित्र दिवस, जर्मन लोकांनी जाणूनबुजून ज्युईश विभागांवर तीव्र बॉम्बहल्ले

करण्यासाठी निवडला होता. हा बॉम्बवर्षाव चालू असताना मध्येच एक विचित्र घटना घडली. हिमवर्षाव सुरू झाला आणि तो दिवस तर स्वच्छ सूर्यप्रकाशाचा होता. काही काळासाठी बॉम्बवर्षाव खंडित झाला आणि ज्युईश लोकांना ही बर्फवृष्टी म्हणजे एक दैवी चमत्कारच वाटला. वृद्ध ज्यू लोकांच्या आठवणीतदेखील पूर्वी अशी घटना घडली नव्हती; पण नंतर उरलेल्या दिवसात कसर भरून काढण्यासाठी शत्रूने पुन्हा जोमाने हल्ले केले.

माझे वडील आणि इतर काही पुरुष धोका पत्करूनदेखील सिनॅगॉगमध्ये प्रार्थनेसाठी गेले. काही मिनिटांतच त्यातला एक माणूस पळतच परतला. त्याचं 'तलिक' – प्रार्थनेच्या वेळची शाल – त्याच्या डोक्यावर होती, प्रार्थनेचे पुस्तक हातात होतं आणि तो एवढा हादरून गेला होता, की काही काळ त्याच्या तोंडून शब्दही फुटत नव्हता.

सिनॅगॉगवर बॉम्ब पडला होता आणि बरेच भक्त त्या हल्ल्यात मरण पावले होते. आमचे वडील काहीही इजा न होता सुखरूप परतले. तेव्हा आमचा आनंद गगनात मावेना. ते भीतीने पांढरेफटक पडले होते, त्यांची शाल हातात चुरगळलेल्या अवस्थेत होती. त्यांनी आम्हाला सांगितलं की, काही क्षणांपूर्वीच त्यांच्या बरोबरीने प्रार्थना करणारे भाविक मृत्युमुखी पडले होते.

त्या रात्री सगळ्या शहरात शंभराहून जास्त इमारती जळत होत्या. भग्नावशेषात हजारो लोक जिवंत गाडले गेले; पण दहा तासांच्या या खुनशी हल्ल्यानंतरदेखील वॉर्साची प्रतिकारशक्ती मोडून पडली नाही. आमच्या लोकांनी वाढत्या निग्रहाने लढा दिला.

सरकारी यंत्रणेने माघार घेतल्यानंतरदेखील स्त्री-पुरुष, मुलं सगळे राजधानी वाचवण्यासाठी मदत करत राहिले. ज्यांच्याकडे शस्त्रं नव्हती, त्यांनी खड्डे खणले, मुलींनी प्रथमोपचार केंद्रं चालवली, ज्यू आणि ख्रिश्चन त्यांच्या मातृभूमीसाठी खांद्याला खांदा लावून लढले.

वॉर्साचा पाडाव झाला त्या शेवटच्या रात्री आम्ही एका उपाहारगृहातल्या कोपऱ्यात बसलो होतो. काही प्रौढ ज्यू अश्रूंनी दाटलेल्या आवाजात धर्मवचनांचं पठण करत होते. आमच्या आईने हवेत पसरणाऱ्या सूक्ष्म धारदार तुकड्यांपासून आमचं संरक्षण करण्यासाठी आमच्या अंगावर जाड चादरी टाकल्या होत्या. तिने फक्त एक मिनिटच डोकं बाहेर काढलं होतं तेव्हा तिच्या कपाळावर काडतुसाचा एक तुकडा येऊन आदळला. तिचा चेहरा रक्ताने भरून गेला; पण नशीब चांगलं म्हणून तिची जखम फक्त खरचटण्यापुरतीच मर्यादित होती.

आम्ही आश्रय घेतलेली जागा म्हणजे 'आगीचा सापळा' असल्याचं ध्यानात आल्याने आम्ही कोझला रस्त्याकडे आमच्या गातेवाइफांकडे सुरक्षित जागा

शोधण्यासाठी निघालो. चालताना आम्ही छिन्नविछिन्न झालेल्या नागरिकांच्या, सैनिकांच्या मृत शरीरांना अडखळत होतो. एका ठिकाणी आम्हाला इमारतीचा फक्त एक सांगाडा उरलेला दिसला, ज्याच्या तळघरात लोकांनी सिमेंटच्या फरशीवर पडून राहून आश्रय घेतला होता. त्यांनी कशीतरी आमच्यासाठी जागा करून दिली. माझ्याशेजारी एक लहान मुलगा वेदनेने तळमळत होता. त्याच्या आईने त्याच्या जखमेचे ड्रेसिंग बदलण्यासाठी जेव्हा जखम उघडी केली, तेव्हा त्यात अजूनही काडतुसाचा एक तुकडा अडकून असल्याचं दिसत होतं. गँगरिनची सुरुवात झाली होती. त्याच्या पुढेच एक बाई पडलेली होती, जिचं पाऊल बॉम्बमुळे तुटून उडालं होतं. त्या लोकांसाठी कोणतीही वैद्यकीय मदत उपलब्ध नव्हती. सगळीकडे असह्य दुर्गंध होता. सगळ्या कोपऱ्यात मुलांचा करुण आक्रोश चालू होता. प्रौढ लोक नुसतेच स्तब्ध बसून नाहीतर निर्जीवपणे पडून होते. त्यांचे चेहरे दगडासारखे झाले होते आणि डोळे भकास होते.

असेच तासन्तास गेले. दिवस उजाडला तेव्हा भयानक शांतता होती. वादळापूर्वीची शांतताच ठरली ती. कारण थोड्याच वेळात एकजण अचानक तळघरात पळत आला. त्याने बातमी आणली होती, की शेवटी वॉर्साचा पाडाव झाला होता.

आम्हा सर्वांचे कंठ दाटून आले. सत्तावीस दिवसांच्या युद्धानंतर पोलंडमधल्या इतर कोणत्याही शहरापेक्षा अधिक काळ टिकून राहिलेलं वॉर्सा, शेवटी हतबल होऊन शरण आलं होतं.

सप्टेंबरच्या स्वच्छ सूर्यप्रकाशात तळघरातून बाहेर आल्यावर आम्हाला आमचं उद्ध्वस्त शहर दिसलं. मदत करणारी पावलं भग्नावशेषांतून जखमींना बाहेर काढत होती. ज्यांच्यामध्ये अद्याप धुगधुगी होती, त्यांना स्ट्रेचरवर टाकून प्रथमोपचार केंद्रांत नेण्यात येत होतं. मरण पावलेल्या लोकांना ढिगाने गाड्यांत टाकून जवळच्या रिकाम्या जमिनीत पुरलं जात होतं. सैनिकांना सार्वजनिक बागेत पुरण्यात येत होतं आणि त्यांच्या थडग्यांवर छोटे लाकडी क्रूस लावले जात होते.

आम्ही आमच्या रस्त्याकडे परतलो. फुटपाथवर पडलेल्या घोड्यांच्या सांगाड्यातून लोक मांसाचे तुकडे काढून घेत होते. काही घोडे अजूनही आचके देत होते; पण भुकेने निर्दय झालेल्या लोकांचं तिकडे लक्षच नव्हतं. ते त्यांना अक्षरश: जिवंत असतानाच कापत होते.

आम्ही आमचं पूर्वीचं नालेवस्की रस्त्यावरचं अपार्टमेंट शोधून काढलं. ते अद्याप शाबूत होतं, फक्त खिडक्यांची काही तावदानं फुटली होती; पण खायला काहीच नव्हतं. जेनिटरने आम्हाला रात्रीचं जेवण घ्यायला बोलावलं. त्याच्यात भात आणि बदक होतं. नंतर मला कळलं, की हे 'बदक' म्हणजे क्रासिन्स्की बागेतल्या तलावातला 'हंस' होता! त्या तलावाचं पाणी त्यातल्या कुजलेल्या मानवी शरीरांमुळे

दूषित झालेलं असलं, तरी सुदैवाने आम्हाला त्या जेवणाचा काही त्रास झाला नाही.

काही पोलिश सैनिकांनी घाईघाईत साधे कपडे चढवले. अशाही अफवा ऐकल्या, की सैनिक सीमारेषा पार करून रुमानिया आणि हंगेरीला पळून गेले होते. आमच्या आईचा एक भाऊ छप्पन्नाव्या रेजिमेंटमध्ये होता; पण ते रेजिमेंट पूर्णपणे नामशेष झालं होतं. आम्हाला तिच्या दुसऱ्या भावाची काहीच बातमी कळू शकली नाही.

त्या दिवशी दुपारी सिएन्ना रस्त्यावर राहणाऱ्या आमच्या एका चुलत बहिणीने आम्हाला तिच्या काहीशा प्रशस्त अपार्टमेंटमध्ये राहण्यासाठी बोलावलं. त्यामुळे आम्ही पुन्हा एकदा जागा बदलली. तिच्या जागेत तिने अन्नाचा बराच साठा करून ठेवला होता. तो प्रवास एखाद्या दु:स्वप्नासारखा होता. सगळ्या चौकात सामुदायिक थडगी खणली जात होती. वॉर्सा म्हणजे एक प्रचंड दफनभूमी झाली होती!

लॉड्झ, ऑक्टोबर १९, १९३९

आम्ही पुन्हा लॉड्झमध्ये आहोत. आमचं अपार्टमेंट आणि दुकान पूर्णपणे लुटलं गेलं होतं. चोरांनी चौकटीतून चित्रं काढून नेली होती. माझ्या वडिलांनी युद्धापूर्वी काही दिवसच आधी पॅरिसला मोठी रक्कम मोजून घेतलेली पुसिन आणि डेलाक्रॉची चित्रंही चोरीला गेली आहेत. आम्हाला येऊन जेमतेम दोनच दिवस होतायत; पण लॉड्झला परत येऊन आम्ही चूकच केलीय हे आमच्या लक्षात येतंय. स्थानिक लोकांविरुद्ध, विशेषत: ज्यूंविरुद्ध नाझींनी त्यांच्या दहशतवादी कारवाया अधिकच तीव्र केल्या आहेत, लॉड्झ कम्युनिटीचे गौरवस्थान असलेल्या मोठ्या सिनॅगॉगला त्यांनी गेल्या आठवड्यात आग लावून दिली. ज्यूंना त्यांनी त्यांची पवित्र पुस्तकं तिथून हलवायलादेखील मनाई केली. इतर वस्तूदेखील जळून खाक झाल्या आणि त्या वाचवण्याच्या प्रयत्नात आतमध्ये बंदिस्त झालेले लोकदेखील ज्वाळांच्या भक्ष्यस्थानी पडले. माझ्या वडिलांना आम्हाला येथे घेऊन येण्यासाठी गळ घातल्याबद्दल माझी आई स्वत:ला माफ करू शकत नाही.

लॉड्झ, नोव्हेंबर १, १९३९

आम्ही वॉर्साला परतण्याचा विचार करतोय. माझे वडील आमच्या आधी तिथे गेले आहेत. त्यांना पळ काढावा लागला, कारण आमच्या एका जर्मन शेजाऱ्याने गेस्टापोंना एक खबर दिली. त्याने सांगितलं, की प्रसिद्ध पोलिश चित्रकार मॅट्जेकोची काही राष्ट्रवादी चित्रं माझ्या वडिलांनी कुठेतरी लपवून ठेवली आहेत. हाच शेजारी आमच्याकडे पूर्वी वरचेवर येत होता आणि माझ्या वडिलांकडून त्याने उसने पैसे देखील घेतले होते. गेस्टापो जेव्हा त्या चित्रांचा शोध घ्यायला आले, तेव्हा हा नीच

खबऱ्या त्यांच्याबरोबरच होता. सुदैवाने माझ्या वडिलांनी एक खाजगी गाडी भाड्याने ठरवली. ही गाडी त्यांना आर्यन बाजूला मिळाली. पन्नास मैलांच्या प्रवासासाठी त्यांना चांगलेच पैसे मोजावे लागले.

लॉड्झ, नोव्हेंबर ३, १९३९

काहीतरी निमित्त काढून रोजच्या रोज जर्मन सैनिक आमच्या अपार्टमेंटमध्ये येतात आणि आमची मालमत्ता लुटून घेऊन जातात. मला तर तुरुंगात असल्यासारखंच वाटतंय. तरीही खिडकीबाहेर बघून मन रमविण्याचा विचार मी टाळत असते, कारण काल बघितला तसा विचित्र प्रकार माझ्या नजरेला पुन्हा पडेल, अशी मला भीती वाटते.

सेमेटिक नाकाडोळ्यांचा एक माणूस शांतपणे पदपथाच्या वळणावर उभा होता. एका गणवेषधारी जर्मन माणसाने त्याला काहीतरी विचित्र आज्ञा केली, जी ऐकून त्या बिचाऱ्याने शरमून काहीतरी समजावून सांगण्याचा प्रयत्न केला. मग आणखी काही गणवेषधारी जर्मन तेथे आले आणि त्यांच्या शिकारीला त्यांनी रबरी दंडुक्यांनी चोपायला सुरुवात केली. नंतर त्यांनी त्याचे पाय दोरखंडाने बांधून टाकले आणि त्या दोरखंडाचं टोक त्यांनी गाडीच्या पाठीमागच्या बाजूला बांधलं. मग त्यांनी चालकाला गाडी सुरू करायला फर्मावलं. त्या दुर्दैवी माणसाचा चेहरा रस्त्यावरच्या धारदार दगडांवर आदळला. दगड रक्ताने लाल झाले. नंतर ती गाडी रस्त्यावरून जात दिसेनाशी झाली.

लॉड्झ, नोव्हेंबर १२, १९३९

माझ्या आईचा धाकटा भाऊ पर्सी नाझींच्या बंदिवासातून आश्चर्यकारकरीत्या बचावला. तो परत आलाय. युद्धभूमीवर नाझींना येताना पाहून आणि त्यांची सैनिकी तुकडी नाझींसमोर शरण पत्करताना बघून त्याने आत्महत्या करण्याचा विचार केला. तो वैद्यकीय विभागात असल्याने त्याच्याकडे सगळ्या प्रकारची औषधे होती. त्याने व्हेरोनालच्या तीस गोळ्या गिळल्या आणि तो झोपी गेला. उघड्या मैदानात तो असा झोपलेला असताना जोराचा पाऊस सुरू झाला. त्यामुळे त्याला जाग आली.

"मला ठाऊक नाही, ते कसं काय झालं; पण मी एकाएकी ओकायला लागलो आणि पोटातलं जवळ जवळ सगळं विष बाहेर पडलं." अशक्तपणामुळे त्याला हालचालदेखील करता येत नव्हती. जर्मनांनी लवकरच त्याला उचललं आणि तुरुंगात टाकलं. दुसऱ्या दिवशी एका साथीदाराच्या मदतीने त्याने काटेरी तारांच्या कुंपणापलीकडे जाण्यात यश मिळवलं. एक आठवडा कांम्पीनोवस्काच्या

जंगलात भटकत राहिल्यावर तो लॉड्झला परत आला.

लॉड्झ, नोव्हेंबर २३, १९३९

जर्मन लोकांनी ज्यूंना लग्न करायला मनाई केलेली आहे; पण त्याला आव्हान म्हणून ज्यूंच्या विवाहांची संख्या वाढतेच आहे. आज अंकल पर्सीने त्याचा विवाह गुप्तपणे साजरा केला. विवाहाच्या सगळ्या दाखल्यांवर आधीच्या तारखा टाकल्या जातात. आमच्याभोवतालच्या धोकादायक वातावरणामुळे सगळी जोडपी एकत्र राहू इच्छितात. शिवाय प्रत्येकाला असं वाटतं, की नाझी लोक आपल्याला फार काळ जगू देणार नाहीत.

त्याच्या विवाहाचा सोहळा होणार होता, त्या ठिकाणी आम्ही एकेक जण चोरपावलांनी सावल्यांसारखे हळूच पोहोचलो. आमच्या घराच्या आणि त्या ठिकाणाच्या मध्ये काही घरं होती. एकाने दरवाज्यावर नाझी लोकांवर लक्ष ठेवण्यासाठी पहारा दिला. जर गरज पडलीच, तर मग आम्ही दुसऱ्या दरवाज्याने पळून गेलो असतो. राब्बाई आशीर्वाद वचनांचे उच्चारण करताना थरथर् कापत होते. जिन्यावर झालेली थोडीशी हालचाल ऐकू येताच आम्ही सगळे दरवाज्याकडे धावत होतो. धाकधूक आणि भीतीमुळे सगळे तणावाखाली होते. विवाहविधी आटोपल्यावर आम्ही एकेक जण तिथून पुन्हा गुपचूप निसटलो. सगळे रडत होते.

अफवा जोरात आहेत. लॉड्झ जर्मनीला जोडण्यात येणार असून ज्युईश जनतेला घेट्टोत बंद करण्यात येईल, अशा त्या अफवा आहेत. मोठ्या प्रमाणावर धरपकड करून ज्यूंना लेबर कॅम्पमध्ये पाठवण्यात येत आहे. माझ्या भावाच्या तरुण पत्नीचे आईवडील कुठेतरी लुब्लिनजवळच्या विभागात पाठवण्यात आले आहेत. एकदा सकाळी, ते कामाला गेल्यावर त्यांना नाझींनी पकडून ट्रकमध्ये टाकलं आणि रेल्वेस्टेशनला नेलं. कित्येक दिवस त्यांनी बंदिस्त वाघिणींतून अन्नपाण्याशिवाय प्रवास केला. थकलेले, उपाशीतापाशी, अशा त्या लोकांना एका मोकळ्या शेतात उतरवण्यात आलं आणि नंतर झाक्लीझोन, या एका छोट्या गावात नेण्यात आलं. तिथे आधीच इतर हजारो ज्यू आणण्यात आले होते, वेगवेगळ्या पोलिश शहरांतून पोलिश लोकांनाही तिथे आणलं होतं; पण त्यांचा प्रवास एवढा भयानक नव्हता.

त्यांच्या गटातून पळ काढून इथे पोहोचलेल्या एकाने मला ही सगळी कहाणी सांगितली.

लॉड्झ, डिसेंबर १, १९३९

माझे वडील रशियाच्या अधिपत्याखाली असलेल्या पोलंडमध्ये बियालीस्टोक

येथे आहेत. आम्ही ते कळल्यावर सुटकेचा नि:श्वास टाकला, कारण तिथे ज्यूंना निदान इतरांसारखंच वागवण्यात येतं आणि जगण्याची संधी असते.

आमच्या घरी आमचे तथाकथित जर्मन 'शेजारी' वरचेवर येतात. ते रेल्वेकामगार आहेत. प्रत्येक वेळी घरात आल्यावर ते काहीतरी मागतात; पण खरं म्हणजे ती विनंती नसून फर्मानच असतं. गेल्या आठवड्यात त्यांनी बतावणी केली, की त्यांच्याकडे अंथरुणं, पांघरुणं नाहीत आणि आमच्याकडे उश्या मागितल्या. नंतर काही दिवसांपूर्वी जर्मन अधिकारी चित्रं विकत घेण्याच्या बहाण्याने आले आणि त्यांनी सगळ्या अपार्टमेंटमधील सामान उचकटायला सुरुवात केली. तरी आम्ही त्यांना सांगितलं, की आमची चित्रं चोरून नेण्यात आली आहेत आणि आता आमच्याकडे काहीच नाही. त्यांना एक छोटं चित्र सापडलं आणि ते विकत घेण्यासाठी त्यांनी एक किरकोळ रक्कम आम्हाला देऊ केली. नाइलाजाने त्यांच्यापासून सुटका करून घेण्यासाठी आम्हाला ती स्वीकारून चित्र त्यांना देऊन टाकावं लागलं.

यापेक्षाही त्रासदायक अनुभव होता गेस्टापोंचे दोन प्यायलेले लोक घरी आले होते तेव्हाचा. त्यांनी ज्या वस्तूंची मागणी केली, त्या आमच्याकडे नव्हत्या; पण आमच्या स्पष्टीकरणाने त्यांचं समाधान झालं नाही. शेवटी माझ्या आईने तिचं अमेरिकन नागरिकत्व सिद्ध करणारे कागदपत्र काढले. तेव्हा मग एका दारू प्यायलेल्या गेस्टापोने त्याचं रिव्हॉल्वर काढलं आणि ओरडला, *"हिटलरच्या नावाने शपथ घे, की तू अमेरिकन नागरिक आहेस, नाहीतर मी तुला जागेवरच गोळ्या घालतो!"* पण ज्यू लोकांना फ्यूररचं नाव घेण्याची मनाई करण्यात आलेली आहे; माझ्या आईने त्यांना विचारलं, की तिच्या बाबतीत हा अपवाद होऊ शकेल का? तो नाझी हसला आणि त्याने त्याचं रिव्हॉल्व्हर पुन्हा होल्स्टरमध्ये ठेवून दिलं. त्यांना पाहिजे असलेल्या वस्तू शोधण्याचा निष्फळ प्रयत्न केल्यावर त्यांनी बूट जुळवून बाहेरच्या खोलीत असलेल्या अमेरिकन झेंड्याला एक कडक सॅल्यूट ठोकला आणि निघून गेले.

लॉड्झ, डिसेंबर १५, १९३९

नाझींनी पिओत्रकोवस्का रस्त्यावरून ज्यूंना घालवून दिलं आहे. हा रस्ता म्हणजे लॉड्झची मुख्य रक्तवाहिनी. पूर्ण शहराची तो दोन भागांत विभागणी करतो. कोणत्याही ज्यूला आता या रस्त्यावर राहायची किंबहुना चालायचीदेखील परवानगी नाही. या नवीन आदेशामुळे ज्यूंना फार त्रास सोसावा लागतोय; पण जर्मन लोकांचा मात्र त्यामुळे फायदाच होतोय. ते ज्यूंना प्रत्येक परमिटमागे पाच लोटिस आकारून त्यांना पिओत्रकोवस्का रस्त्यावर चालण्याची परवानगी देत आहेत.

लॉड्झ, डिसेंबर १८, १९३९

जर्मन लोकांनी आमच्या अपार्टमेंट आणि दुकानावर ताबा मिळवलाय. आता आम्ही माझ्या शाळेजवळ, नारूतोविक्झ् रस्त्यावर, आमच्या नातेवाइकांबरोबर राहत आहोत. ही शाळा अजून चालू आहे; पण फार थोडे लोक शाळेत येतात, कारण घरातून बाहेर पडायची त्यांना भीती वाटते. जर्मन लोकांचे क्रूर खेळ दिवसेंदिवस वाढतच चालले आहेत. आता तर ते त्यांच्या भयानक 'मनोरंजक' खेळांसाठी लहान मुलामुलींचं अपहरण करायला लागले आहेत. ते पाच-सहा जोडप्यांना एका खोलीत एकत्र करतात, त्यांना विवस्त्र व्हायला फर्मावतात आणि मग ग्रामोफोनवर लावलेल्या रेकॉर्डवर नाच करायला लावतात.

माझ्या दोन शालेय मैत्रिणींना त्यांच्या घरात हा अनुभव आला. बऱ्याच संख्येने नाझींनी त्यांच्या अपार्टमेंटमध्ये प्रवेश केला आणि सगळ्या खोल्यांमध्ये बरीच शोधाशोध केल्यावर, दोन मुलींना जबरदस्तीने घराच्या पार्लरमध्ये जायला सांगितलं. तिथे पियानो होता. त्यांचे पालक जेव्हा त्यांच्याबरोबर तिथे जाऊ लागले तेव्हा नाझींनी त्यांच्या डोक्यावर काठीने प्रहार केला. नंतर त्यांनी पार्लरचा दरवाजा बंद केला आणि मुलींना कपडे काढायला फर्मावलं. त्यातल्या मोठ्या मुलीला त्यांनी पियानोवर व्हिएन्नीज वॉल्टझ वाजवायला सांगितलं आणि धाकटीला त्या तालावर नाचायला सांगितलं. पियानोच्या आवाजात शेजारच्या खोलीत ओरडणाऱ्या पालकांचा आवाज मिसळून गेला.

जेव्हा धाकटी मुलगी नाचता नाचता चक्कर येऊन पडली, तेव्हा मोठ्या बहिणीने खिडकीत जाऊन मदतीसाठी ओरडा केला. नाझींना हे सगळं जरा जास्तच झालं असं वाटल्यावर ते निघून गेले. माझ्या मैत्रिणींनी त्यांच्या अंगावरच्या काळ्या-निळ्या खुणा मला दाखवल्या. त्यांना छळणाऱ्या नाझींशी झालेल्या झटापटीत त्यांना लागलं होतं.

वॉर्सा, डिसेंबर २७, १९३९

गेल्या आठवड्यात माझ्या आईला अमेरिकन कॉन्सुलेटकडून एक पत्र आलं. माझ्या आईला त्यांनी तातडीने वॉर्साला बोलावलं होतं. मी माझ्या आईच्या आधी वॉर्साला पोहोचले. एका ज्यू नसलेल्या मित्राने त्याचा जीव धोक्यात घालून मला त्याच्याबरोबर नेलं. मी त्याची मुलगी आहे असं त्याने सांगितलं. मी त्याच्याबरोबर राहतेय. नाताळच्या वेळी त्याने लॉड्झहून माझ्या बहिणीलादेखील आणलं. आम्ही फक्त रात्री थोडंसं फिरायला बाहेर पडतो. अमेरिकन दूतावासाच्या समोरच आम्ही फिरतो. का कोण जाणे, त्या इमारतीच्या सावलीत आम्हाला अधिक सुरक्षित वाटतं.

वॉर्सा, जानेवारी ९, १९४०

माझी आई नवीन वर्षदिनानंतरच आमच्याकडे आली. तिला आमच्या वडिलांची खबरबात कळली होती. त्यांचं रशियात चांगलं चाललं होतं. त्यांना युक्रेनमधल्या एका म्युझियमच्या क्युरेटरची नोकरी मिळाली होती. त्यांनी आम्हाला ताबडतोब त्यांच्याकडे बोलावलंय; पण हे अशक्य आहे. आम्ही आता सिएन्ना रस्त्यावर दोन छोट्या खोल्यांत राहतोय. माझी एक चुलत बहीणही तिथेच राहते.

या अपार्टमेंटचा मालक कोणी पोलिश बँक अधिकारी आहे; म्हणून जर्मन लोकांनी त्याच्या देखरेखीसाठी आणि देखभालीसाठी भरपूर पैशांची तजवीज केली आहे. त्यामुळे कडाक्याच्या थंडीपासून आमचं संरक्षण होऊ शकतं.

जानेवारी १०, १९४०

नाझींच्या नियंत्रणाखालील पोलिश प्रेसने एक अनधिकृत बातमी प्रसृत केलीय, की वॉर्सामधल्या ज्यूंसाठी घेट्टो स्थापन करण्याची योजना आहे. त्या बातमीमुळे ज्यू लोकांत भयानक कटुता निर्माण झाली आहे. त्यांना दंडावर पांढरा पट्टा बांधावा लागतो. त्याच्यावर डेव्हिडचा तारा कोरलेला असतो. जे दिसायला सेमेटिक वंशाचे

दंडांवर पट्टे धारण केलेले ज्यू लोक, वॉर्सा घेट्टोतील एका गजबजलेल्या रस्त्यावरून चालत आहेत.

आहेत असं लक्षात येत नाही, ते ज्यू दंडावर पट्टा बांधणं टाळतात. कारण त्यामुळे त्यांना रस्त्यावर पोलिश गुंडांच्या हल्ल्यांनाही तोंड द्यावं लागतं. ज्या पोलिश लोकांचं रंगरूप नॉर्डिक वाटत नाही, त्यांच्यावरही या गुंडांनी अत्याचार केल्याची उदाहरणं आहेत. बरेच दिवस मोठ्या काळ्या शालीत अंग लपेटलेली आणि हातात काठी घेतलेली एक मध्यमवयीन पोलिश बाई मार्सझालकोवस्का रस्त्यावरची भीतिदायक व्यक्ती ठरली आहे. एकाही ज्यूला ती तिथून जाताना तिच्या दंडुक्याचा प्रसाद दिल्याशिवाय सोडत नाही, विशेषत: स्त्रिया आणि मुलांना. जर्मन लोक फक्त बघ्याची भूमिका घेतात आणि हसत राहतात. आत्तापर्यंत कोणाही पोलिश व्यक्तीने या गोष्टीचा निषेध केलेला नाही. उलट एखादा ज्यू जर इतर लोकांच्या वस्तीतून जायला लागला, तर तिथले लोक त्याच्याकडे निर्देश करून म्हणतात, 'ओह, ज्यूड!' आणि ते जर्मन लोकांना जाणवून देतात, की तो वेगळा आहे.

दिवसाढवळ्या सुखवस्तू ज्यूंच्या अपार्टमेंटमध्ये घुसून लुटालूट करण्यासाठी देखील याच पोलिश लोकांनी नाझींना त्यांच्या घरापर्यंत पोहोचवलंय. विरोधाला कोणीही जुमानत नाही, कारण कायदा ज्यूंचे संरक्षण करत नाही.

मार्च २, १९४०

लॉड्झमध्ये इथल्यापेक्षाही वाईट परिस्थिती आहे असं दिसतंय. एका प्रसिद्ध लॉड्झ उत्पादकाची मुलगी एडाझिका पिआकोवस्का आणि माझी शालेय मैत्रीण, काल वॉर्सा‌ला आली होती. आमच्या भेटीत तिने तिथल्या परिस्थितीच्या रक्त गोठवून टाकणाऱ्या गोष्टी सांगितल्या.

तिथे आता अधिकृतपणे घेट्टो स्थापण्यात आलंय. तिच्या कुटुंबाने शेवटच्या क्षणी गेस्टापोंना बरेच अमेरिकन डॉलर्स देऊन तिथून सुटका करून घेतली. लॉड्झच्या ज्यूंना घेट्टोत हलवताना बराच संहार झाला. नाझींनी बराच हाहाकार माजवला. आजारी लोकांना बिछान्यांतून ओढून काढलं आणि इतरांना ते लपले होते त्या ठिकाणांहून हुडकून, मारहाण करत, लूटमार करत, ठार मारत धुमाकूळ केला. लॉड्झचा जो भाग घेट्टोमध्ये रूपांतरित करण्यात आला आहे, तो एक अतिशय दरिद्री आणि जुनापुराणा विभाग आहे. तिथे छोटी छोटी लाकडी घरं आहेत आणि वीजपुरवठा आणि नळजोडणी वगैरे अस्तित्वात नाही. त्या ठिकाणी पूर्वी गरीब विणकर राहत होते. तिथे फक्त काही हजार लोक राहू शकतात; पण नाझींनी त्या ठिकाणी असंख्य ज्यूंना कोंबलंय.

चांगल्या परिस्थितीतल्या ज्यूंनी लॉड्झ घेट्टोतून विविध उपाय योजून सुटका करून घेतली. काहींनी माझ्या मैत्रिणीच्या कुटुंबाप्रमाणे गेस्टापोंना लाच दिली, काहींनी तर शवपेटिकेत लपून पळ काढला. ज्युईश दफनभूमी घेट्टोच्या बाहेर आहे

आणि मृत व्यक्तींना तिथे नेणं शक्य आहे. दफनविधीचा आभास निर्माण करून त्यांनी दफनभूमीत पोहोचताच शवपेटिकेतून उठून वॉर्साच्या दिशेने पलायन केलं. एका दुर्दैवी घटनेत तर असा एक जिवंतपणी शवपेटिकेत झोपलेला माणूस पुन्हा उठलाच नाही. त्या तेवढ्याशा पण अमानुष अनुभवाने त्याचं हृदयच बंद पडलं!

मार्च १०, १९४०

आज मी एका प्रौढ ज्युईश स्त्रीवर हल्ला झालेला बघितला. पोलिश गुंडांनी तिला सुरे भोसकून भोसकून तिच्या शरीराची चाळण करून टाकली. अशा घटना वाढतच चालल्या आहेत आणि चहूबाजूंनी निराधार ज्यूंच्या किंकाळ्या ऐकू येतायत. हे पोलिश लोक, स्वतःचं दुर्दैव विसरून, त्यांच्यापेक्षाही शक्तिहीन असलेल्या ज्यूंचा असा छळवाद मांडतायत, हे खरोखरच समजण्याच्या पलीकडचं आहे.

एप्रिल ५, १९४०

वसंत ऋतू सुंदर आहे; पण रस्त्यावर बाहेर पडायचीदेखील भीती वाटते. जर्मन लोक स्त्रिया आणि मुलांनादेखील जबरदस्तीने लेबर कॅम्पमध्ये पाठवत आहेत; पण पुढे वाढून ठेवलेल्या कामापेक्षा त्यांनी चालवलेला छळवाद आमचा थरकाप उडवतो. चांगले कपडे घातलेल्या ज्युईश स्त्रियांना नाझींच्या मुख्यालयात फरशा पुसायचं काम दिलं जातं. त्यांना त्यांची अंतर्वस्त्रं काढून त्यांचा वापर फरशी आणि खिडक्या पुसण्यासाठी करायला फर्मावण्यात येतं. या प्रसंगी त्यांना असा छळ करण्यात एक प्रकारचा विकृत आनंद मिळतो.

अमेरिकन नागरिक असलेल्या एका ज्युईश स्त्रीच्या बाबतीत एक मनोरंजक घटनाही घडली. सहसा नाझी लोक अमेरिकन नागरिकांच्या बरोबर सावधगिरीने वागतात; पण या खेपेस त्यांनी त्या महिलेच्या निषेधाला न जुमानता तिला तिच्या महागड्या फर कोटाने फरशा पुसायला लावल्या. त्या दिव्यातून पार पडल्यावर ती स्त्री सरळ अमेरिकन वकिलातीकडे गेली आणि झालेल्या प्रकाराबद्दल तिने तक्रार नोंदवली. अमेरिकन कॉन्सुलने विनाविलंब जर्मन गव्हर्नर फ्रँक यांच्याकडून नुकसान-भरपाई मागितली. त्या नशिबाने अमेरिकन नागरिक असलेल्या ज्युईश स्त्रीला ताबडतोब तीन हजार मार्क्स मिळाले; पण ज्युईश वंशाच्या पोलिश नागरिकांना कोणीही रक्षणकर्ता नसतो. ज्या क्षणी जर्मन लोक त्यांच्या मानवी प्राण्यांच्या शिकारीला निघतात, तेव्हा ज्युईश पादचारी एकमेकांना संकेत करतात आणि काही क्षणांतच रस्ते ओस पडतात.

एप्रिल १७, १९४०

काल माझे वडील रशियाहून परत आले. आम्ही त्यांना ओळखूच शकलो नाही. दाढी वाढलेली, अंगावर शेतकऱ्याचे कपडे, त्यांचा अवतार एखाद्या भटक्या जिप्सीसारखा झाला होता. तीस लोकांच्या गटातले ते एकटेच निसटून येऊ शकले होते. त्या तथाकथित 'ग्रीन फ्रॅंटियर'ला ओलांडून ते आले होते. बाकीच्यांना मात्र पकडण्यात आलं. आता त्यांचं भवितव्य अनिश्चित आहे. ते पायी चालत वॉर्साला पोहोचले. रात्रीचा प्रवास आणि दिवसा जंगलात लपून राहायचं, या पद्धतीने त्यांनी वॉर्सा गाठलं होतं.

जर्मन 'हेल्'मध्ये ते परत का आले? या गोष्टीचं आधी आम्हाला आकलन झालं नाही. लोक तर सोव्हिएतला जाण्यासाठी कशाचीही किंमत द्यायला तयार होते. गॉलिसिआमध्ये त्यांना असं कळलं, की त्यांचं कुटुंब अमेरिकेला गेलं आहे; पण त्यांनी जेव्हा अमेरिकेत आमच्या नातेवाइकांना तार केली, तेव्हा त्यांनी आम्ही वॉर्सात असल्याचं त्यांना सांगितलं. आम्हाला बोलावून घ्यायला असमर्थ असल्याने त्यांनी परतायचं ठरवलं आणि जे काही व्हायचंय, ते एकत्रच असताना होऊ देत असा निर्णय घेतला.

त्यांनी आम्हाला रशियन लोकांबद्दल काही मनोरंजक तपशील सांगितला. ते लोक जनतेला जर्मन लोकांपेक्षा खूपच चांगलं वागवत होते. धर्माच्या नावाखाली कोणताही भेदभाव नव्हता. बऱ्याच ज्यूंनी रशियात आश्रय घेतला आहे. काहींनी 'रेड आर्मी'त प्रवेश मिळवला, तर काहींनी युद्धासाठी सुरू झालेल्या कारखान्यात काम धरलं. लोकांनी मोठ्या प्रमाणावर रशियन नागरिकत्व पत्करलंय. ज्या लोकांनी असं करायला नकार दिला, त्यांना सैबेरियाला पाठवण्यात आलं. अन्नधान्याची परिस्थिती वाईट आहे कारण सरकारी शिधा अपुरा आहे, काळा बाजार होत नाही.

रशियन सैन्याबद्दल काही विनोद ऐकवण्यात येतात. असं म्हणतात, की त्यांच्या एका रणगाड्यासाठी शंभर लोकांची गरज लागते. कारण एक माणूस आत असतो आणि बाकीचे नव्याण्णव लोक तो ढकलत असतात! रशियन सैनिकांचा स्वभाव जरी चांगला असला, तरी देशाभिमानामुळे ते क्रूर वागू शकतात. बऱ्याच स्त्रियादेखील संरक्षण क्षेत्रात, विशेषत: वायुदलात आहेत. त्यांचा गणवेषही पुरुष अधिकाऱ्यांसारखाच असतो आणि फायदेही तेवढेच मिळतात. काही अधिकाऱ्यांच्या बायका त्यांच्याबरोबर आलेल्या आहेत. त्या साध्या राहत असल्या, तरी उच्चशिक्षित असतात.

एलवॉव थिएटरमध्ये एक मजेशीर घटना घडली. एका रशियन अधिकाऱ्याची पत्नी संध्याकाळच्या एका कार्यक्रमाला नाइट गाऊन घालून आली. रशियन स्त्रियांना युरोपियन पद्धतीच्या वेशभूषेची काहीच कल्पना नसते. महागड्या रेशमी स्लिप्स,

म्हणजेच फ्रॉकच्या आत घालायचे तलम पेटिकोट त्यांना ठाऊकच नाहीत. सर्वसाधारण फ्रॉक्सपण त्यांना खर्चिक वाटतात. त्यामुळे या रशियन बाईला एक घोळदार गुलाबी नाइटगाऊन म्हणजे संध्याकाळच्या कार्यक्रमाच्या वेळी परिधान करायचा ड्रेस वाटला. जेव्हा ती तो घालून कार्यक्रमाला गेली आणि तिचं स्वागत एका सामूहिक हास्याच्या लहरीने झालं, तेव्हा ती चांगलीच ओशाळली.

कदाचित आमचे हे रशियन लोकांबद्दलचे विनोद म्हणजे नकळत घडणारं नैराश्याचं प्रदर्शन असू शकेल. कारण रशियाचं हिटलरबरोबर युद्ध चालू नाही. का कोणास ठाऊक; पण वॉर्सातल्या बऱ्याच लोकांना असं वाटतंय, की हिटलर आणि रशियामध्ये आज ना उद्या युद्ध छेडलं जाईल. या विचाराने आम्ही आमचा त्रास सोसू शकतो.

एप्रिल २८, १९४०

ज्या घरात आम्ही सामाईकपणे खोल्या वापरत होतो, तिथेच आमच्यासाठी एक स्वतंत्र अपार्टमेंट मिळवण्यात आम्हाला यश आलं. माझ्या आईने 'अमेरिकन सिटिझन' असा उल्लेख केलेलं तिचं परिचयपत्रच दरवाज्यावर लावून टाकलंय. 'अमेरिकन नागरिक' हा शब्द जर्मन लोकांबद्दल बचाव करण्यासाठी एखाद्या ताईतासारखा उपयोगी पडतो. कारण ते कोणत्याही अपार्टमेंटमध्ये केव्हाही घुसतात.

गणवेष घातलेले जर्मन जेव्हा आमच्या इमारतीच्या बाहेर दिसतात, तेव्हा आमची खोली शेजाऱ्यापाजाऱ्यांनी गच्च भरून जाते. कारण त्यांच्यापासून बचाव करण्यासाठी एका अमेरिकन नागरिकाच्या घरात आश्रय घेणं, याहून दुसरा चांगला उपाय नसतो आणि आम्ही तरी त्यांना प्रवेश कसा नाकारणार? घरात आलेले सगळे शेजारी भीतीने थरथर कापत असतात, ओठांवर एक प्रार्थना असते आणि नजर भिंतीवरच्या दोन लहान अमेरिकन झेंड्यांकडे लागलेली असते.

ज्या ज्यू लोकांकडे तटस्थ राष्ट्रांचे पासपोर्ट्स आहेत, त्यांना दंडावर पट्टा बांधणं, किंवा वेठबिगारी, या गोष्टींची सक्ती करण्यात येत नाही. त्यामुळे बरेच ज्यू असे पासपोर्ट मिळवण्याचा प्रयत्न करतात; पण एकतर सर्वांनाच ते मिळवणं शक्य होत नाही, किंवा मग काहीतरी खटपट करून मिळवलेच, तर ते वापरण्याचं धैर्य होत नाही. माझ्या दोन मित्रांनी दक्षिण अमेरिकेचे नागरिक असल्याची बनावट कागदपत्रं बनवून त्याच्यावर जर्मन गेस्टापोंकडून स्वस्तिकासह सही शिक्केदेखील मारून घेतले आणि आता ते त्या कागदपत्रांच्या आधारावर कुठेही हिंडू-फिरू शकतात. अशा लोकांना जगण्याची निदान नव्वद टक्के तरी संधी मिळते; पण बाकीच्या ज्यूंची फारतर दहा टक्के जगण्याची शक्यता असते.

मे २०, १९४०

फ्रान्समधल्या नाझींच्या अतिक्रमणाने आम्ही हबकून गेलो आहोत. दोन आठवड्यांपूर्वी माझ्या आईला बर्लिनच्या अमेरिकन दूतावासाकडून कळवण्यात आलं, की तिचा पासपोर्ट एका निश्चित तारखेला तयार असेल;. पण वॉर्सातली सगळी परराष्ट्र खात्यांची कार्यालयं बंद झाली आहेत. वेगवेगळ्या अधिकाऱ्यांना भेटून 'थर्ड रायश'च्या राजधानीला भेट देण्याची परवानगी मिळवण्यासाठी माझी आई कित्येक आठवडे धावपळ करते आहे.

जून १६, १९४०

माझी आई परत आली आहे. तिची भेट निष्फळ ठरली. इटालीच्या युद्धातील प्रवेशामुळे इटालियन बंदरं बंद करण्यात आली आहेत. आणखी एक नवीनच अधिनियम जारी करण्यात आला आहे. कोणालाही वॉर्सासकट पोलंडचा प्रशासकीय विभाग, सोडून जायची परवानगी नाकारण्यात आली आहे. माझ्या आईने १४ जूनला बर्लिन सोडलं. त्या दिवशी पॅरिस पडलं. नाझींची राजधानी विजयोन्मादाने स्वस्तिकांच्या समुद्रात न्हाऊन निघाली होती.

जून २४, १९४०

माझ्या आईचा धाकटा भाऊ एबी इथे आलाय. एका हंगेरिअन इंटर्नमेंट कॅम्पमधून त्याने पलायन केलं. त्याला अशी भीती वाटली, की तो ज्यू आहे हे समजल्यावर त्याची छळछावणीत रवानगी करण्यात येईल.

तो ज्यू दिसत नाही. नॉर्डिक प्रकारचा दिसतो. उंच, रुंद खांद्यांचा, सोनेरी केसांचा आणि निळ्या डोळ्यांचा. त्याच्या व्यक्तिमत्त्वामुळे त्याला हंगेरी ते वॉर्सापर्यंतचा प्रवास करण्यात काहीच अडचण आली नाही. सुरुवातीला तो कॅम्पमध्ये राहत असताना त्याच्या पोलिश सहकाऱ्यांना त्याच्या ज्युईश वंशाबद्दल माहीत नव्हतं. त्यांना जेव्हा ते माहीत झालं तेव्हा त्यांनी त्याला धमक्या द्यायला, छळायला सुरुवात केली. शेवटी त्यांनी त्याला हंगेरियन अधिकाऱ्यांकडे सुपूर्द केलं. एकाच शत्रूविरुद्ध लढत असूनदेखील पोलिश अधिकाऱ्यांची नीतिमत्ता ही अशी आहे.

जुलै १२, १९४०

लॉड्झसारखं इथे वॉर्सामध्ये घेट्टो नाही; पण जर्मनांनी मागे लागू नये किंवा पोलिश गुंडांनी हल्ला करू नये, म्हणून ज्यू लोक आपणहून ठरावीक सीमारेषा ओलांडणं टाळतात. या सीमारेषा अनधिकृत आहेत; पण त्यांच्या आतच त्यांना अधिक सुरक्षित वाटतं.

अधिकाधिक ज्यू निर्वासितांचे लोंढे छोट्या छोट्या गावातून इथे येऊन थडकतात. त्यांना असं वाटतं, की इथे ते अधिक सुरक्षित राहतील आणि त्यांच्या गावापेक्षा रोजगार मिळवण्याची संधी अधिक चांगली असेल. सर्व ज्यूंना एकत्र राहता येईल, ही मानसिकतादेखील त्यांच्या या कृतीच्या मागे आहे.

पण या लोंढ्यांमुळे जागेची तीव्र टंचाई निर्माण झाली आहे. मोठ्या संस्था प्रशस्त इमारती ताब्यात घ्यायला लागल्या आहेत. शेवटी असा नियम जारी करण्यात आला आहे, की एका खोलीत किमान चार लोकांनी तरी राहायला पाहिजे. आम्ही आमच्या एका खोलीत लॉड्झच्या आर फॅमिलीला पोटभाडेकरू म्हणून ठेवलं आहे. मि. आर हे लॉड्झच्या मोजक्या वस्त्रतज्ज्ञ लोकांपैकी एक आहेत आणि जर्मन लोकांनी त्यांना दरमहा सहा हजार लोटिसच्या पगारावर नोकरी दिली होती. त्यांना घेट्टोच्या बाहेर असलेल्या कारखान्यात राहणं सक्तीचं करण्यात आलं होतं. त्यांना फक्त आठवड्यातून एकदाच कुटुंबाला भेटण्याची परवानगी दिली होती. त्यांची बरीचशी पुंजी त्यांनी ज्युईश क्वार्टरमधल्या मदत समितीला दान केली.

मिस्टर आर कडून आम्हाला लॉड्झ घेट्टोमधल्या आयुष्याविषयी बरेच तपशील कळले. प्रत्येक दिवशी शिधापत्रिकेवर फक्त तीन औंस पाव देण्यात येतो. सगळ्या रहिवाशांना सक्तीने मिलिटरी वर्कशॉपमध्ये काम करावं लागतं. या वर्कशॉपमध्ये उबदार चादरी, बूट आणि बुटाचे लाकडी तळवे बनवण्यात येतात. धार्मिक विधी आणि विवाह यांना पूर्णपणे बंदी आहे. बालुटी क्वार्टरमध्ये अनेक साथीच्या रोगांचा संचार आहे, कारण माणसांची गर्दी आणि अनारोग्य, अस्वच्छता. फक्त ज्यांच्या गाठीला बऱ्यापैकी पैसा आहे तेच लोक या भीषण आयुष्यापासून स्वत:ला वाचवू शकतात.

गेल्या आठवड्यात वॉर्सामधले स्वयंपूर्ण मुदपाकखाने कार्यान्वित झाले. त्यापैकी एक आमच्या जवळच १६, सिएन्ना रस्त्यावर आहे. एका वेळच्या जेवणात बटाटा किंवा कोबीचं सूप आणि थोडीशी भाजी असते. आठवड्यातून दोनदा जेवणात एका छोट्याशा मटणाच्या तुकड्याचादेखील समावेश असतो. त्याच्यासाठी एक लोटि आणि वीस ग्रॉसझी द्यावे लागतात.

बऱ्याच अनधिकृत शाळा सुरू झाल्या आहेत आणि प्रत्येक दिवशी त्यांच्यात भरच पडतेय. घराच्या तळघरात, पोटमाळ्यावर, जिथे जागा मिळेल तिथे लोक शाळा भरवत आहेत. अभ्यासक्रमात सगळ्या विषयांचा समावेश आहे, ग्रीक आणि लॅटिनदेखील. जूनमध्ये जर्मनांनी अशा दोन शाळा शोधून काढल्या आणि तिथल्या शिक्षकांना जागेवरच गोळ्या घातल्या. विद्यार्थ्यांना लुब्लिनजवळ छळछावणीत पाठवण्यात आलं.

माझी आई अमेरिकन नागरिक असल्याने सुरक्षिततेच्या दृष्टिकोनातून आम्ही

आमच्या घरात शाळा भरवतो. बहुतेक शिक्षक वॉर्साचे आहेत. आम्ही इतर विषय तर शिकवतोच; पण एक छोटीशी प्रयोगशाळा उभारून फिजिक्स, केमिस्ट्रीदेखील शिकवतो. विदेशी भाषा शिकवण्यावरही भर दिला जातो. मुख्यत: इंग्रजी आणि हिब्रू शिकवलं जातं. पोलिश साहित्यावर आम्ही हिरिरीने चर्चा करतो. शिक्षक आम्हाला मिकीविक्झ स्लोवाकी, वायस्पिओन्स्की यांच्यासारख्या थोर पोलिश कवींनी सद्य:स्थितीच्या दुर्दैवी परिस्थितीची आधीच भविष्यवाणी कशी वर्तवली होती हे कवितेच्या अध्यापनातून दाखवून देतात. वायस्पिआन्स्कीच्या 'वेडिंग' कवितेतल्या प्रसिद्ध पंक्ती प्रत्येकजण उद्धृत करतो आहे,

'––– , तुझ्याकडे एक सोनेरी शिंग होतं,
पण आता तुझ्याकडे फक्त दोर उरलाय.

शिक्षक जीव ओतून शिकवतात आणि विद्यार्थीही प्रामाणिकपणे शिकतात. अनधिकृतपणे शाळा चालवण्यात असलेल्या धोक्यामुळे आम्हाला प्रत्येक क्षण निकडीचा वाटतो. शिक्षक आणि विद्यार्थ्यांतला दुरावादेखील नाहीसा झालाय आणि एकमेकांना जबाबदार साथीदार आहोत असं आम्हाला वाटतं.

विद्यार्थ्यांच्या अभ्यासक्रमासाठी आवश्यक पाठ्यपुस्तकं उपलब्ध होऊ शकत नाहीत, कारण त्यांची अधिकृत विक्री करायला मनाई घालण्यात आली आहे. या सगळ्या अडचणींवर मात करून आमच्या शाळेने विद्यार्थ्यांना पदविका दिल्या.

डॉक्टर मायकेल ब्रँडस्टेटर आमचे प्रिन्सिपल, यांच्या अपार्टमेंटमध्ये परीक्षा घेण्यात आल्या, पदवीदानसमारंभही आयोजित करण्यात आला. कोणाचाही अपवाद न होता, सगळे विद्यार्थी यशस्वीरीत्या परीक्षेत उत्तीर्ण झाले. अनधिकृत शाळेच्या बोर्डाने पदविका दिल्या. सगळ्या शिक्षकांच्या सह्या असलेल्या कागदावर या पदविका टंकलिखित करण्यात आल्या होत्या. अश्रूभरल्या नेत्रांनी प्रिन्सिपलनी त्यांचं पारंपरिक भाषण केलं. या नवीन पदवीधारकांना पुढचं काही भवितव्य नव्हतं. पोलंडच्या युवकांप्रमाणेच त्यांनीही शाळा सोडली. नाझी लेबर कॅम्पमध्ये गुलाम म्हणून राबणं एवढंच त्यांच्या नशिबी होतं.

ऑगस्ट १६, १९४०

ज्युईश क्वार्टरमधल्या लोकांनी त्यांचं सामाजिक आयुष्य नियोजित करायला सुरुवात केली आहे. पैसे उभे करणं, मदतीसाठी निधी गोळा करण्यासाठी मार्ग शोधणं, हे सगळं वाईट परिस्थितीतदेखील करावं लागत आहे. ज्युईश कम्युनिटीला मदत व्हावी म्हणून गृहसमित्या स्थापन करून त्यांच्या सभा भरवण्यात येत आहेत.

या समित्या शैक्षणिक कार्य करतात. साथींच्या रोगांना तोंड कसं द्यावं, याचं प्रशिक्षण देतात. तरुण लोक आठवड्यांतून एकदा भेटतात. शास्त्रीय आणि वाङ्मयीन चर्चेबरोबरच करमणुकीचे कार्यक्रमही होतात. त्यातून मिळणारं उत्पन्न मदतकार्य संकलन करणाऱ्या संस्थेला दिलं जातं.

मदतकार्य निधी उभा करण्यासाठी तरुण लोकांचं मंडळ स्थापन करण्यात आलं आहे. हॅरी कार्कझमारला अध्यक्ष निवडलंय आणि बाकीचे विशेष सदस्य आहेत. बोलेक, रोमेक, एडिक, ताडेक, ओल्गा, एडझिआ, स्टेफान, मिस्झा, डोलेक, मायटेक आणि मी.

रोमेक कोवालस्की

क्लबची स्थापना झाल्यावर लगेचच आम्हाला एक 'चॅरिटी शो' आयोजित करण्याची विनंती करण्यात आली. आम्ही उत्साहाने कामाला लागलो. प्रत्येकाला स्वत:मध्ये काही ना काही गुण असल्याचा साक्षात्कार झाला.

आमचा अध्यक्ष हॅरी कार्कझमार तेवीस वर्षांचा आहे; पण दिसतो त्याच्या वयापेक्षा मोठा. त्याचे केस लालसर तपकिरी आहेत, उंची मध्यम. आयुष्यात त्याने बरंच सोसलंय. गाडीच्या एका अपघातात त्याचा पाय मोडला आणि त्यामुळे तो थोडासा लंगडत चालतो. डॉक्टरांनी त्याला क्षयरोगाची लागण झाल्याचंही निदान केलंय. त्याला माहीत आहे, की आता रोगातून बरं होण्याचा काही मार्ग नाही, तरीही तो आनंदी असतो आणि उत्साहीदेखील. प्रयोगासाठी तो बरीच तालीम करतो आणि त्यामुळे त्याचं दु:ख काही काळासाठी विसरतो.

त्याचा सहकारी आहे रोमेक कोवालस्की. रोमेक एकोणीस वर्षांचा, सावळ्या रंगाचा, रुबाबदार दिसणारा तरुण आहे. त्याचा चेहरा रेखीव आहे. काळे डोळे. प्रमाणबद्ध नाक आणि लाल ओठ. चेहऱ्यावर एक बालिश भाव. युद्धामुळे त्याच्यात एक प्रकारची मानसिक प्रगल्भता आली आहे, जे आमच्यापैकी बऱ्याच जणांचं वैशिष्ट्य आहे.

रोमेक एक चांगल्या स्वभावाचा मुलगा आहे. थोड्याच वेळात त्याने पियानोवादन आत्मसात केलंय. त्याला ललित संगीत आणि जॅझ आवडतं.

स्टेफान मॅन्डेलटॉर्ट सर्व मुलांत लहान आहे. फक्त सतरा वर्षांचा, छोट्या

चणीचा आणि चपळ. तो अगदी एखाद्या वॉर्साच्या उपनगरातल्या कामगारवसाहतीच्या रस्त्यावरच्या उनाड मुलासारखा दिसतो. तो गाणं चांगलं म्हणतो आणि नकलादेखील चांगल्या करतो.

मायटेक फाइन एक जन्मजात टॅप डान्सर आहे. उंच, सडपातळ, सोनेरी केसांचा, त्याचा चेहरा फ्रेड अॅस्टेअरसारखा फिक्कट, अरुंद; पण अधिक देखणा आहे. तो वीस वर्षांचा आहे आणि अनाथ आहे. त्याला कोणी दूरचे नातेवाईकही नाहीत. त्याच्या दु:खद परिस्थितीबद्दल तो फार थोडा विचार करतो आणि त्याचं मन नेहमीच नृत्याच्या विचारांनीच भारलेलं असतं.

डोलेक अॅमस्टरडॅम हा एक सर्वसाधारण चौकोनी चेहऱ्याचा, लालसर, तपकिरी केसांचा मितभाषी मुलगा आहे. त्याच्यावर इतरांच्या बोलण्याचा फार लवकर परिणाम होतो. विशेषत: हॅरीचा त्याच्यावर लगेच प्रभाव पडतो. त्याचा आवाज चांगला तयारीचा आहे. आमचे दुसरे दोन गायक आहेत एडिक वॉल्कोविक्स आणि बोलेक ग्लिक्सबर्ग. मिस्झा बॅक्स्झिट सूत्रसंचालन फार छान करतो. त्याला त्याच्या भाषणाची पूर्वतयारीदेखील करावी लागत नाही. ते उत्स्फूर्तपणे त्याच्यात सुधारणा करतो. तो एकोणीस वर्षांचा आहे, जन्मजात टीकाकार. सगळ्या मुलींबाबत तो नेहमी यशस्वी ठरतो. ओल्गा मूस्झकेविक्झचे वडील पॅलेस्टाईनला आहेत. तिने लहानपणापासून पियानोवादनाचा अभ्यास केला आहे. तिची आर्थिक परिस्थिती चांगली नसली, तरीही ती एका चांगल्या पियानो शिक्षकाकडून धडे घेतेय.

माझा आवाज चांगला आहे, असा माझ्या साथीदारांनी शोध लावलाय. मला तर खूपच आश्चर्य वाटलं ते कळल्यावर. मला ते 'अमेरिकन' म्हणतात आणि काही हलकीफुलकी अमेरिकन गीतं म्हणायला सांगतात. सार्वजनिक ठिकाणी फ्रेंच किंवा इंग्रजीचा वापर करायला मनाई आहे; पण आम्ही त्या गोष्टीकडे दुर्लक्ष करतो.

एडझिआ आणि तडिडस्झ यांनी कार्यक्रम सादर करण्यासाठी जागा शोधण्याची जबाबदारी स्वीकारलीय.

आमचा छोटासा गट कार्यक्रमाच्या तयारीत रंगून जात असला, तरी खिडकीबाहेर टाकलेली एक नजर आम्हाला कठोर वास्तवाची जाणीव करून द्यायला पुरेशी असते. शहरात दहशतीचं वातावरण आहे. माणसांची शिकार अविरत चालूच आहे. आमच्या सभा संपल्यावर आम्ही एकेकटेच बाहेर पडतो. प्रथम मुली बाहेर जातात आणि आजूबाजूला नाझी नाहीत, याची खात्री करून मगच मुलांना बाहेर बोलावतात.

सप्टेंबर ११, १९४०

आमचा पहिला प्रयोग या महिन्याच्या सुरुवातीला ५, झेजाइड येथे झाला. ते संयुक्त वितरण समितीचं कार्यालय आहे. आम्हाला चांगलं यश मिळालं आणि

बऱ्यापैकी पैसेही जमले. आमच्या लॉड्झ गटाने नंतर बरेच यशस्वी प्रयोग केले. वॉर्सामध्ये आम्ही नाव मिळवलं याचा आम्हाला अभिमान वाटतो. आता ज्युईश जनतेतही आम्हाला बरेचजण ओळखतात. हॅरी, स्टेफान आणि ओल्गा, त्यांचा आवाज, मार्मिक, हजरजबाबी समालोचन आणि वाद्यवादन या गुणांमुळे प्रेक्षकांची वाहवा मिळवतात.

माझ्याबद्दल म्हणायचं झालं तर मला फार थोडं पोलिश येतं आणि मी अमेरिकेत कार्यक्रम केले होते, वगैरे अफवा पसरलेल्या आहेत. प्रत्येक कार्यक्रमाच्या वेळी मला माझं पहिलं गाणं, 'मूनलाईट ॲन्ड शॅडो' बरेच वेळा म्हणावं लागतं. आम्ही आमच्या गटाला 'द् लॉड्झ आर्टिस्टिक ग्रुप' असं नाव दिलंय. अपभ्रंशाने 'एलझेडए'. आश्चर्यकारकपणे हे प्रतीकात्मक ठरलंय, कारण पोलिश भाषेत 'एलझेडए' चा अर्थ 'अश्रू' असा होतो.

आर्यन बाजूला काही कॅफे सुरू झाले आहेत आणि नाझींनी चालवलेल्या रंगभूमीवर काम करायला ज्यांनी नकार दिला, असे काही प्रसिद्ध पोलिश कलाकार तिथे कलाकार आणि वेटर, अशी दुहेरी भूमिका बजावतात.

नोव्हेंबर २, १९४०

अशी एक अफवा उठलीय, की ज्युईश विभाग लवकरच पूर्णपणे बंदिस्त करण्यात येणार आहे. काही लोकांना असं वाटतंय, की असं झालं तर बरंच होईल. कारण मग जर्मन लोकांना एवढ्या उघडपणे अत्याचार करता येणार नाहीत आणि पोलिश गुंडांपासूनदेखील ज्यूंना संरक्षण मिळेल, अशी त्यांची धारणा आहे; पण आमच्यासारखे बाकीचे लोक, ज्यांनी लॉड्झ घेट्टोतून पळ काढला, ते मात्र कुंठित झाले आहेत, कारण त्यांनी जर्मन लोकांनी वेगळं काढलेल्या ज्युईश क्वार्टरमध्ये आयुष्य कसं असतं, त्याचा अनुभव घेतलाय.

घेट्टोची सुरुवात

नोव्हेंबर १५, १९४०

आमच्या इजिप्तमधील गुलामगिरीची आज मला आठवण येतेय; पण आमची या नवीन बंधनातून मुक्तता करण्यासाठी मोझेस कुठे आहे?

ज्युईश घेट्टो आज अधिकृतपणे स्थापन झाला. आता ज्यूंना विशिष्ट रस्त्यांच्या सीमारेषेपलीकडे जायला मनाई आहे. भिंती बांधण्याचं काम सुरू झालंय. नाझी शिपाई कामावर देखरेख करत आहेत. जे कामगार योग्य त्या गतीने काम करत नाहीत, त्यांना फटके मारण्यात येत आहेत.

ज्या रस्त्यांवरची वाहतूक पूर्णपणे बंद करण्यात आलेली नाही, तिथे जर्मन पहारेकरी टेहळणी करत आहेत. वेगळं काढलेल्या क्वार्टरमध्ये प्रवेश करायला जर्मन आणि पोलिश लोकांना परवानगी आहे; पण त्यांना बरोबर काही पाकीट नेता येणार नाही. पुढे होणाऱ्या उपासमारीचं दृश्य आम्हाला भेडसावतंय.

नोव्हेंबर २०, १९४०

वातावरणात अभूतपूर्व तणाव निर्माण झालाय. संवादाची सगळी साधनं घेट्टोतून हद्दपार करण्यात आली आहेत. रेडिओ, टेलिफोन, वर्तमानपत्रं... काहीच नाही. फक्त घेट्टोत असलेल्या रुग्णालयांना आणि पोलिश पोलीस स्टेशनांना टेलिफोन ठेवण्याची परवानगी आहे.

आमचा जगाशी संपर्कच तुटल्यासारखा झाला आहे. ज्युईश तरुण निषेध व्यक्त करायचा विचार करतायत; पण प्रौढांना मात्र ही कल्पना धोकादायक वाटते.

आर्यन बाजूला राहणाऱ्या ज्यूंना १२ नोव्हेंबरच्या आत शहर सोडून जायला सांगण्यात आलं आहे.

बरेच ज्यू लोक शेवटच्या क्षणापर्यंत थांबून राहिले. त्यांना आशा वाटत होती, की निषेध नोंदवून किंवा लाच देऊन जर्मनांना घेट्टो स्थापन करण्यापासून परावृत्त

THE WARSAW GHETTO

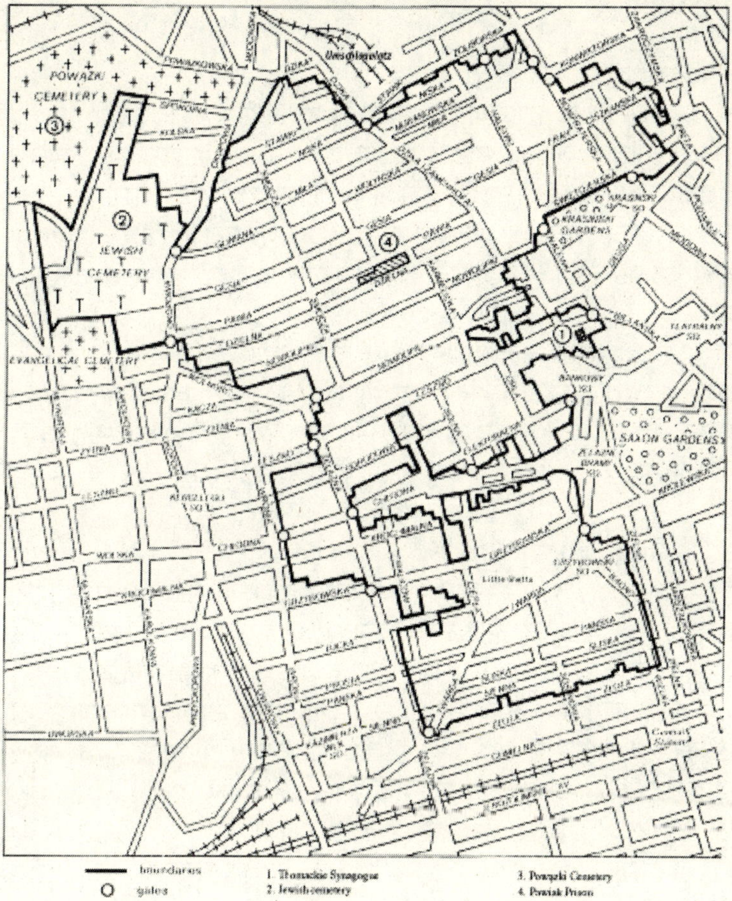

वॉर्सा घेट्टोचा नकाशा

करता येईल; पण तसं काही घडलं नाही आणि म्हणून बऱ्याच लोकांना त्यांची सुंदर सजवलेली घरं एका मिनिटाच्या सूचनेवरून सोडून निघावं लागलं. जेव्हा ते घेट्टोत आले, तेव्हा त्यांच्या हातात फक्त काही गाठोडीच होती.

किमान पंचवीस वर्षे चालू असलेल्या ख्रिश्चन कंपन्यांना वेगळं काढलेल्या ज्युईश क्वार्टरमध्ये तात्पुरतं राहायला परवानगी देण्यात आली आहे. घेट्टोत असलेल्या पोलिश आणि जर्मन कारखान्यांतल्या कामगारांमुळे आमचा बाहेरच्या जगाशी निदान

थोडाफार तरी संपर्क होऊ शकतो.

नोव्हेंबर २२, १९४०

आम्हाला वेगळं काढण्यात आलं त्याला एक आठवडा होत आला. भिंतीची उंचीही चांगलीच वाढली आहे. आमचं हे दुर्दैवी ठिकाण एखाद्या मधमाश्यांच्या पोळ्यासारखं भासतंय. गेस्टापोंचे कान पोहोचणार नाहीत, अशा ठिकाणी लोक त्या विषयावर चर्चा करतायत. आमच्या गरजा कशा भागवल्या जातील? सुव्यवस्था कशी राखली जाईल? कदाचित हे चांगल्यासाठीच असेल? आम्ही शांततेने जगू शकू?

आज दुपारी आमच्या एलझेडए गटाचे सगळे सभासद माझ्या घरी जमले होते. आम्ही नि:श्चलपणे बसलो होतो, काय करावं तेच सुचत नव्हतं. आमचे सगळे प्रयत्न आता निष्फळ होते. रंगभूमीविषयी आता कोण पर्वा करणार होतं? सगळ्यांच्या डोक्यात एकच एक विचार घोळत होता, घेट्टो!

डिसेंबर १९, १९४०

आयुष्य चाललं आहे. माझ्या आईकडे अमेरिकन पासपोर्ट असल्याने तिला अजूनही घेट्टोच्या प्रवेशद्वारांतून बाहेर पडता येतं. नाझी सुरक्षा रक्षक तिचा पासपोर्ट तपासून तिला सॅल्यूट ठोकतात आणि तो तिच्या हातात पुन्हा सुपूर्द करतात.

एक अमेरिकन नागरिक म्हणून माझी आई जर्मन टपाल कार्यालयातून पत्रं पाठवू शकते. त्यामुळे ती इतरांची पत्रंही पाठवण्यासाठी त्यांना मदत करते. पासपोर्टवरचं नाव आणि पाठविणाऱ्याचं नाव एकच असावं लागतं. तिच्या नावाने पाठवण्यात आलेली पत्रं जेव्हा परदेशातल्या लोकांना पोहोचत असतील, तेव्हा त्यांना निकट नातेवाइकाचं पत्र एका अनोळखी व्यक्तीकडून आल्याने ते आश्चर्यचकित होत असतील.

अमेरिकन कॉलनीचं वॉर्सातलं मदत कार्यालय १४, मोकोटोनस्का रस्त्यावर आहे. अमेरिकन नागरिकांना महिन्यांतून एकदा अकरा लोटिसच्या मोबदल्यात खाद्यपदार्थांचं एक पाकीट मिळतं. त्याची खरी किंमत तीनशे लोटिस असते. पाकिटातले पदार्थ इतरत्र कुठेही कितीही किंमत मोजली, तरी मिळू शकणार नाहीत, असे असतात.

अन्नपदार्थ मिळवणं अधिकाधिक कठीण होत चाललंय. शिधापत्रिकेवर फक्त मर्यादित खाद्यपदार्थ मिळतात. एक पौंड बटाट्यांना एक लोटि पडतो. ताज्या फळांचा स्वाददेखील आम्ही विसरून गेलो आहोत. आर्यन बाजूला सगळ्या गोष्टी मुबलक आहेत; पण नफ्याच्या लालसेने चोरून वस्तू आणणारे लोक शिक्षेचा

विचार न करता ते करतच राहतात. आता वस्तूंचा काळाबाजार हा एक महत्त्वाचा व्यवसाय झाला आहे.

हे 'स्मगलिंग' चालतं ते मुख्यत्वे सिएन्ना रस्त्याला समांतर असलेल्या झ्लोटा रस्त्यावरच्या घरांच्या मागच्या बाजूच्या अंगणांतून, कारण ती बाजू सध्या फक्त काटेरी कुंपण घालून बंद करण्यात आली आहे. आमच्या खिडक्या त्याच बाजूला उघडतात. रात्रभर तिथे काहीतरी लगबग चालू असते आणि सकाळीच भाज्यांनी भरलेल्या गाड्या दिसू लागतात, दुकानांतही पाव विक्रीला येतात. साखर, लोणी, चीज या वस्तूदेखील चढ्या भावाने मिळतात. कारण लोकांनी त्यासाठी त्यांची आयुष्यं धोक्यात घातलेली असतात.

एखाद्या जर्मन रखवालदाराला चिरीमिरी दिली, की जे पाहिजे ते सामान भरलेली गाडीदेखील गेटच्या आत आणता येते.

हा काळा बाजार रोखण्यासाठी जर्मन लोकांनी ज्युईश कम्युनिटीला धारेवर धरलंय. गरज असेल तर सैनिक प्रशिक्षित करून या कामावर नेमण्यात यावेत, अशीही आज्ञा त्यांनी दिलीय. ज्युईश कम्युनिटीने एकवीस ते पस्तीस वयोगटांतील पुरुषांची निवड करण्याचं काम सुरू केलंय.

डिसेंबर २२, १९४०

ज्युईश पोलिसांत भरती होण्यासाठी गरजेपेक्षा खूपच अधिक उमेदवार हजर झाले. वशिला, पैसा... दोन्ही गोष्टींचा वापर करून या जागा भरल्या गेल्या.

म्हणतात ना, स्वर्गातदेखील प्रत्येकजण संतच असतो असं नाही!

घेट्टो पोलिसांचे मुख्य संचालक आहेत कर्नल झेरीनिस्की. ते धर्म बदललेले ज्यू आहेत. त्यांच्या हाताखाली तीन उपसंचालक आहेत, हॅंडेल, लेजकिन आणि फर्स्टेनबर्ग. नंतर मग प्रादेशिक कमांडंट्स, जिल्हावार मुख्य अधिकारी आणि शेवटी साधे पोलीस, जे रोजची कामं पार पाडतात.

त्यांचा गणवेष म्हणजे गडद निळ्या रंगाची पोलीस कॅप आणि मिलिटरी बेल्ट, त्याला जोडलेला रबरी दंडुका, टोपीवर धातूच्या पदकावर 'स्टार ऑफ डेव्हिड' कोरलेला असतो आणि 'ज्युईश ऑर्डर सर्व्हिस' ही अक्षरं असतात. टोपीभोवती गुंडाळलेल्या निळ्या रिबिनीवर त्याचा हुद्दा दर्शवणारं विशिष्ट चिन्ह असतं.

इतर ज्यूंप्रमाणे पोलिसांनादेखील दंडावर सफेद पट्टा धारण करावा लागतो. त्यांच्यावर डेव्हिडचा निळा तारा असतो. त्याच्या जोडीला ते आणखी एक पिवळा पट्टाही बांधतात आणि छातीवर त्यांच्या क्रमांकाचा बिल्ला लावतात.

ज्युईश पोलिसांच्या कामामध्ये घेट्टोचे बाहेर जाण्याचे मार्ग रोखून धरणे, घेट्टोतल्या रस्त्यांवरच्या वाहतुकीचे नियंत्रण, टपाल कार्यालयं, मुदपाकखाने यांच्यावर

वॉर्सा घेट्टोतील कलोदना आणि झेलाझ्ना रस्ते परस्परांना जिथे छेदतात, त्या ठिकाणी रहदारीचं नियंत्रण करणारा एक ज्यू पोलीस

लक्ष ठेवणे आणि काळा बाजार करणाऱ्यांना शोधून त्यांच्यावर कारवाई करणे, या मुख्य गोष्टींचा समावेश होतो. या व्यतिरिक्त भिकाऱ्यांवर प्रतिबंध हेदेखील एक कठीण काम त्यांच्यावर लादण्यात आलंय. त्यांची संख्या तर दर तासागणिक वाढतेय, त्यामुळे त्यांना एका रस्त्यावरून दुसरीकडे हुसकणं, एवढंच फक्त ते करू शकतात.

पोलिसांचं मध्यवर्ती मुख्य कार्यालय, केएसपी, १५, ओग्रोडोवा रस्त्यावर आहे. पाच विभागीय कार्यालयं ट्वारडा, ओगरोडोवा, लेसस्नो रस्त्यांवर आणि नालेव्कीच्या जवळ गेसिआ येथे आहेत. पाचवं कार्यालय ज्युईश दफनभूमीच्या जवळ आहे.

युद्धपूर्व पोलंडमध्ये ज्युईश पोलीस आढळत नव्हते. त्यामुळे आता जेव्हा मी रस्ता क्रॉस करताना एखाद्या पोलिसाला बघते, तेव्हा मला एक विचित्र, अतार्किक समाधानाची भावना जाणवते.

रस्त्यावरच्या वाहतुकीचं नियंत्रण करण्याचं काम त्यांना सोपवलेलं आहे; पण काही घोडागाड्या, थोड्या भाड्याच्या गाड्या आणि शववाहिका, यांच्या व्यतिरिक्त रस्त्यावर फारशी रहदारी नसतेच. गेस्टापोंच्या गाड्या मात्र वेगाने जातात आणि ज्युईश पोलिसांच्या मार्गदर्शनाकडे बिलकुल लक्ष देत नाहीत. त्यांच्या गाडीखाली लोक चिरडले गेले, तरी त्याची त्यांना मुळीच पर्वा नाही.

डिसेंबर २४, १९४०

हा आमचा दुसरा युद्धकाळातला नाताळ. आर्यन बाजूच्या माझ्या खिडकीतून मला दिव्यांनी उजळलेल्या ख्रिसमस ट्रीज दिसतात; पण आज सकाळी घेट्टोत छोटी छोटी पाइनची झाडं महागड्या भावाने विकायला आली होती. थंडीने कुडकुडणारे लोक छातीशी ती झाडं धरून घाईघाईत घराकडे जाताना दिसत होते. हे लोक पहिल्या पिढीचे धर्म बदललेले ख्रिश्चन लोक आहेत. त्यांना नाझी लोक ज्यूच समजतात आणि त्यांनाही घेट्टोत डांबून ठेवतात.

डिसेंबर २५, १९४०

आज 'फाइट अगेन्स्ट स्पेक्युलेटर्स' या विशेष कमिशनचे ज्युईश गणवेषधारी अधिकारी आले होते. त्यांचं काम आहे विविध वस्तूंचे भाव नियंत्रित करणं आणि अन्नपदार्थांचा काळा बाजार रोखणं. काही काळपर्यंत ही संख्या गुप्तपणे कार्यान्वित होती; पण आता मात्र ते उघडपणे काम करत आहेत.

हे अधिकारी ज्युईश पोलिसांसारखीच टोपी घालतात; पण त्याच्यावर हिरवा पट्टा असतो आणि दंडावरल्या लव्हेंडर रंगाच्या पट्ट्यावर 'फाइट अगेन्स्ट स्पेक्युलेटर्स' हे कोरलेलं असतं.

ज्युईश लोक ज्युईश पोलिसांशी जरी विनम्रपणे वागले, तरी या अधिकाऱ्यांशी मात्र लक्षात येण्याजोग्या तटस्थपणे वागतात. त्यांचं कार्यालय १३, लेसस्नो रस्त्यावर असल्याने या लोकांना 'द थर्टीन' असं टोपणनाव लोकांनी दिलंय. हे लोक गेस्टापोंचे हस्तक असावेत, असा ज्यूंना संशय आहे. संस्थेचे प्रमुख आहेत कमिसार टर्नफेल्ड आणि प्रमुख साहाय्यक आहेत गनिवाक, रोलंड पंट आणि लॉडझचे वकील झाजेर.

रुग्णवाहिका चालवणारे, दफनविधीचं कंत्राट घेणारे, असेही आणखी ज्युईश अधिकारी घेट्टोत आहेत. 'पिनिकिएर्ट्स' ही अंडरसेटर्सची खाजगी कंपनी सर्वांत लोकप्रिय आहे. तिचं कार्यालय झायबोवस्का येथे कम्युनिटी इमारतीच्या शेजारीच आहे. परलोकांत जाणंदेखील हल्ली सोपं राहिलेलं नाही. दफनविधींना फारच खर्च येतो. आधीच गर्दी झालेल्या ज्युईश दफनभूमीत दफनासाठी जागा मिळणं हे सोनं विकत घेण्याइतकं मौल्यवान झालंय.

वॉर्सामध्ये आयुष्य हळूहळू रुळावर येतंय. कामात मन रमवलं, तर सगळं विसरायला मदत होते. इथे काम मिळवणंदेखील फारसं कठीण राहिलेलं नाही. पूर्वी कधीही उत्पादन न झालेल्या वस्तू आता इथल्या कारखान्यांत तयार होत आहेत.

कॅफेमध्ये प्रयोग सादर करण्यासाठी आमच्या नाट्यप्रयोग करणाऱ्या गटाला बरीचशी आमंत्रणं आलेली आहेत. आमच्या संस्थेचं स्वतःचंदेखील एक सभागृह

आहे. तिथे आम्हाला आठवड्यातून दोन किंवा तीन वेळा प्रयोग करायचे आहेत. वाइसमानच्या नृत्यगृहाची पानस्का रस्त्यावरची कीर्ती काही एवढी चांगली नाही, कारण वॉर्साचे 'अंडरवर्ल्ड' चे लोक तिथे भेटायचे; पण ते काहीही असलं, तरी लोक आमच्या प्रयोगांना येतील. दुसरं म्हणजे 'लिटिल घेट्टो'त सिएन्ना आणि लेझस्नो रस्त्यांच्या मध्ये दुसरं एवढं चांगलं सभागृह उपलब्ध नाही.

'छोट्या घेट्टोकडून मोठ्या घेट्टोकडे जाण्यासाठी क्लोदना आणि झेलाझ्ना रस्त्यांच्या कोपऱ्यावरून मार्ग आहे. दोन्ही रस्त्यांच्या कडेला भिंती आहेत. रस्त्याच्या मध्यभागी झेलाझ्ना रस्त्यावर जाण्यासाठी प्रवेशद्वार आहे. नाझी सैनिक मशीनगन घेऊन तिथे टेहळणी करत असतात. एक ज्युईश आणि एक पोलिश असे दोन पोलीस त्याच्या बरोबर असतात.

जानेवारी २, १९४१

आमच्या नवीन वर्षाच्या कार्यक्रमांना चांगलीच गर्दी झाली. ३१ डिसेंबर आणि 'चानुकाह'चा शेवटचा दिवस एकच असल्याने आम्ही आमच्या प्रयोगात काहीसा बदल केला होता. मकानीजनी दिलेला शूर लढा आम्ही दाखवला, त्याला बरेच समर्पक संदर्भ होते. मंचावर आम्ही आठ मेणबत्त्या लावल्या. प्रेक्षकांनी उत्स्फूर्तपणे टाळ्या वाजवल्या आणि ज्याच्या डोळ्यांच्या कडा ओल्या झाल्या नाहीत असा एकही प्रेक्षक नसेल.

प्रयोगाचं अर्ध्याहून अधिक उत्पन्न आम्ही निर्वासितांच्या मदतीसाठी समितीला देतो, कारण बेघरांचा प्रचंड लोंढा येतोच आहे.

जानेवारी ४,१९४१

सगळं घेट्टो बर्फाने झाकून गेलंय. कडाक्याची थंडी पडली आहे. जिथे बघावं तिथे लोक गरम चादरी किंवा फर अंगावर घेऊन ऊब आणण्याचा प्रयत्न करत आहेत. अर्थात जर्मन लोकांनी ती फर आधीच त्यांच्याकडून बळकावली नसेल तर!

थंडीमुळे नाझी लोक अधिकच हिंसक बनले आहेत. बर्फातून फिरताना ते उगाचच गोळीबार करत सुटतात आणि कित्येक जाणारे-येणारे त्या गोळीबाराला बळी पडतात. वेळ घालवण्यासाठी ते काही क्रूर खेळ खेळतात. तिथून जाणाऱ्या एखाद्याला पकडून ते त्याला बर्फात खाली तोंड करून पडायला सांगतात; तो जर दाढी वाढवलेला ज्यू असेल, तर कातडीसकट ते त्याची दाढी उपटतात, ज्यामुळे त्याला येणाऱ्या रक्ताने बर्फ लाल होऊन जातो. एखादा नाझी जर वाईट 'मूड' मध्ये असेल, तर त्याच्या बरोबरचा ज्युईश पोलीसदेखील त्याचा बळी ठरू शकतो.

काल मी स्वत: क्लोदना रस्त्यावर हा प्रकार बघितला. नाझी सैनिकाने त्या

तरुण ज्युईश पोलिसाला इतके वेळा बर्फात पडायला लावलं, की शेवटी श्वास हरपून तो रक्ताच्या थारोळ्यात पडला. मग कोणीतरी रुग्णवाहिका बोलावली आणि त्याला स्ट्रेचरवरून उचलून एका ट्रकमध्ये घालून नेण्यात आलं. पूर्ण घेट्टोसाठी फक्त तीनच रुग्णवाहिका आहेत, त्यामुळे हे असे 'हँड ट्रक' वापरण्यात येतात. आम्ही त्यांना रिक्षा म्हणतो.

जानेवारी १०, १९४१

काल रात्री कित्येक तास आम्ही एका अतिशय भयभीत करून टाकणाऱ्या अनुभवातून गेलो. रात्री अकराच्या सुमाराला आमच्या गृहसमितीची बैठक चालू होती. तिथे नाझी सैनिक घुसले. लोकांची तपासणी करून जेवढे पैसे मिळतील, तेवढे त्यांनी घेतले; मग त्यांनी स्त्रियांना नग्न व्हायला सांगितलं. त्यांना लपवलेले हिरे मिळण्याची आशा होती.

आमची एक पोटभाडेकरू, मिसेस आर. हिने धैर्याने निषेध व्यक्त केला आणि पुरुषांच्या उपस्थितीत स्त्रियांना वस्त्रं उतरवायला सांगितलं जाऊ नये असं सांगितलं. त्याबद्दल तिला एक जोरदार थप्पड तर बसलीच, उलट इतर स्त्रियांपेक्षाही तिची तपासणी अधिक धसमुसळेपणाने करण्यात आली. जवळ जवळ दोन तास नाझींनी त्या स्त्रियांच्या वक्षस्थळांवर पिस्तुलं टेकवून त्यांना धमक्या दिल्या, की जर त्यांनी लपवलेले डॉलर आणि हिरे काढून दिले नाहीत, तर त्यांना गोळ्या घालण्यात येतील. ही जनावरं पहाटे दोन वाजेपर्यंत तिथून हालली नाहीत. जाताना त्यांना किरकोळ वस्तूच मिळाल्या होत्या. काही घड्याळं, किरकोळ अंगठ्या आणि पोलिश लोटिसची छोटीशी रक्कम. त्यांना हिरे किंवा डॉलर्स वगैरे काही मिळालं नाही. घेट्टोच्या रहिवाशांना आता रात्री कोणत्याही वेळी असा हल्ला होईल याची कल्पना आली आहे; पण त्यामुळे गृहसमितीच्या सभा व्हायच्या थांबलेल्या नाहीत.

जानेवारी ३०, १९४१

सिएन्ना रस्त्यावरच्या आमच्या गटातील युवक मंडळाची आम्ही आज सभा घेतली. घेट्टोच्या सगळ्या रस्त्यांवर असे क्लब स्थापन करण्यात आले आहेत.

युद्धापूर्वी पोलंडला आलेल्या जर्मन ज्युईश निर्वासित मानफ्रेड रूबिनला आम्ही आमचा अध्यक्ष निवडलाय. तो एक बुद्धिमान तरुण आहे.

इंजिनिअर स्टिकगोल्डनी सिएन्ना रस्त्यावरच्या गृहसमितीतर्फे आमचं अभिनंदन केलं. फक्त पावच नव्हे, तर ज्ञानदेखील परस्परांत वाटून घेण्याचा त्यांनी आम्हाला सल्ला दिला. आमचे सगळे सदस्य भाषण देण्यासाठी विषयाची तयारी करायला लागले.

फेब्रुवारी ९, १९४१

जर्मन लोकांना घेट्टोच्या ज्युईश रहिवाशांकडून भरपूर पैसे उकळायचे आहेत. त्यामुळे त्यांनी अशी हवा निर्माण केलीय, की सिएन्ना रस्ता त्यांना वापरायचा असेल, तर चांगली रक्कम मोजावी लागेल.

हळूहळू हिमवृष्टी होतेच आहे. बर्फावरून घसरणाऱ्या ढकलगाडीचं मी स्वप्न बघतेय. मी पुन्हा स्वतंत्र होईन का? मी अजूनही स्वार्थी आहे असं मला वाटतं. मला अजूनही उबदार राहता येतंय, अन्नही मिळतंय; पण माझ्या आजूबाजूला दुःख, दारिद्र्य आणि उपासमार आहे. मी दुःखी आहे.

कधी कधी मी माझा कोट चढवून बाहेर पडते. रस्त्यावर मला थंडीने गारठलेले लोक दिसतात. चिंध्या पांघरलेल्या अवस्थेत बेघर स्त्रिया आणि थंडीमुळे कुडकुडलेली त्यांची मुलं दिसतात. रस्त्यावर विक्रेते कँडी आणि तंबाखू विकतात. त्यांच्या खांद्यावरच्या छोट्या पिशव्यांत सिगारेटीही असतात.

दुकानाच्या खिडकीतून मला नेहमीचंच दृश्य दिसतं. दुकानात शिरणारा एक गरीब माणूस क्वार्टर पौंड पाव विकत घेऊन बाहेर पडतो. रस्त्यावर तो अधीरतेने त्या तेलकट गोळ्याचा एक तुकडा तोडून तोंडात टाकतो. त्याच्या चेहऱ्यावर समाधानाचा भाव पसरतो आणि काही क्षणांतच सगळा पाव अदृश्य होतो. आता त्याच्या चेहऱ्यावर निराशा दिसते. खिशात हात घालून शोधून तो त्याच्याकडची उरलेली तांब्याची नाणी बाहेर काढतो... त्या नाण्यांत काहीही विकत घेता येणं शक्य नसतं. त्याच्या हातात आता फक्त बर्फावर पडून राहून मृत्यूची वाट बघणंच शिल्लक आहे. कदाचित तो कम्युनिटी प्रशासनाकडे जाईल; पण त्याचा काहीही उपयोग होणार नाही. त्याच्यासारखे बरेचजण तिथे आधीच पोहोचलेले आहेत.

त्या कार्यालयातील स्वागतिका त्यांचं स्वागत सभ्यपणे करेल आणि त्यांना एक आठवड्यानंतर यायला सांगेल; पण हा एक आठवडा जगणं त्यांना शक्य होणार नाही, कारण भुकेने त्यांचा बळी घेतला जाईल. प्रत्येक दिवशी आणखी एक थंडीने काकडून चेहरा निळा पडलेला, मुठी आवळलेला वृद्ध माणूस बर्फात मृत अवस्थेत पडलेला दिसेल.

अशा लोकांच्या शेवटच्या क्षणी त्यांच्या मनात कोणते विचार येत असतील? दुकानाच्या खिडकीत दिसणारा पांढरा पाव, चीज आणि केकचा तुकडा तोडून खायचं स्वप्न पाहत ते त्यांची चिरनिद्रा घेत असतील?

प्रत्येक दिवशी घेट्टोत अशी पावाचं स्वप्नं पाहत भुकेने मरून जाणारी माणसं दिसतात; पण आता त्यांच्या त्या धुक्याचं पटल आल्यासारख्या डोळ्यांत एक वेगळचं जग असतं. कुठलातरी दूरवरचा अप्राप्य स्वर्ग.

हे सगळं बघून माझं हृदय दुःखाने काठोकाठ भरलेलं असतं. मी घरी येते,

माझ्या उबदार खोलीत जाते आणि भूक प्रज्वलित करणाऱ्या शिजत असलेल्या अन्नाचे वास मला येतात. स्वातंत्र्याची माझी सगळी स्वप्नं आता धूसर होतात. मी भुकेलेली आहे, आता मला इच्छा आहे ती फक्त उदरभरणाची.

फेब्रुवारी १९, १९४१

एकामागून एक घेट्टोतले सगळे रस्ते बंद होतायत. हे काम करायला आता पोलिश लोकांनाच हाताशी धरण्यात आलंय. नाझींचा आता ज्युईश गवंड्यांवर विश्वास नाही, कारण अन्नपदार्थ चोरून आणायला, नाहीतर रात्री तिथे भोकं पाडून पलीकडच्या बाजूला पळून जायला उपयोग होईल, या उद्देशाने ते मुद्दाम काही ठिकाणी विटा सैल बसवतात.

भिंतीची उंची वाढतेच आहे आणि त्यांच्यात आता सैल विटादेखील नाहीत. जे लोक पळून जायचा प्रयत्न करतील त्यांचे हात कापण्यासाठी भिंतींची वरची बाजू काचांचे धारदार तुकडे मिसळलेल्या मातीने लिंपण्यात आली आहे.

पण तरीही ज्यू लोक मार्ग शोधतातच. मैला वाहून नेणारे पाईप अजून बसवलेले नाहीत, तेव्हा त्या मोकळ्या जागेतून, तसंच प्रवेशद्वारावर केलेल्या भोकांतून, अंधाऱ्या रात्री विशिष्ट आकारांत बनवलेल्या पाकिटांतून अन्नपदार्थ आतमध्ये आणण्यात येतात.

आणखीही दुसरे मार्ग म्हणजे बॉम्बस्फोटात उद्‌ध्वस्त झालेल्या घरांची तळघरं. या तळघरांचा लांबलचक भुयारं म्हणून उपयोग होतो. अन्नपदार्थांचा बराच मोठा काळाबाजार या भुयारांतूनच चालतो. जर्मन लोकांना या गोष्टीची कल्पना आहे; पण ही वाहतूक थांबवणं त्यांना शक्य नाही.

नाझी लोक मध्यंतरीच्या काळात घेट्टोतली प्रशस्त आणि आधुनिक अपार्टमेंट वेगळी काढत आहेत. एकाच रस्त्याच्या दोन बाजू, एक आर्यन आणि घेट्टोची, असंदेखील ते करतायत. रस्त्याच्या मधोमध काटेरी तारांचं कुंपण घालण्यात येतं. आमचा तर नुसत्या या विचारानेच थरकाप उडतोय, की आम्ही राहतोय त्या सिएन्ना रस्त्यावरदेखील असंच करण्यात आलं तर? कारण सगळ्यात सुंदर घरं आमच्याच विभागात आहेत.

फेब्रुवारी १७, १९४१

ज्युईश कम्युनिटी प्रशासनाने मशीन-ड्रॉइंग, आर्किटेक्चर आणि ग्राफिक आर्ट्स या विषयांतले अभ्यासक्रम सुरू करण्याच्या दृष्टीने तयारी पूर्ण केली आहे. मी त्या अभ्यासक्रमासाठी माझं नाव नोंदवलं आहे. मला त्यांच्याकडून एक टंकलिखित प्रॉस्पेक्टस मिळालं आहे, त्यात जर्मन अथॉरिटीजच्या विशेष परवानगीने हा अभ्यासक्रम

सुरू करण्यात आल्याचं नमूद केलं आहे. तसंच तो लोहार, इलेक्ट्रोटेक्निशियन्स आणि इतर कारागिरांसाठी सुरू करावयाच्या सर्वसाधारण अभ्यासक्रमाचा एक भाग आहे. हे शिकाऊ कारागीर तरुण ज्यू लोकांतून निवडण्यात येतील, ज्यांना कोणताही व्यवसाय नाही. आम्हा सर्वांना याची जाणीव आहे, की जर्मन लोकांचा खरा उद्देश आहे त्यांच्या युद्धसंबंधित उद्योगधंद्यांसाठी कारागिरांना प्रशिक्षण देणं – असे कारागीर, जे कोणतंही वेतन न घेता काम करतील.

२६, ग्रझीबोवस्का रस्त्यावरच्या कम्युनिटी बिल्डिंगमध्ये मेटॅलर्जिकल आणि तत्सम अभ्यासक्रम चालू करण्यात येतील.

इंडस्ट्रियल ड्रॉईंगमधील अभ्यासक्रम १६, सिएन्ना रस्त्यावर घेण्यात येतील. ही ठिकाणं माझ्या घरापासून फार दूर नाहीत. त्या शाळेत जाताना बरेच रस्ते ओलांडायचा धोका मला पत्करावा लागणार नाही. हा अभ्यासक्रम सहा महिने चालेल. अभ्यासक्रमाची फी आहे दरमहा पंचवीस लोटिस. गरीब पण तल्लख विद्यार्थ्यांसाठी बऱ्याच शिष्यवृत्त्या ठेवण्यात आलेल्या आहेत.

मी जेव्हा नाव नोंदणीसाठी गेले, तेव्हा तिथे आलेल्या लोकांत बरेच परिचित चेहरे दिसले. त्यांच्यात मार्ग उनगेर, माझा सहकारी आणि मानफ्रेड रुबीन या आमच्या ब्लॉकच्या यूथ कमिटीच्या अध्यक्षाचा अंतर्भाव होता. सुमारे सहाशे उमेदवार गोळा झाले होते; पण रिकाम्या जागा फक्त काही डझनावारीच आहेत. दुर्दैवाने विद्यार्थ्यांच्या निवडीत 'वशिल्या'चा फार मोठा भाग आहे. सुरुवातीला मी या विरुद्ध आवाज उठवला; पण जेव्हा माझी प्रवेश घेण्याची संधी धूसर आहे असं मी ताडलं, तेव्हा अखेर मी त्याच मार्गांचा अवलंब केला

फेब्रुवारी २०, १९४१

आज मी लोला रूबिन या माझ्या लॉड्सच्या शालेय मैत्रिणीला भेटायला गेले होते. तिच्या धैर्याचं मला खरोखर कौतुक वाटतं. काहीतरी खटपटी करून, बनावट कागदपत्रांच्या आधारावर, ती आर्यन बाजूच्या काही वस्तू घेट्टोत आणून त्या विकते, ज्याच्यातून तिला काही नफा मिळवता येतो. बहुतेक ती लेसस्नो रस्त्यावर असलेल्या लॉ कोर्टांच्या इमारतींच्या मधून पलीकडे जाते. या कोर्टांत ज्यू आणि ज्यू व्यतिरिक्त इतर, दोन्ही लोकांवर खटले चालतात. कोर्टात येणाऱ्या पोलिश लोकांतही ती मिसळते.

लोलाची एक छोटीशी खोली आहे. तिथे तिला भेटायला बरेच लोक येतात. आज मला तिथे एक मनोरंजक व्यक्ती भेटली. त्याचं नाव मिकी मंडस्टक. तो एक बुटका आहे. लहान असताना त्याने हॉलिवुडच्या चित्रपटांतूनही कामं केली. त्याच्या वडिलांनी त्याची वाढ खुंटावी म्हणून त्याच्यावर शस्त्रक्रियादेखील करवून घेतल्या;

पण त्याचा काहीही उपयोग झाला नाही. इतर नवनवीन बालकलाकार चित्रपटांत आले आणि मिकीच्या करिअरचा अस्त झाला. हॉलिवुड सोडून तो १९३३ मध्ये जर्मनीला परतला. नाझींनी नुकतीच सत्ता बळकावली होती आणि मिकीच्या वडिलांची त्यांनी डचाऊ येथील 'कॉन्सन्ट्रेशन कॅम्प'ला रवानगी केली होती. ते तिथेच मृत्यू पावले. मिकी एकाकी झाला आणि काही महिन्यांपूर्वी त्याला वॉर्सा्ला पाठवण्यात आलं. तो आता इंग्रज़ीच्या शिकवण्या करून स्वत:चा उदरनिर्वाह चालवतो.

फेब्रुवारी २९, १९४१

गेले तीन दिवस मी ग्राफिक आर्ट्सच्या अभ्यासक्रमाला हजेरी लावतेय. तिथलं वातावरण छान आहे. काही तासांसाठी मी घेट्टोच्या झपाटलेल्या वातावरणातून एका वेगळ्याच विश्वात प्रवेश करतेय, असं मला वाटतं. दिवसभराच्या या वर्गात थिअरी आणि प्रत्यक्ष अनुभव, या दोन्ही गोष्टींचा अंतर्भाव आहे. कलेचा इतिहास, स्थापत्यशास्त्राचा इतिहास, वस्त्रप्रावरणं डिझाईन करण्याची सुरुवात झाली त्याचा इतिहास, चित्रकलेच्या विविध शाखा, भूमितीवर आधारलेली चित्रं, ब्ल्यू प्रिंट, अलंकारिक डिझाईन्स आणि अक्षरं काढणं, इत्यादी विषय शिकवले जातात.

चित्रकला शिकवण्यासाठी हिल्फ, एक व्हिएन्नीज कलाकार आहेत, तसेच ग्रायफेनबर्ग, वॉर्साचे सुपरिचित डिझायनरदेखील नेमले आहेत. भूमिती आणि स्थापत्यशास्त्राचा इतिहास इंजिनिअर गोल्डबर्ग शिकवतात– वॉर्सातली सर्वांत आधुनिक शासकीय इमारत त्यांनीच बांधली आहे– विद्यार्थ्यांत ते विशेष प्रिय आहेत.

या अभ्यासक्रमासाठी विविध वयोगटांचे विद्यार्थी येतात. काहींनी युद्धपूर्व काळात डिझायनर, पेंटर म्हणून काम केलेलं आहे. काही पदवीधर इंजिनिअर पुरुषांचाही या विद्यार्थ्यांत समावेश आहे. अलीकडेच मोठ्या प्रमाणावर ज्युईश पुरुषांना पकडून लेबर कॅम्पना पाठवण्यात येतं, जिथून कोणीच परत येत नाही. जर्मन लोक आता लोकांना सोव्हिएट सीमारेषेजवळ 'बग रिव्हर'च्या विभागात तटबंदी बांधण्याच्या कामावर पाठवतात.

पण जे लोक कम्युनिटीच्या अभ्यासक्रमांना जात असतील, त्यांना लेबर कॅम्पला पाठवण्यात येत नाही. मात्र जेव्हा ते पदवीधर होतील तेव्हा त्यांनी स्वत:हून जर्मनांच्या लेबर ऑफिसला हजर व्हावं, अशी अपेक्षा असते; पण आठ महिन्यांनंतर काय होईल याची काळजी कोण करणार? तोपर्यंत कदाचित युद्ध संपेल. अर्थातच आमच्या अभ्यासक्रमाला नाव नोंदवणाऱ्यांत पुरुषांची संख्या अधिक आहे. सध्यातरी मुलींना लेबर कॅम्पला पाठविण्याच्या धमक्या देण्यात येत नसल्याने, कम्युनिटीचा या गोष्टीला पाठिंबा आहे.

आयुष्य चाललंच आहे...

फेब्रुवारी २८, १९४१

पावाचा तुटवडा दिवसेंदिवस अधिकच वाढत चाललाय. अधिकृत शिधापत्रिकेवर फार थोडा पाव मिळतो आणि काळ्या बाजारात एक पौंड पावाला दहा लोटिस पडतात. सगळा पाव काळा असतो आणि लाकडाच्या भुशासारखा लागतो. पांढऱ्या पावाला पंधरा ते सदतीस लोटिस पडतात. आर्यन बाजूला किमती बऱ्याच कमी आहेत. आमच्या शाळेतले बरेच विद्यार्थी काही न खाताच येतात आणि आम्ही त्यांच्यासाठी दररोज पाव गोळा करतो.

आमची 'लाइफ साइझ' चित्रं काढण्याची मॉडेल्सदेखील करुण आहेत. अलीकडे आम्ही बरीच चित्रं काढतोय आणि आमचा आवडता विषय आहे 'दु:ख'. या विषयासाठी मॉडेल्सची वानवा नाही. आम्हाला 'पोझ' देऊन काही नाणी मिळवण्यासाठी ते रांगेत उभे राहतात. बरेचदा ते स्टँडवरच झोपी जातात आणि त्यांच्या मिटलेल्या डोळ्यांमुळे प्रेतांसारखे दिसतात.

आमच्या अभ्यासक्रमाचे निर्देशक दोन तास 'पोझ' देण्यासाठी दोन लोटिस देतात. या 'मॉडेल्स'साठी आम्ही पावाचे छोटे तुकडे गोळा करतो. आमची कालची मॉडेल होती एक अकरा वर्षांची मुलगी. तिचे डोळे सुंदर, काळे होते. आमचं काम चालू असताना ती बालिका तापाने थरथरत होती आणि तिचं चित्र काढणं आम्हाला कठीण वाटत होतं. कोणीतरी सुचवलं, की तिला काहीतरी खायला द्या. त्या छोट्या मुलीने थरथरतच पावाचा फक्त एक तुकडा खाल्ला आणि बाकीचा पाव काळजीपूर्वक एका वर्तमानपत्राच्या तुकड्यात बांधून घेतला, 'माझ्या लहान भावासाठी,' ती म्हणाली, 'मी त्याच्यासाठी काहीतरी घेऊन येईन, म्हणून तो वाट बघत असेल.'

त्यानंतर ती चित्रकलेच्या पूर्ण सत्रात शांतपणे बसली.

एकदा तर आम्हाला एका वृद्ध गृहस्थाला वर्गाच्या बाहेर उचलून न्यावं लागलं, तो भुकेने व्याकूळ होऊन बेशुद्ध झाला होता. आम्ही दिलेला पाव तो संपवूदेखील

शकला नाही.

एप्रिल ४, १९४१

घेट्टोतल्या व्यावसायिक संस्थांची आणि त्यांच्यातर्फे शिकवण्यात येणाऱ्या अभ्यासक्रमांची संख्या वाढते आहे.

रोमा ब्रँदेस नावाची ज्युईश सोशॅलिस्ट पुढारी होती. तिचा नवरा वकील होता. तिच्या मार्गदर्शनाखाली ओआरटी संस्थेच्या मार्फत मुलींसाठी एक विशेष अभ्यासक्रम सुरू करण्यात आला आहे. तिचा पुढारी नवरा परदेशात निसटला आहे. या अभ्यासक्रमात स्त्रियांचे कपडे शिवणे, मुलांचे कपडे, हातमोजे बनवणे, स्त्रियांच्या पिशव्या आणि कृत्रिम फुलं बनवणे या गोष्टींचा समावेश आहे. १२, लेसझ्नो रस्ता आणि १३, नालेव्की रस्ता येथे ओआरटी संस्थेने या अभ्यासक्रमांसाठी दोन मोठ्या खोल्या मिळवल्या आहेत. हे वर्ग सकाळी आणि संध्याकाळी चालतात. खूप मुली या वर्गांना उपस्थित राहतात. अनाथाश्रमातल्या मुलांसाठी बूट तयार करण्यात येतात कारण बहुतेक मुलं अनवाणीच असतात. माझ्या बहिणीने म्हणजेच **ॲनाने*** मुलांचे कपडे तयार करण्याच्या अभ्यासक्रमात नाव नोंदवलं आहे.

घेट्टोतील पदपथावर दोन अनाथ मुलं भीक मागत आहेत

---

* रोजनिशीच्या संपूर्ण लेखनप्रवासात मेरी बर्गने तिच्या बहिणीचा उल्लेख ॲना किंवा ॲन असा दोन्ही प्रकारे केला आहे.

बूट बनविण्यासाठी चामडं उपलब्ध होऊ शकत नसल्याने घेट्टोमधल्या जुन्या फेल्ट हॅट्स गोळा करून शाळेत आणल्या जातात, नंतर त्या स्वच्छ करून त्यांचे विविध मापाचे बूट बनवण्यात येतात. घेट्टोतल्या सुस्थितीतल्या लोकांनी दिलेल्या जुन्या बुटांतील चामड्याचा किंवा फेल्टचा उपयोग करून नवीन बुटांचे तळवे बनवण्यात येतात. मुली स्वेच्छेने, काहीही मोबदला न घेता हे काम करतात. कारण त्यांना माहीत आहे, की त्यांच्या परिश्रमाचं गोड फळ म्हणून बऱ्याच थंडीने गारठणाऱ्या इवल्याशा पावलांना त्यांच्या बुटांची प्रतीक्षा आहे.

एकंदरीत मुलांकडे बरंच लक्ष देण्यात येतं. काही घरात गरीब, अनाथ मुलांना मदत करण्यासाठी विशेष समित्या स्थापन करण्यात आल्या आहेत. आमच्या घरात प्रत्येक शुक्रवारी एक किटलीभर सूप बनवण्यात येतं आणि मट्ठिआस बरेसन या सिएन्ना रस्त्यावरच्या मुलांच्या हॉस्पिटलसाठी देण्यात येतं. मुलांसाठी आणखीही बऱ्याच संस्था आहेत. विशेष लोकप्रिय संस्था आहे 'स्पून कमिटी'. ही संस्था एक चमचा साखर किंवा दोन चमचे कणीक आणि दोन चमचे स्निग्ध पदार्थ गोळा करते. हे काम आठवड्यातून दोनदा केलं जातं आणि एका विशिष्ट घरातल्या प्रत्येक भाडेकरूकडून ते जमवण्यात येतं. बटाटे, गाजरं, बीट, कोबी आणि इतर अन्नपदार्थदेखील गोळा करण्यात येतात.

४१, सिएन्ना रस्ता येथील आमच्या घरातली युवा समिती, डॉ. जानुस्झ कोर्सझ्क बालगृहाला मदत करते. आमच्या समितीचे दोन सभासद दररोज मदत गोळा करतात आणि स्वेच्छेने मदत करणारे देखील कॉर्सझ्क हॉस्पिटलच्या छोट्या मुलांच्या वॉर्ड्सना भेट देतात.

दात्यांनी दिलेलं दान आणि त्यांची नावं घराच्या दर्शनी भागात लावण्यात येतात.

मुलांचे हे अनाथाश्रम आता जवळजवळ पूर्णपणे अशा मदतीवरच चालवले जातात, कारण कम्युनिटीच्या संस्थांना दररोज घेट्टोत येणाऱ्या हजारो बेघर निर्वासितांची काळजी घेण्यासाठी वाहून घेणं अनिवार्य झालं आहे.

एप्रिल ९, १९४१

आमच्या नाट्यसमितीने पुन्हा प्रयोग करणं चालू केलं आहे. प्रत्येक सोमवारी 'छोट्या घेट्टो' चे युवक-युवती एलझेडएचे नाट्यप्रयोग बघण्यासाठी एकत्र जमतात. आता आम्ही एक जुनीजाणती, अनुभवी कंपनी झालो आहोत. सुरुवातीला असे बरेच नाट्यगट होते; पण ते फार काळ टिकले नाहीत.

१६, सिएन्ना रस्त्यावर आमच्या घरात जिथे ग्राफिक आर्ट्सचे वर्ग भरवण्यात येतात, तिथे तातिआना इपस्टाईनच्या मार्गदर्शनाखाली एक नवीन कॅफे उघडण्यात

आलाय. तिथल्या स्वागतिका चांगल्या समाजातल्या स्त्रिया आहेत. प्रसिद्ध कलाकार तिथे आपले प्रयोग सादर करतात. त्यापैकी एक म्हणजे नामवंत लॅडिसलॉ स्पिएलमान. थोड्याच दिवसांत, या कॅफेतर्फे युवक वर्गातले होतकरू कलावंत शोधण्यासाठी एक स्पर्धा चांगल्या मोबदल्यासह आयोजित करण्यात येणार आहे आणि पारितोषिक आहे, कॅफेमध्ये प्रयोग सादर करण्याचा एक आठवड्याचा करार. मीपण माझं नाव स्पर्धकांमध्ये नोंदवलंय.

एप्रिल १४, १९४१

आमचा आजचा प्रयोग माझ्यासाठी एक फार मोठा अनुभव होता. मी असं सुचवलं, की 'पासओव्हर नंबर' म्हणून 'हग्गादाह' मधून काहीतरी निवडण्यात यावं. मी आमच्या गटातली हिब्रूची सर्वोत्तम विद्यार्थिनी असल्याने मला ती वचनं म्हणून दाखवण्याची संधी देण्यात आली. ही वचनं म्हणजे 'कर्सेस' किंवा शाप होते. पियानोच्या तालबद्ध सुरावटीच्या साथीवर मी आवेशाने दहा प्लेग उच्चारले, जे नाझींना व्हावेत अशी घेट्टोतल्या प्रत्येक ज्यूची इच्छा आहे. सगळ्या श्रोतृवर्गाने माझ्यापाठोपाठ ते शाप उच्चारले, आम्ही नि:शब्दपणे इच्छा करत होतो, की नव्या इजिप्शियनना त्यांची लागण व्हावी, लवकरात लवकर... पण देवाचा कोप सध्या त्याने निवडलेल्या लोकांवर तीव्रतेने होतो आहे.

एप्रिल २०, १९४१

कॅफेने घेतलेली स्पर्धा कमालीची यशस्वी झाली. तीन दिवस चाललेल्या या स्पर्धेसाठी खचाखच गर्दी झाली होती. गाणं म्हणणं, नृत्य, पठण आणि वाद्यसंगीत या प्रत्येक स्पर्धेसाठी स्वतंत्र बक्षिसं होती.

जानिना प्रूस्झिकाचा विद्यार्थी, स्टेनीसलावा रॅपेल याला नृत्याचं प्रथम पारितोषिक मिळालं. एका सहा वर्षांच्या मुलाला लाडिसलॉ स्पिएलमानच्या विद्यार्थ्याला, पियानोवादनातलं पहिलं बक्षीस मिळालं. हा लहान मुलगा अतिशय प्रतिभावान कलाकार आहे. नेहमीप्रमाणे रोमेक कोनालस्कीच्या साथीने हलकीफुलकी जॅझ इंग्लिश गाणी म्हणण्याच्या स्पर्धेत मला प्रथम पारितोषिक मिळालं. एका उत्साही आणि अधीरतेने भारलेल्या वातावरणात बक्षीससमारंभ पार पडला. ज्या परीक्षकांच्या हस्ते पुरस्कार देण्यात आले त्यांच्यात लाडिसलॉ स्पिएलमान, हेलेना ओस्ट्रोवस्का, प्रसिद्ध गायिका, कार्यक्रमाची संयोजक स्टेफान पॉम्पर, कलांना उदार आश्रय देण्याबद्दल लोकप्रिय असलेली स्थापत्यशास्त्र विशारदांची पत्नी गेलबार्ड आणि कॅफेची मालकीण, नातिआना इपस्टाईन, या मान्यवरांचा समावेश होता.

घेट्टोत कलासक्त जीवन फुलायला लागलं आहे. जोनास टरकॉवची पत्नी

डायाना ब्लू मेनफिल्ड हिच्या निर्देशनाखाली 'अझाझेल' नावाचं एक छोटंसं यीडिश आर्ट थिएटर चालू झालं आहे. हे थिएटर नोवोलिपाय रस्त्यावर आहे. नोवोलिपायला समांतर असलेल्या नोवोलिपकी रस्त्यावर कॅमेरल थिएटर पोलिश भाषेत प्रयोग सादर करतात. गेले चार आठवडे ते एक प्रसिद्ध विनोदी नाटक सादर करतायत. हे नाटक झेक नाटककार पोलाझेकने लिहिलंय. नाटकाचं नाव आहे 'डॉ. बरघॉफचे कामाचे तास दोन ते चार आहेत.' या थिएटरचे प्रमुख कलाकार आहेत मायकल निकझ्, अलेक्झांडर बोटोविक्झ आणि लाडिसलॉ ग्लिक्झायनस्की.

लेस्झ्नो रस्त्यावरचं फेमिना थिएटर चांगलंच यशस्वी झालंय. तिथे बरेच नामवंत ज्युईश कलाकार प्रयोग सादर करतात. नोएमी वेंटलॅंड, कामनेलस्की, हेलेना ओस्ट्रोवस्का वगैरे. अलीकडेच या थिएटरतर्फे 'बॅरन किमेल'चा प्रयोग करण्यात आला. ज्यूडेनरातच्या छोट्या प्रवेशांना आणि गाण्यांना त्याच्यात महत्त्वाचं स्थान देण्यात आलं होतं. घेट्टो प्रशासन आणि तिथले अधिकारी यांच्यावर चांगलंच मार्मिक तिखट शरसंधान करण्यात आलं होतं. काही नोकरशहांविरुद्ध अगदी योग्य टोमणे होते; पण एकंदरीत मला ते सर्व थोडंसं अतिरंजित आणि बरंचसं अप्रस्तुतदेखील वाटलं. विशेषत: इंजिनिअर झेरनिआकॉव, कम्युनिटीचे अध्यक्ष यांच्याविरुद्ध व्यंगात्मक शेरे अनाठायी वाटले.

हे खरं आहे, की झेरनिआकॉव पुष्कळ वेळा गव्हर्नर फ्रँकला भेटायला गाडीने जातात; पण प्रत्येक वेळी ते परत येतात तेव्हा मोडून गेलेले असतात. घेट्टोत घडणाऱ्या प्रत्येक गोष्टींच्या जबाबदारीचं अवजड ओझं त्यांना वाहावं लागतं. उदाहरणार्थ, ज्या क्षणी जर्मनांना कळतं, की घेट्टोत कोणीतरी बेकायदेशीर वर्तमानपत्र प्रसारित करतंय तेव्हा ते लगेच कम्युनिटी प्रशासनातून काही सभासदांना ओलीस ठेवतात. त्यांनी जाणूनबुजून कम्युनिटी प्रशासक मंडळाचा विस्तार केलाय आणि आता त्यामध्ये बऱ्याच मान्यवर व्यक्तिमत्त्वांचा समावेश आहे. हे लोक अतुलनीय अभिमान आणि धैर्य दाखवतात, कित्येकदा त्याची किंमत म्हणून त्यांना आयुष्यही पणाला लावावं लागतं. हा विषय निश्चितच उपहासात्मक प्रहसनं लिहिण्याचा नाही.

अध्यक्ष झेरनिआकॉव २६, इलेक्टोराल्ना रस्ता येथे राहतात. मी त्या रस्त्यावर नेहमी जाते. माझी एक मैत्रीण तिथेच राहते; पण मी अद्याप या अध्यक्षांना जिन्यात किंवा रस्त्यावर कधीच पाहिलेलं नाही. ते क्वचितच बाहेर पडतात. कारण ते त्यांच्या कामाच्या ताणाखाली पूर्णपणे व्यग्र असतात. त्यांना भेटणं फारच कठीण आहे. त्यांच्या भेटीची वेळ मिळण्यासाठी तीन-तीन आठवडे थांबावं लागतं आणि त्याआधी त्यांच्या सचिव आणि स्वागतिकांना प्रथम भेटावं लागतं. शेवटी त्या भेटीचा उद्देशच कालबाह्य ठरल्याने अर्जदार त्याची भेटच रद्द करून टाकतो.

हे अध्यक्ष आमच्या शाळेच्या भेटीला आलेले असताना मी त्यांना पाहिलेलं

आहे. उंच, मजबूत बांधा, नेहमीच अंगावर काळ्या रंगाचे कपडे आणि डोळ्यांवर चष्मा असं त्यांचं व्यक्तिमत्त्व आहे. तल्लखही दिसतात. तसेच सौम्यही. जबाबदाऱ्यांच्या ओझ्याखाली दबून गेल्याने ते नेहमीच घुम्यासारखे वाटतात.

त्यांच्या शाळेच्या भेटीच्या वेळी त्यांच्याबरोबर इंजिनिअर जासझुन्स्की हेदेखील असतात. तेपण अध्यक्षांएवढेच उंच आहेत. बोकडदाढी, जाड भुवया यामुळे तेही सौम्यच वाटतात. त्यांचं ज्ञान अफाट आहे आणि आमच्या कामात ते खूपच रस घेतात.

शाळेत आल्यावर ते आम्ही काढलेल्या व्यक्तिचित्रांची, रेखाटनांची, अक्षरं काढण्याच्या पद्धतींची तपासणी करतात. शाळेत प्रवेश घेतला, तेव्हा हातात पेन्सिल कशी धरायची, हेदेखील मला माहीत नव्हतं. खूप कमी काळात आम्ही चांगलीच प्रगती केली होती. गेल्या दोन महिन्यांत मी बरंच काही शिकले.

एप्रिल २७, १९४१

अलीकडे जर्मन अधिकारी आमच्या शाळेला वरचेवर भेट द्यायला लागले आहेत. त्यांच्या करड्या रंगाच्या मोटारी आमच्या रस्त्यावर आल्या, की आम्ही त्यांना खिडकीतून बघतो. पिवळ्या रंगाच्या एसए गणवेषावर लाल रंगाचे दंडाचे पट्टे आणि स्वस्तिकाचे चिन्ह धारण केलेले लोक गाडीतून उतरतात. वर्गात धांदल माजते. आम्ही आमचे पट्टे दंडावर घाईघाईत बांधतो. शिक्षिका मुलांचं चांगलं काम पुढे काढून ठेवतात, सगळं ठाकठीक आहे ना, याची धाकधूक वाटत राहते.

दमदार पावलं टाकत ते वर्गात आल्यावर जीवघेणी शांतता पसरते. आमचे शिक्षक त्यांना जर्मन भाषेत सर्वांत चांगल्या काढलेल्या चित्रांविषयी माहिती देतात; पण त्यांना फक्त तांत्रिक डिझाईन्स काढलेल्या चित्रातच रस असतो. त्या चित्रांपर ते खोलात जाऊन चर्चा करतात. निघताना ते आमचे दंडावर बांधलेले पट्टे तपासतात आणि त्यात एखाददुसरा जरी चुरगळलेला आढळला, तरी शाळा बंद करण्याची धमकी देतात. ते निघून गेल्यावर आम्ही सुटकेचा निःश्वास टाकतो. आमच्या कामाला पुन्हा सुरुवात करतो.

मे २०, १९४१

काटेरी कुंपणाच्या पलीकडच्या बाजूला वसंत ऋतू पूर्ण बहरात आहे; पण घेट्टोमध्ये मात्र त्याची चाहूलदेखील नाही. आर्यन बाजूला मला तरुण मुली लिलॅक फुलांचे गुच्छ हातात घेऊन जाताना दिसतात. मला त्यांचा सुगंधदेखील जाणवतो.

कुठे आहेत माझे ते पूर्वीचे वसंताचे सुंदर दिवस? ते बागेत आनंदाने फिरणं, माझ्या खोलीत लावलेली मॅग्नोलिया, लिलॅक, नार्सिससची फुलं? आता आमच्याकडे

फुलंही नाहीत, हिरवी रोपंही नाहीत.

घेट्टोतला माझा हा दुसरा वसंत. रस्त्यावरून जाणाऱ्या भाज्यांच्या गाड्यांत फक्त घाणेरडी टर्निप आणि गेल्या वर्षीची गाजरंच दिसतात. दुसऱ्या गाड्यांत सडायला लागलेले दुर्गंध येणारे छोटे मासे. घेट्टोत आता जेवण बनवण्यासाठी एवढंच उपलब्ध आहे. लेसझ्नो रस्त्यावर कोशेर मटण, मासे, कोंबड्या... सगळं काही आहे; पण ते एवढं महाग आहे, की ज्यांच्या गाठीला अजून भरपूर पैसे शिल्लक आहेत, त्यांनाच ते अव्वाच्या सव्वा किंमत मोजून विकत घेणं परवडू शकतं.

कम्युनिटी किचनमध्ये तुम्हाला सूपाच्या नावाखाली गरम पाणी आणि त्यात एखादा तरंगणारा बटाटा असं काही तरी मिळतं. तेलासह सूपाला एक लोटी मोजावी लागते.

कम्युनिटी प्रशासनाच्या अन्नउत्पादन विभागातर्फे मध आणि मार्मलेड बनवण्यात येतं. मार्मलेड गाजर आणि बीट यांच्यापासून बनवतात आणि गोडीसाठी सॅकरिनचा वापर करतात. मध उसाच्या चोथ्यापासून तयार करतात. हे लावलेला एक पावाचा तुकडा खरेदी करणंही सामान्य माणसाच्या आवाक्याबाहेर आहे.

घेट्टोची दुसरी बाजू म्हणजे नवनवीन कॅफे आणि महागड्या किराणा मालाच्या दुकानांची रोजच्या रोज पडणारी भर. फॅशनेबल स्त्रियादेखील 'फ्रेंच ब्लेझर' आणि उंच हॅटस् घालून रस्त्यांवर हिंडताना दिसतात. हवा चांगली असेल, तर त्या मोठ्या फुलांच्या डिझाईनचे फ्रेंच रेशमाचे पोशाख घालतात.

हा 'फॅशनेबल क्राऊड' कॅफे टुकामध्ये एकत्र येतो. हे उच्चभ्रू लोक युद्धपूर्व काळात जसे वागायचे, तसे लेसझ्नो रस्त्यावरच्या या प्रसिद्ध कॅफेत संगीत ऐकतात, फॅशनवर गप्पा मारतात. वेरा ग्रान ही गायिका इथे जाते. लाडिसलॉ स्पिएलमान 'कॅफे पॉड फॉन्टाना'– येथे पियानो वाजवतो.

'लिटिल घेट्टो' मध्ये 'बाजरा' नावाचा कॅफे उघडलाय. या ठिकाणी मोकळ्या हवेत बसण्याचा, सूर्यप्रकाशात नाहण्याचा आनंद लुटता येतो. खऱ्याखुऱ्या समुद्रकिनाऱ्याचा आभास इथे निर्माण केलाय आणि म्हणून अर्थातच तुम्हांला पोहण्याचा वेश परिधान करणं अनिवार्य ठरतं.

बागकामाची आवड निर्माण करण्यासाठी 'टोपोरोल' सोसायटीची स्थापना करण्यात आली आहे. सोसायटीचं उद्दिष्ट आहे लोकांमध्ये बागकामाची आवड निर्माण करणं. कम्युनिटीने सगळे रिकामे पडलेले जमिनीचे तुकडे या संस्थेला हस्तांतरित केले आहेत. ज्या जमिनीवर पूर्वी बॉम्बहल्ले झालेल्या इमारती होत्या, तिथे आता शंभराहून अधिक मुलं-मुली काम करताना आढळतात.

याव्यतिरिक्त जर्मन अधिकाऱ्यांनी स्वयंपूर्ण शेतकऱ्यांनादेखील घेट्टो सोडून

दररोज शहराच्या बाहेर असलेल्या ठिकाणी शेती करायला परवानगी दिली आहे. त्यामुळे घेट्टोतल्या तरुणांना मोकळ्या हवेत श्वास घेण्याची संधी मिळते. या तरुणांतले अधिकांश लोक झिऑनिस्ट आहेत; त्यांचा असा विश्वास आहे, की काहीतरी चमत्कार घडून ते पॅलेस्टाईनला जाण्यात यशस्वी होतील. त्या कारणासाठी ते शेतावर मजूर म्हणून राबायलादेखील तयार आहेत.

कामावरून परतणाऱ्या मुलामुलींकडे मी अभिमानाने बघते. उन्हाने त्यांचे चेहरे रापलेले असतात आणि ताज्या हवेत गावाच्या बाहेर काम केल्याने त्यांच्या चेहऱ्यावर तजेला आलेला असतो. त्यांच्या पाठीवरच्या पिशव्यांतून लाल आणि सोनेरी गाजरे डोकावत असतात. शेतकऱ्यांनी दिलेला ताजा पावही असतो. घेट्टोत अधिकृतपणे पाव घेऊन खायला मनाई असली, तरी जर्मन लोक त्यांच्याबाबतीत मात्र हा नियम लावत नाहीत कारण त्यांना मनुष्यबळाची गरज आहे.

टोपोरोल सोसायटीचा प्रयत्न असा आहे, की घेट्टोत भाज्यांची जेवढी अधिकाधिक लागवड करता येईल, तेवढी केली जावी. बाजारात सर्व प्रकारच्या हिरव्या भाज्या दिसायला लागल्या आहेत. छोट्या कांद्यांच्या एका गुच्छाला आठ ग्रॅसझी मोजावे लागतात. ॲस्परागसच्या एका पौंडाला आठ लोटिस पडतात. लोक कुठेही, जमेल तिथे कांदे लावतात... छतावर, खिडक्यांत, कुठेही.

जून ९, १९४१

घेट्टोत आता प्रवासाचं नवीन साधन दिसायला लागलं आहे. ते आहे घोड्यांनी ओढलेली ट्रॉली-कार. आमच्या एका प्रौढ शिक्षकांना तर वॉर्साचे पूर्वीचे दिवस आठवले. गला फक्त नेपोलिअनच्या राजवटीतले दिवस आठवू शकतात.

या ट्रॉली कारला कोन-हेलर म्हणतात, ही सेवा सुरू करणाऱ्या दोन भागीदारांच्या कोन आणि हेलर या नावांवरून हे नाव पडलं आहे. पिवळ्या, निळ्या रंगाने रंगवलेल्या या गाड्यांवर डेव्हिडचा शुभ्र तारा आणि टीकेओ अशी अक्षरं कोरलेली असतात. गाडीचा चालक आणि वाहक दोघंही गडद रंगाचा गणवेष घालतात. एका तिकिटासाठी वीस ग्रॅसझी द्यावे लागतात. प्रवासात मध्ये मध्ये थांबून चालक घोड्यांना पाणी पाजतात, कारण त्या पूर्ण भरलेल्या गाड्या ओढून ते थकून गेलेले असतात.

असं म्हणतात, की या व्यवसायाचे पूरक भागीदार गेस्टापोचे लोक आहेत, त्यांनीच ही सेवा चालवायला परवानगी दिली आहे.

घेट्टोभोवतालची तटबंदी दिवसेंदिवस मजबूत होत चालली आहे. आर्यन बाजूच्या काटेरी कुंपणाजवळ 'नूर डर्कफाह्र जेस्टटिट' असे फलक लावलेले आहेत. जर्मन सैनिकांनी निषिद्ध क्षेत्रात प्रवेश करू नये, यासाठी ही सावधगिरीची

रोमेक कोवालस्की घेट्टोच्या भिंतीच्या बांधकामाचं पर्यवेक्षण करतोय.

सूचना आहे. कारण तिथे साथीच्या रोगांनी थैमान घातलं आहे.

घेट्टोभोवती बांधल्या जाणाऱ्या भिंतींसाठी ज्युईश कम्युनिटीकडूनच सामान गोळा करण्यात येतं. त्यासाठी 'मेंटेनन्स ऑफ वॉल अगेन्स्ट एपिडेमिक्स' नावाची समितीदेखील स्थापन करण्यात आली आहे. कमिटीचे अध्यक्ष आहेत इंजिनिअर मायक्झीस्लॉ लिखटेनबॉम. बॉम्बस्फोटात उद्ध्वस्त झालेल्या घरांच्या विटा या कामासाठी गोळा करण्यात येतात. अंकल पर्सी हे काम करतात. काम खूपच धोकादायक आहे. तरीही वेतन आहे दिवसाला फक्त दहा लोटिस. यामध्ये दोन पौंड काळा पावदेखील विकत घेता येत नाही. पर्यवेक्षकांना जास्त वेतन मिळतं; पण ते काम मिळायला वशिला असावा लागतो.

माझा मित्र रोमेक हे काम मिळवण्यात यशस्वी झालाय. त्याच्या डबघाईला आलेल्या आर्थिक परिस्थितीमुळे त्याला अभ्यास सोडून नोकरी धरावी लागली. वॉर्सा पडलं तेव्हा त्याचे वडील ठार झाले आणि आता त्याला त्याची आई आणि धाकटी बहीण यांचा सांभाळ करावा लागतो. त्यांची सगळी मौल्यवान ठेव, म्हणजेच काही रत्नं, फर वगैरे त्यांना विकून टाकावं लागलं. इंजिनिअर लिसटेनबॉम त्याचे नातेवाईक असल्यानेच हे काम त्याला मिळू शकलं.

दिवसाचे बारा तास काम करून रोमेक अगदी थकून जातो. शिवाय कामही

जबाबदारीचं आहे. विटा गोळा करण्यासाठी आर्यन बाजूला कामगारांना पाठवणं, ते बरोबर परत आलेत की नाही याचा नाझी शिपायाला अहवाल देणं, कोणी काही वस्तू बरोबर आणणार नाही, याची काळजी घेणं, वगैरे. कामात काही चूक झाली तर मृत्युदंड ठरलेलाच आहे.

रोमेकला हे काम करावं लागतंय म्हणून वाईट वाटतंय. तो त्या बाबतीत फारच कडवट झालाय. त्याला आयुष्यात काहीतरी करायचं होतं, स्थापत्यविशारद होऊन इमारती उभारायच्या होत्या, त्या पाडायच्या नव्हत्या; पण दुर्दैवाने तो आणि त्याचे भाऊबंद, यांच्यासाठी जिवंत थडगी उभारण्याचं काम त्याच्या नशिबी आलंय.

तो जास्त दमलेला नसेल, त्या वेळी आम्ही फिरायला जातो. आमच्या भावना निराशजनक असतात. युद्ध आणखी एक वर्ष चाललं, तर रागळ्यांची पुंजी संपून जाईल. मला माझं भवितव्य अंधकारमयच दिसतं.

मी माझ्या भावनांना आवर घालते; पण रोमेक वारंवार म्हणतो, 'हे युद्ध संपलेलं बघायला काही मी जगत नाही.' त्याला समजावयचा मी प्रयत्न करते; पण तो कडवटपणे हसून रस्त्यावरचे अर्धनग्न लोक दाखवून मला म्हणतो, 'आणखी काही आठवड्यांत तू मला त्यांच्याबरोबर बघशील.' त्याचे हे निराशाजनक विचार दूर करण्याचा प्रयत्न करत असताना मला जाणवत असतं, की तो जे बोलतोय त्यात तथ्य आहे.

आम्ही दोघं वरचेवर नाट्यप्रयोगांनादेखील जातो. गेल्या रविवारी आम्ही फेमिना थिएटरला मरीसिआ आयसेनस्टाड्टचा संगीताचा कार्यक्रम ऐकला. तिचा आवाज खूपच सुंदर आहे. तिला 'घेट्टोची नाइटिंगेल' म्हणतात. ती अल्पावधीतच लोकप्रिय झाली आहे आणि तिच्या कार्यक्रमाच्या वेळी फेमिना थिएटर गच्च भरलं होतं.

तिने काही जुनी फ्रेंच गाणी आणि मोझार्टचं 'आलेलुया' म्हटलं. तिच्या वडिलांनी वीस जणांच्या वाद्यमेळाचं संचालन केलं आणि ती गात होती. सभागृहाने उत्स्फूर्तपणे टाळ्यांचा कडकडाट केला आणि कित्येक गाणी तिने पुन्हा पुन्हा म्हटली.

कार्यक्रमानंतर तिला अतिशय सुंदर फुलांचे दोन-तीन गुच्छ भेट म्हणून देण्यात आले. ही फुलं बहुतेक आर्यन बाजूकडून गुपचूप आणण्यात आली होती. कारण लेस्झ्नो रस्त्यावरच्या फुलांच्या दुकानांत गुलाब आणि लिलीची फुलं मिळूच शकत नाहीत.

भूमिगत

जून १०, १९४१

आज मला 'गॅझेटा झायडोवस्का' या घेट्टोच्या अधिकृत ज्युईश जर्नलच्या पानांत एक अनधिकृत कागद मिळाला. मला तर संशय आहे, की स्वत: पोस्टमननेच तो त्याच्यात टाकला.

तो कागद एका सुरेख गुलाबी लेटरपेपरवर छापला होता. त्याच्यात बी.बी.सी. देत असलेल्या बातम्या होत्या आणि जर्मन लोकांसाठी काम करण्याच्या मोहात न पडण्याविषयी सावधगिरीची सूचना होती.

गव्हर्नर फ्रँकच्या परवानगीने ज्युईश जर्नलमध्ये छापण्यात येणाऱ्या युद्धाच्या बातम्यांपेक्षा या अनधिकृत बातमीपत्रात वेगळंच छापलंय. नाहीतरी अधिकृत पेपरातल्या पहिल्या पानाकडे वाचक दुर्लक्षच करतात. या वर्तमानपत्रात वेगवेगळ्या सरकारी विभागातल्या ज्युईश विभागांची संकलित माहिती दिलेली असते. अशा प्रकारे 'गॅझेटा झायडोवस्का' हे वेगवेगळ्या घेट्टोंना एकमेकांशी संपर्क ठेवण्याचं अधिकृत साधन आहे. या बातमीपत्रातून विविध ज्युईश कॉन्सिल तसेच वयोवृद्ध लोकांची कॉन्सिल यांची महत्त्वाची माहिती मिळते, ते लोक कसे राहतात, निरनिराळ्या गावांतील निर्वासितांची संख्या आणि मदत देणाऱ्या सेवाभावी संस्था, रुग्णालयं यांच्याविषयीही समजू शकतं. घेट्टोच्या वर्तमानपत्रांतील सर्वांत लोकप्रिय स्तंभ म्हणजे 'लेटर बॉक्स'. या सदरात कोणत्या गोष्टींना अनुमती आहे आणि कोणत्या गोष्टींना मनाई आहे, याबद्दल वाचक प्रश्न विचारतात. उत्तर बहुतेक 'मनाई' असंच असतं, तरीही वाचक प्रश्न विचारतच राहतात.

पेपरच्या मधल्या पानांत यीडीश लेखकांचं साहित्य पोलिश भाषेमध्ये अनुवादित करून छापलेलं असतं. तसंच काही तरुण लेखक, घेट्टोच्या अरुंद भिंतीआड राहूनही त्यांची प्रतिभा फुलवत असतात.

शेवटच्या पानावर एक विभाग जाहिरातींचाही असतो. वॉर्सा आणि क्रॅकाव येथील वैद्यकीय व्यावसायिक, औषधं तयार करणारे आणि शिंपी यांच्याच बहुतेक त्या जाहिराती असतात. त्याच पानावर हरवलेल्या लोकांविषयीही एक स्तंभ असतो. त्या स्तंभात पालक त्यांच्या हरवलेल्या मुलांबद्दल आणि मुलं त्यांच्या नाहीशा झालेल्या आईवडिलांबद्दल विचारणा करत असतात. विखुरलेल्या कुटुंबाना त्यांचे प्रियजन पुन्हा गवसण्यासाठी हा एकमेव मार्ग आहे.

वॉर्साच्या इलेक्टोरलना रस्त्यावर गॅझेटा झायडोवस्काचं संपादकीय कार्यालय आहे. वर्तमानपत्राचं वितरण बरंच मोठ्या प्रमाणात आहे आणि एकेक प्रत शंभर एक लोक वाचतात, कारण जर्मन फक्त मर्यादित प्रतीच छापायची परवानगी देतात. पोलंडच्या तीन मिलीअन ज्यूंसाठी केवळ हाच एक कायदेशीर पेपर आहे आणि तो अगदी आतुरतेने एका वाचकाकडून दुसऱ्या वाचकाकडे फिरत राहतो.

लोक अनधिकृत बातमीपत्रं वाचण्यात आणि प्रसारित करण्यातही तेवढेच उत्सुक असतात. अनियमितपणे प्रकाशित होणाऱ्या या बातमीपत्रांत राजकीय घडामोडी आणि युद्धपरिस्थितीचा अचूक वेध घेतलेला असतो. माझे वडील वरचेवर अशी वर्तमानपत्रं घरी आणतात. आमच्या हातात ती विश्वासाने देण्यापूर्वी ते आधी दरवाजे बंद करतात. आमच्यानंतर ते बातमीपत्र दुसऱ्याला देण्याची त्यांनी शपथ घेतलेली आहे; पण त्या व्यक्तीचं नाव सांगायला ते नकार देतात. अशा प्रकारे हे कागद घराघरांत पोहोचतात.

पोलंडमध्ये इतरत्र कुठेही नसतील एवढ्या बेकायदेशीर कारवाया घेट्टोत चालतात, असं मानलं जातं. ज्युईश कष्टकरी पक्षांनाच नव्हे, तर पोलिश सोशॅलिस्ट पार्टीला कळून चुकलंय, की घेट्टोतूनच अनधिकृत पत्रकं छापणं आणि ती प्रसारित करणं अधिक सोपं आहे. लोक असंही म्हणतात, की बरेच सक्रिय पोलिश सोव्हिएत लढवय्ये घेट्टोत राहतात.

सोसनोवाच्या कोपऱ्यावर, सिएन्ना रस्त्यावर, काही दिवसांपूर्वी झडती घेण्यात आली. एका ज्युईश भाडेकरूचं फर्निचर ताब्यात घेण्यासाठी नाझी तिथे आले होते आणि त्या वेळी त्यांना एक रेडिओ स्टेशनचा सुगावा लागला. त्याच्या आधी एक विशेष डिटेक्टर बसवलेली गाडी त्या रस्त्यावर दिवसभर फिरत होती.

ज्या घरात ते रेडिओ स्टेशन सापडलं, तिथल्या सगळ्या पुरुष रहिवाशांना तुरुंगात टाकण्यात आलं. काहींना तर जागेवरच गोळ्या घालून ठार मारण्यात आलं; पण तरीही गुप्त रेडिओ स्टेशनं चालूच आहेत, भूमिगत गुप्त बातमीपत्रंही छापली जातायत, नाझींचा छळवाद आणि धमक्या याची कोणालाही भीती वाटत नाही. उलटपक्षी, ही भूमिगत चळवळ करणारे नाझींना आणि पोलिश फितुरांना धडा शिकवल्याखेरीज राहत नाहीत. नाझींशी हातमिळवणी करणारा सुप्रसिद्ध पोलिश

चित्रपटतारा इगो सिम याला राष्ट्राभिमानी लोकांनी ठार मारलं. नाझींनी सगळ्या शहरात लाल फलक लावले आणि त्या व्यक्तींना पकडून देण्यासाठी दहा हजार लोटिसचं बक्षीस जाहीर केलं. मध्यंतरी, काही मान्यवर पोलिश व्यक्तींना तुरुंगात डांबण्यात आलं, काहींना गोळ्या घालण्यात आल्या.

जून १२, १९४१

सततच्या नवीन निर्वासितांच्या लोंढ्यांमुळे घेट्टोत अधिकाधिक गर्दी वाढते आहे. हे निर्वासित म्हणजे ज्यांचं सर्वस्व लुटलं गेलंय असे ज्यू आहेत. ते जेव्हा येतात तेव्हा नेहमी एकच दृश्य असतं. प्रवेशद्वारावरचा शिपाई त्यांची निर्वासिताची ओळखपत्रं तपासतो आणि जेव्हा त्याला कळतं की तो ज्यू आहे, तेव्हा त्याच्या रायफलच्या दस्त्याने तो त्याला ढुसकतो. असं करणं म्हणजे घेट्टोरूपी स्वर्गात प्रवेशाच्या परवानगीचं लक्षण.

हे लोक चिंध्या पांघरलेले, अनवाणी असतात. त्यांच्या दु:खद डोळ्यांवरून ते उपाशी आहेत हे कळतं. बहुतेक स्त्रिया आणि मुलांची संख्या अधिक असते. प्रवेश केल्यावर घेट्टो कम्युनिटी त्यांची जबाबदारी घेते आणि तथाकथित 'घरांत' त्यांना ठेवण्यात येतं. तिथेच ते कमी-अधिक अंतराने मरतात.

अशा एका 'घरा'ला मी भेट दिलीय. त्या इमारतीची स्थिती हृदयद्रावक आहे. पूर्वीच्या स्वतंत्र खोल्यांच्या भिंती पाडून त्याचे मोठ्या हॉलमध्ये रूपांतर करण्यात आले आहे. तिथे कसल्याही सोयी नाहीत, प्लंबिंगचं कामही उद्ध्वस्त करण्यात आलं आहे. भिंतीशेजारी लाकडी फळ्यांच्या खाटा टाकल्या आहेत आणि त्याच्यावर चिंध्या अंथरल्या आहेत. एखादा घाणेरडा, लाल पिसांपासून तयार केलेला बिछानाही मध्येच आढळतो. फरशीवर अर्धनग्न, अंघोळ न घातलेली मुलं निपचित पडलेली दिसतात. एका कोपऱ्यात चार-पाच वर्षांची एक सुरेख मुलगी रडत बसली होती. तिच्या सोनेरी केसांवर थोपटल्याखेरीज मला राहवलं नाही. तिच्या मोठ्या, निळ्या डोळ्यांनी त्या मुलीने माझ्याकडे बघितलं आणि म्हणाली, *"मला भूक लागली आहे."*

मला अगदी लाजल्यासारखं झालं. त्या दिवशी मी नाश्ता केला होता; पण त्या मुलीला देण्यासाठी माझ्याकडे पावाचा एखादा तुकडाही नव्हता. मी तिच्या नजरेला नजर देऊ शकले नाही आणि तिथून निघून गेले.

तिथले प्रौढ लोक दिवसा काम शोधण्यासाठी बाहेर पडतात. मुलं, आजारी लोक आणि वृद्ध स्त्रिया खाटांवर पडून असतात. सगळ्या विभागातले लोक तिथे आहेत, लुब्लिन, रॅडॉम, लॉड्स आणि पिओत्रकॉव... त्या सगळ्यांकडून सामूहिक संहार, बलात्कार यांच्या अंगावर काटा आणणाऱ्या कथा ऐकायला मिळतात. या लोकांना वॉर्सा घेट्टोत राहण्यासाठी जर्मन परवानगी का देतात हे समजण्यापलीकडचं

आहे, कारण आधीच इथे चार हजार ज्यू आहेत.

मृत्यूचं प्रमाण वाढतंय. दररोज निव्वळ उपासमारीनेच चाळीस ते पन्नास लोक मरतात आणि त्याच वेळी शंभराहून अधिक निर्वासित त्यांची जागा घ्यायला रोजच्या रोज येतात. कम्युनिटी असाहाय्य आहे. सगळी हॉटेलं भरली आहेत आणि स्वच्छतेची स्थिती भयानक आहे. साबण मिळत नाही आणि जो काही चिकट द्रव साबण म्हणून रेशनवर मिळतो, तो पाण्याच्या संपर्कात येताक्षणीच तुकडे तुकडे होऊन अंग स्वच्छ होण्याऐवजी घाणच होतं.

घेट्टोला चिकटलेला एक रोग म्हणजे भिकारी. त्यांची संख्या वाढतेच आहे. ज्यांना कोणीही नातेवाईक किंवा मित्रमंडळी नाहीत, असे निर्वासित लोकच भिकारी झाले आहेत. कम्युनिटीने सुरू केलेल्या त्या भयानक होस्टेलमध्येही जागा नाही. इथे आल्यानंतर सुरुवातीचे काही दिवस ते लोक काम शोधतात. रात्री ते रस्त्यावरच आपली पथारी पसरतात. दिवसा चालून चालून थकून गेल्यावर आणि सुजलेले पाय पुढे जाण्यासाठी असमर्थ ठरल्यावर ते भिंतीला टेकून बसतात. डोळे मिटून बिचकत बिचकत ते भिक्षेसाठी हात पुढे पसरतात. काही दिवसांनी ते डोळे उघडे ठेवून दान मागतात. जेव्हा भुकेने जीव व्याकूळ होतो, तेव्हा ते रडायला लागतात आणि अशा तऱ्हेने भिकाऱ्यांची मालिका तयार होते. कधीतरी एखादा माणूस त्यांना वीस ग्रॉसझी किंवा अर्धा लोटि टाकतो; पण त्या एवढ्याशा पैशात काहीही विकत घेणं शक्य नसतं.

मग हे भिकारी दारोदार भटकत, 'शिळं सूप, नाहीतर एखादा पावाचा तुकडा तरी आहे का,' अशी विचारणा करू लागतात. घरातली व्यक्ती वैतागाने दार उघडते आणि त्याला समजावू पाहते, की देण्यासारखं त्याच्याकडे काहीच नाही. एकतर त्याला त्याच्या निर्वासित बहिणीला, तिच्या तीन मुलांना, त्याच्या पत्नीच्या वृद्ध आईला खाऊ घालावं लागतं. त्याच्या घरात सगळा गोंधळ माजलाय. त्याच्या कुटुंबाबरोबरच त्याला तीन पोटभाडेकरूंनाही त्यांच्या कुटुंबासह आश्रय द्यावा लागतोय. मग तो अस्वस्थ होऊन स्वत:शीच विचार करतो, *'या सगळ्यात भरीस भर म्हणून आता सारखा भिकाऱ्यांसाठी दरवाजा उघडावा लागतोय.'*

हे भिकारी किती निर्लज्ज झाले आहेत! पण तरीही भिकारी एका घराकडून दुसऱ्या घराकडे जातच राहतात, 'बघा काहीतरी उरलं असेल तुमच्या रात्रीच्या जेवणातलं, शिळ्या पावाचे तुकडे! किंवा तुम्हाला कोणीतरी तुमचा कचरा उचलण्यासाठी हवाय?' ते विनवत राहतात.

माझ्या आईने दोन निर्वासितांना कायमचा आश्रय दिलाय. हे दोन्ही लॉड्झचे देशाभिमानी निर्वासित त्यांच्या मुख्य जेवणासाठी येतात. एक दुपारी, तर दुसरा रात्री. ते जेवत असताना त्यांच्या भावना दुखावल्या जाऊ नयेत म्हणून मी स्वैपाकघरात जाणं टाळते; पण दररोज मी अशाच चांगल्या परिस्थितीतून आलेल्या पण आता

भिकाऱ्याचं आयुष्य नशिबी आलेल्या लोकांना बघते. सुकलेल्या चेहऱ्यांनी आणि विझलेल्या डोळ्यांनी, ते लोक आमच्या घराच्या पायऱ्यांवर बसून उदार आणि थोड्या चांगल्या परिस्थितीतल्या गृहिणींनी दिलेलं शिळं-पाकं, उरलंसुरलं अन्न खात असतात.

त्यांच्या दृष्टीने हे जेवण म्हणजे परब्रह्मच असतं. ते खाल्ल्यावर त्यांना झोप लागते, झोपेत ते सुग्रास अन्नाची आणि नरम बिछान्याची गोड स्वप्नं बघतात.

आज जेव्हा मी अंगणात गेले, तेव्हा मी एक उंच, बऱ्यापैकी कपडे केलेला तरुण कचऱ्याच्या पेटीशेजारी उभा असलेला पाहिला. हाच तरुण पोलंडच्या युद्धाच्या आधी ह्युमॅनिटीजचा अभ्यास करत होता, त्याला त्याचं रोजचं जेवण मिळवण्याची भ्रांत नव्हती.

अचानक त्याला जाणवलं, की त्याला कोणीतरी न्याहाळतंय. तो वळला आणि तेव्हा मला त्याचा पुढच्या बाजूला पूर्णपणे फाटलेला कोट दिसला. बटणं न लावलेल्या त्याच्या शर्टातून खोल गेलेली त्याची छाती दिसत होती. त्याच्या शेजारी पडलेली कागदी पिशवी उचलण्यासाठी तो वाकला आणि ती उचलून पटकन पळून गेला. तो तरुण त्या कचऱ्यात काहीतरी अन्न शोधत होता आणि त्याला अचानक मी दिसल्याने शरमून निघून गेला होता.

काही दिवसांपूर्वी अंदाजे बारा-तेरा वर्षांचा एक मुलगा आमच्या घरासमोर भोवळ येऊन पडला. एका भाडेकरूने त्याला उचलून आणलं आणि थोडं खायला दिलं. त्या मुलाला भुकेमुळेच चक्कर आली होती. त्या दिवसापासून तो छोटा झाय्मेक त्याच्या उपकारकर्त्याकडे वरचेवर यायला लागला. त्यांना तो घर साफसूफ करायला मदत करतो आणि मोबदल्यात त्याला बाऊल भरून सूप आणि आठवड्याला काही लोटिस मिळतात. तो त्याच्या दिसण्याबद्दल खूपच जागरूक आहे. कोणीतरी त्याला एक जुना कोट दिलाय, त्याच्या अंगावर तो कोट ढगळ झाल्याने एखाद्या पिशवीसारखा लोंबतो; पण त्याला मात्र त्या कपड्यांचा अभिमान आहे, कारण जेव्हा तो प्रथम आमच्या इमारतीत आला, तेव्हा त्याच्या अंगावर अक्षरश: फाटक्या चिंध्या होत्या.

तो अल्पावधीतच सगळ्या भाडेकरूंमध्ये प्रिय झाला आहे. तो प्रत्येकाचा कचरा उचलून बाहेर नेतो आणि त्यामुळे त्याला काही लोटिसची कमाई होते. तो मला सुरुवातीला वाटला होता त्यापेक्षा बराच मोठा आहे; पण तो अगदी लहानखुरा आणि कृश असल्यामुळे अठरा वर्षांचा दिसत नाही, तो पूर्णपणे अनाथ आहे आणि बेघरही आहे. मी जेव्हा त्याच्याशी बोलले, तेव्हा त्याची तल्लख बुद्धी आणि भविष्यावरचा अतूट विश्वास बघून मला आश्चर्य वाटलं.

आमचं ४१, सिएन्ना रस्त्यावरचं अंगण म्हणजे दिवसा घडणाऱ्या अनेक घटनांचं साक्षीदार आहे, कारण इथे बरेच सुस्थितीत असलेले लोक राहतात.

मेरी बर्गने रेखाटलेलं एक चित्रं – प्राध्यापक केलरमान व्हायोलिन वाजवत आहेत, बहुतेक बरोबर त्यांची पत्नीही आहे.

सकाळच्या वेळी प्राध्यापक केलरमान व्हायोलिन वाजवायला येतात. ते पूर्वी लाइपझिंग कॉन्झर्व्हेटरीमध्ये होते. ते एक पांढऱ्या केसांचे, लहानखुऱ्या चणीचे म्हातारे गृहस्थ आहेत. त्यांची बोटं लांबसडक आणि आकर्षक आहेत. ते जेव्हा व्हायोलिन वाजवायला सुरुवात करतात, तेव्हा इमारतींच्या सगळ्या मजल्यावरच्या खिडक्या उघडतात. मी बरेचदा डोळे मिटून अशी कल्पना करते, की मी एका संगीताच्या कार्यक्रमाला उपस्थित राहिले आहे, एखाद्या नामवंत संगीतकाराच्या आणि त्याला कुठेतरी दूरवर वाजत असलेल्या वाद्यमेळाची साथ आहे; पण प्राध्यापकांच्या व्हायोलिन वाजवण्यात बरेच वेळा त्यांच्या दिशेने भिरकावलेल्या कडक पावाच्या तुकड्यांमुळे आणि नाण्यांमुळे व्यत्यय येतो.

आम्ही या प्राध्यापकांना आमच्याबरोबर चहा घेण्यासाठी बोलावलं. ते त्यांचं व्हायोलिन बरोबर घेऊन आले आणि ते कोपऱ्यात ठेवून त्यांनी त्यांची करुण कथा आम्हाला ऐकवली.

या वर्षीच्या जानेवारी महिन्यात त्यांना घेट्टोत आणण्यात आलं. त्यांच्या बायकोबरोबर त्यांनी दहा दिवस एका बंदिस्त गाडीत प्रवास केला होता. त्यांच्या बरोबरचे कित्येक लोक वाटेतच मरण पावले होते. जे जिवंत राहिले, त्यांना त्यांच्या

प्रेतांबरोबर प्रवास करावा लागला. त्यांनी त्यांच्या दोन मुलांना युद्ध सुरू होण्यापूर्वीच इंग्लंडला पाठवून देण्यात यश मिळवलं. "माझी काही तक्रार नाही," ते म्हणाले, "माझ्या आणि माझ्या पत्नीच्या चरितार्थापुरतं मी मिळवतो. दुपारच्या वेळेस मी संगीताचे पाठ देतो, त्याबद्दल मला बऱ्यापैकी मानधन मिळतं; एकंदरीत लोक माझ्याशी अतिशय सहानुभूतिपूर्वक वागतात आणि स्पष्टच बोलायचं तर," पश्चात्तापदग्ध स्वरांत ते पुढे म्हणाले, "आम्हा जर्मन ज्यूंची एवढा दयाळूपणा मिळण्याची पात्रता नाही. पूर्वेकडच्या ज्यूंचे आम्ही शतशः अपराधी आहोत."

माझ्या आईने त्यांना माझ्या धाकट्या बहिणीला व्हायोलिन शिकवायला सांगितलं. तिने युद्धापूर्वी व्हायोलिन वाजवण्याचा अभ्यास केला होता. त्यांनी ते मान्य केलं आणि आता ते आठवड्यातून दोनदा तिला शिकवणी देतात. त्यांना एका तासाला पाच लोटिस मिळतात.

आमच्या घराकडे येणाऱ्या रस्त्यावर एक तरुण स्त्री गाणं म्हणायला येते. ती वेडी आहे. तिच्या याचना करणाऱ्या गाण्याचे आर्त स्वर माझ्यापर्यंत सकाळच्या वेळेस पोहोचतात, 'गाडीची शिटी होतेय, माझ्या लाडक्या, आनंदात राहा,' गाडीच्या निघून जाण्याने गाणं संपतं... तरुणी तिच्या प्रियकराची प्रतीक्षा करत राहते.

ही स्त्री वॉर्साच्या एका मान्यवर आणि श्रीमंत व्यक्तीची मुलगी आहे. बॉम्बस्फोटांत तिचं राहतं घर बेचिराख झालं आणि तिचा एकुलता एक भाऊ आगीच्या ज्वाळांच्या भक्ष्यस्थानी पडला. तिने तिसऱ्या मजल्यावरून आगीत उडी मारली आणि त्याचा तिला फार मोठा धक्का बसला. तिची आईही विस्मयकारकरीत्या त्याच्यातून वाचली. ही मुलगी आता सिएन्ना रस्त्यावर गाणं म्हणते. या रस्त्यावरून सगळ्या लोकांना तिच्या त्या छोट्याशा गाण्याचे शब्द परिचित झाले आहेत.

आज वॉर्साच्या घेट्टोत फक्त लालभडक तापलेले पदपथ आहेत आणि त्यावर एकमेकांच्या पायांत अडकून पडणारी, पावाच्या एका तुकड्याची भीक मागणारी मुलं आहेत.

सगळीच मुलं भीक मागत नाहीत, हे खरं आहे. त्यातली बरीच मुलं प्रौढांपेक्षा अधिक सहजतेने काम करून आपला उदरनिर्वाह चालवतात. पाच ते दहा वर्षांची मुलं-मुली संघटितपणे कामं करतात. सर्वांत छोटी आणि भुकेने कृश झालेली मुलं त्यांच्या हडकुळ्या शरीराभोवती पिशव्या गुंडाळतात. नंतर ते काटेरी तारांचं कुंपण घातलेल्या रस्त्याने हळून आर्यन बाजूला निसटतात. मोठी मुलं ती काटेरी तार सोडवून त्या मुलांना ढकलून तिथे जायला मदत करतात. दुसरी मुलं कोणी जर्मन रक्षक किंवा पोलिश शिपाई येत तर नाही ना, यावर लक्ष ठेवतात.

काही तासांनंतर ती मुलं बटाटे आणि कणीक घेऊन परततात. शक्यतो ही मुलं शहराच्या मध्यवर्ती भागात जाण्याऐवजी उपनगरांत जातात, कारण तिथे अन्नपदार्थ

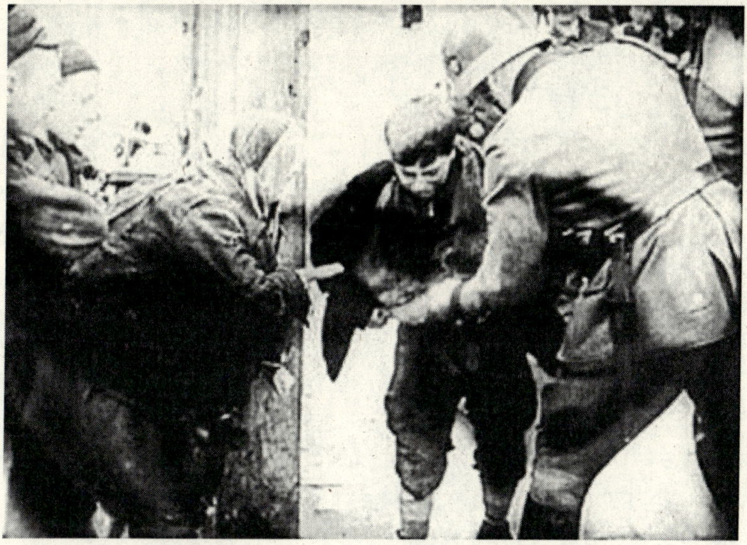

चोरून वस्तू आणताना जर्मन गार्डने पकडलेला एक लहान मुलगा

स्वस्त मिळतात. बरेचवेळा शेतकरी त्यांना काहीही मोबदला न घेता बटाटे देतात. ही मुलं बटाट्यांबरोबर काळा गावठी पावदेखील आणतात. जेव्हा ते घेट्टोत परततात, तेव्हा त्यांचे फिक्कट चेहरे हास्याने फुललेले असतात. काटेरी कुंपणाच्या अलीकडच्या बाजूला त्यांचे मोठे सहकारी त्यांची वाट बघतच असतात. त्यांना बरेच वेळा कित्येक तास प्रतीक्षा करावी लागते. त्या वेळात नाझी रक्षक कोणातरी विदेशी नागरिकाचा पासपोर्ट तपासण्यात व्यग्र असतात; त्यामुळे लहान मुलांनी आणलेले अन्नपदार्थ घेट्टोत चोरून आणण्याची त्यांना संधी मिळते.

जर्मन सुरक्षारक्षक कधी त्यांना बघत नाही, तर कधी बघूनही दुर्लक्ष करतो. असं क्वचितच घडतं; पण त्यातल्या ज्या जर्मन लोकांना स्वत:ची लहान मुलं असतात, त्यांना हे चालते बोलते हाडांचे सांगाडे बघून नक्कीच दयेचा पाझर फुटत असेल; पण बहुतेक जर्मन लोक अतिशय थंड रक्ताने पळणाऱ्या मुलांच्या दिशेने गोळीबार करतात. ज्युईश पोलिसांना त्या एखाद्या पाखरासारख्या रक्तबंबाळ मुलांना उचलून जवळून जाणाऱ्या रिक्षात फेकावं लागतं; पण जेव्हा काहीही न होता ही मुलं सुरक्षित घरी पोहोचतात, तेव्हा त्यांनी बरोबर आणलेल्या बटाटे आणि पावाच्या दर्शनाने त्यांच्या घरात आनंदीआनंद होतो. त्या पदार्थांची चव त्यांना फारच छान लागते. दुसऱ्याच दिवशी सकाळी हे छोटे शिलेदार पुन्हा

एकदा घेट्टोची सिएन्ना आणि झेलाझ्ना रस्त्याच्या कोपऱ्यावरची सीमा ओलांडून पलीकडे जायला सज्ज होतात. कदाचित पुन्हा तोच दयाळू रक्षक असेल तर तो परत एकदा ते पलीकडे जाताना त्यांच्याकडे दुर्लक्ष करेल.

जून १७, १९४१

वेरा न्यूमनने मला आमंत्रित केलेल्या बिलस्क लोकांच्या एका मेळाव्याला मी आज गेले होते. आमची दोघींची अलीकडेच ओळख झालीय; पण आम्ही चांगल्या मैत्रिणी झालो आहोत. ती एक उंच, सोनेरी केसांची तरुणी आहे, अगदी जर्मन वाटावी अशी. नाझींच्या वंशावळीच्या विचारसरणीला खोडून काढणारी. इथे ती एकटीच आहे; तिची आई बरेच वर्षांपूर्वी मरण पावली. तिचे वडील करोडोपती आहेत, ते वॉव् येथील बऱ्याच गिरण्यांचे मालक आहेत. वॉव् सोव्हिएट अधिपत्याखाली आहे. कधीतरी मध्येच वेराला वडिलांची पत्रं गुपचूप पोहोचती होतात. कारण या दोन देशांत अधिकृतपणे पत्रव्यवहार होऊ शकत नाही. जेव्हा तिला पत्र येतं, तेव्हा ती आनंदाने अगदी वेडी होते. मग ती मला भेटायला येते, एकाच वेळी हसते आणि रडते. तिच्या एकटेपणाच्या दुःखाला विसरण्यासाठी ती बिलस्क निर्वासितांच्या मेळाव्यांना जाते. तिथे तिला तिच्या पूर्वीच्या घराजवळचे स्नेही भेटतात आणि एके काळी ती जसं वैभवाचं, चिंतामुक्त आयुष्य जगली, त्याच्या स्मृतींना उजाळा मिळतो.

वेगवेगळ्या पोलिश शहरांतले असे बरेच गट आहेत, त्यांत लॉड्झ आणि लुब्लिनचे गट चांगलेच सक्रिय आहेत. मोठ्या गटांची स्वतःची मुख्य कार्यालयं आहेत, ती दिवसभर उघडी असतात. काही कार्यालयांचे तर त्यांचे स्वतःचे मुदपाकखानेही आहेत, तिथे शिजणारं अन्न ते बेघरांना वाढतात. तिथे एकाच शहरातून आलेले निर्वासित नवीन लोकांना भेटतात आणि त्यांच्यासाठी मदतीचं आयोजन करतात. वेळोवेळी संगीत जलशांचे कार्यक्रम केले जातात. त्या 'कार्यक्रमां'च्या माध्यमातून उभे झालेले पैसे गरजूंसाठी वापरण्यात येतात. या गटांना कम्युनिटीकडून त्यांच्या देशबंधूंची काळजी घेण्याबद्दल सांगण्यात येतं. मग आधी आलेल्या निर्वासितांच्या घरांत त्यांना आश्रय देण्यात येतो.

घेट्टोची सगळी अपार्टमेंट्स भरून गेली आहेत आणि एकेका खोलीत सरासरी सहा ते दहा लोक राहतात. त्यामुळे साथीचे रोग पसरण्याचा गंभीर धोका निर्माण झाला आहे, विशेषतः टायफसचा. या भयानक रोगाचा प्रसार करणारा मुख्य प्राणी म्हणजे कपड्यांवरची ऊ आणि या किळसवाण्या कीटकाशी संपर्क टाळणं अवघड असतं. गर्दीत चालताना एखाद्याशी अंग घासलं जाणंदेखील पुरेसं असतं. लगेच तुम्हाला संसर्ग होतो. टायफसच्या साथीला बळी पडणाऱ्या लोकांच्या घाबरवून टाकणाऱ्या बातम्या सगळीकडून येत आहेत.

रशियन बॉम्ब्स

जून २६, १९४१

बॉम्बपासून बचाव करण्यासाठी केलेल्या आमच्या घराच्या निवाऱ्याच्या ठिकाणी बसून मी हे लिहितेय. 'होम एअर डिफेन्स'ची सदस्य म्हणून मी रात्रपाळी करते आहे. रशियन लोक आता वरचेवर बॉम्बहल्ले करतायत. आम्ही एका धोकादायक ठिकाणी राहत आहोत, रेल्वेस्थानकापासून जवळच. आता अकरा वाजले आहेत. मी एका लहान कार्बाईड दिव्याजवळ बसले आहे. रशिया आणि जर्मनीमध्ये विद्वेष भडकल्यावर मला प्रथमच लिहिणं शक्य होतंय. तो धक्का प्रचंड होता. जर्मनी आणि रशियात युद्ध! कोणी अपेक्षा केली असेल, हे इतक्या लवकर घडून येईल म्हणून!

२२ जूनच्या ऐतिहासिक दिवशी, दुपारी चार वाजता आमचा नाट्यमंच वाईरागन सभागृहात, त्यांचा पारंपरिक रविवार प्रयोग सादर करत होता. मिशाने तिचं गाणं म्हटलं होतं, नंतर मी व्यासपीठावर गेले आणि का ते सांगू शकत नाही; पण प्रथमच मला स्टेजवर जाण्याची भीती वाटली. पियानो वाजवण्यासाठी बसलेल्या रोमेकने माझी ती संभ्रमित अवस्था ओळखून त्याच्या वैशिष्ट्यपूर्ण, मृदू आवाजात हलकेच मला म्हटलं, "घाबरू नकोस, फक्त पियानोच्या पट्ट्या लक्षात ठेव!" त्याच्याकडे बघून मला धीर आला आणि पहिल्या काही स्वरांनंतर माझी भीती नाहीशी झाली.

माझं पहिलं गाणं म्हटल्यावर मी दुसऱ्या गाण्याला सुरुवात करते, तोच अचानक भयंकर स्फोट झाल्याचा आवाज ऐकू आला. सगळं व्यासपीठ हादरलं. काय झालं ते मला कळेना. खिडकीतून मला रस्त्याच्या पलीकडे वॉर्साच्या पाडावाच्या वेळी भग्न झालेल्या इमारतींचे तुकडे तुकडे होताना दिसल्या. काय असेल हे? माझ्या मनात विजेसारखा विचार चमकला. आमच्यावर पुन्हा बॉम्बहल्ले होतायत? कोण करतंय?

प्रेक्षक अस्वस्थ झाले; पण रोमेकने त्याचं पियानोवादन थांबवलं नाही, तो हलक्या स्वरात मला म्हणाला, "गात राहा, काही झालेलं नाही." माझे पाय लटपटत होते आणि डोक्यात विचारांचा कल्लोळ उठला होता; पण मी गात राहिले. बॉम्बस्फोट चालूच राहिले; पण पुढे गेल्यासारखे भासले. माझं गाणं संपल्यावर प्रेक्षागृहात गोंधळ माजला आणि प्रेक्षक बाहेर जाण्याच्या मार्गाकडे धावत सुटले. हॅरीने त्यांना थांबवण्याचा प्रयत्न केला; पण व्यर्थ. काही क्षणांतच सभागृह रिकामं झालं.

कोणीतरी बातमी आणली, की रशियनांनी रेल्वेस्थानकावर बॉम्बहल्ला केला होता आणि आम्ही जिथे राहतो त्या सिएन्ना रस्त्याच्या उजव्या बाजूच्या घरांनाही नुकसान पोहोचलं होतं. मी बाहेर पडण्याच्या दरवाज्याकडे निघाले; पण रोमेकने मला थांबवलं. जेव्हा बॉम्बहल्ले थांबले, तेव्हाच आम्ही एकत्र निघालो, सिएन्ना आणि सोसनोवा रस्त्याच्या कोपऱ्यावरचं आमचं घर सुरक्षित होतं. ते बघून आम्ही सुटकेचा निःश्वास टाकला. रस्त्यावर लोक एकमेकांच्या हातातून 'नोवी कुर्जेर वार्सझावस्की'ची विशेष आवृत्ती ओढून घेऊन वाचत होते. त्या वर्तमानपत्रात मोठमोठ्या अक्षरांत मथळे छापले होते. 'लाल प्लेगविरुद्ध युद्ध!' 'जर्मन लोक बोल्शेविक डिल्यूजपासून जगाला वाचवतायत!' हे मथळे वाचून प्रत्येकाच्या ओठावर हसू उमटलं.

वॉर्साला वेढा पडल्याचं लगेचच जाहीर करण्यात आलं. घेट्टोमधली संचारबंदी आता नऊऐवजी सात वाजताच सुरू झाली. 'ब्लॅकआऊट'चं उल्लंघन करणाऱ्यांना मृत्युदंडाची शिक्षा ठोठावण्यात येईल, असं जाहीर करण्यात आलं.

पण हे सगळं काही नवीन नव्हतं. धोक्याची सूचना देणारे भोंगे आता वरचेवर वाजतात. सोव्हिएत विमानांनी वॉर्सावर टाकलेले नेत्रदीपक लाइट रॉकेट्स दबदबा निर्माण करतात. रेड एअर फोर्सला नेम साधून मिलिटरी स्टोअर आणि वॉर्साच्या परिसरातल्या हवाई अड्ड्यांवर बॉम्बहल्ले करायला त्या लाइट रॉकेट्सची मदत होते.

आजचं 'नोवी कुर्जेर वॉर्सझावस्की'तलं अधिकृत जर्मन बातमीपत्र म्हणतंय, 'वॉर्सावर झालेल्या सोव्हिएट बॉम्बहल्ल्यात मिलिटरीचं काही नुकसान झालं नाही; पण नागरिकांचं मात्र बरंच नुकसान झालं. बोल्शेविक विमानांनी शहराच्या लोकवस्तीला लक्ष्य केलं आणि रुग्णालयांवरदेखील बॉम्बहल्ले केले.'

हे वर्तमानपत्र अग्रलेखाच्या माध्यमातून पोलिश जनतेला *'रेड बार्बोरिअन्सच्या विरोधातल्या या पवित्र युद्धात सक्रिय सहभाग घेण्यासाठी'* आवाहन करतं. ते असंही सुचवतं, की *'बोल्शेविकच्या विरुद्ध संघर्ष करण्यासाठी पोलिश लोकांची एक विशेष फळी उभारण्यात यावी.'*

दुपारी मला एक अनधिकृत बातमीपत्र मिळालं, ज्यात नेमकं विरोधी लिहिलं

होतं. रशियन बॉम्बर विमानांनी मुख्य रेल्वेस्थानकाला बरंच नुकसान पोहोचवलं होतं आणि रेल्वेमार्गाचा एक बराच मोठा पट्टा उद्ध्वस्त केला होता. ओकेसि हवाईअड्डाही नष्ट करण्यात आला होता. काही दारूगोळ्यांच्या कारखान्यांत बरेच पोलिश कामगार मारले गेले होते.

भूमिगत वृत्तविभाग आता एक महत्त्वाची जबाबदारीही पार पाडतोय आणि त्यांच्यातर्फे वरचेवर बातमीपत्रंही काढण्यात येतायत. त्यांच्या त्या छोट्या पत्रकांतून आम्हाला आशेचा हुंकार ऐकू येतो आणि आमचं नीतिधैर्यही बळावतं.

मला वाटतं धोक्याची सूचना देणारा भोंगा वाजतोय. हो. दीर्घ वाजणारा भोंगा, कमांडंटला उठवण्यासाठी मला आता पळतच गेलं पाहिजे.

जुलै १, १९४१

अजूनही घेट्टोतच असणाऱ्या पण वंशाने ज्यू नसणाऱ्या द्वारपालांना ताबडतोब घेट्टो सोडून जायला सांगण्यात आलंय. बऱ्याच ज्यू लोकांना त्यांच्या नोकऱ्या मिळवायच्या आहेत. अंकल पर्सीला ही नोकरी देण्यासाठी माझ्या वडिलांनी प्रयत्न केला. अंकल पर्सीना आम्ही जे देतोय, त्याव्यतिरिक्त त्यांच्याकडे जगण्यासाठी काहीच साधन नाही; पण एवढ्या नातेवाइकांना आम्ही आधार देत राहिलो तर आमचीही पुंजी लवकरच संपून जाईल.

अंकल पर्सीसाठी ही नोकरी मिळवणं तेवढं सोपं नाही. सगळ्या भाडेकरूंची एकवाक्यता व्हावी लागते आणि कम्युनिटीच्या प्रशासनाने या गोष्टीला मंजुरी देणंही अनिवार्य आहे.

अंकल पर्सींची नेमणूक होण्याच्या शक्यता धूसरच आहेत. कारण तो स्वत: आमच्या घरातला भाडेकरू नाही. या कारणासाठी माझ्या वडिलांनी स्वत:चा अर्ज पुढे करून अंकल पर्सीला त्यांचा साहाय्यक म्हणून घेण्याचा प्रस्ताव दिला आहे. ही योजना कदाचित यशस्वी होऊ शकेल. आम्ही राहतो त्या घरात चारशे भाडेकरू आहेत. द्वारपालाला बऱ्यापैकी कमाई होऊ शकेल.

जुलै ४, १९४१

ग्राफिक आर्ट्स स्कूलच्या परीक्षा जवळ आल्या आहेत. शाळा फक्त सात महिने टिकली. जर्मन लोकांनी दिवस वाढवून द्यायला नकार दिला. मुलांनी केलेल्या प्रगतीबद्दल प्राध्यापक बहुतेक समाधानी आहेत. साहित्याची मात्र फारच टंचाई आहे. घेट्टोतल्या फक्त दोन दुकानांत कागद आणि रंग चढ्या भावाने विकण्यात येतात. युद्धापूर्वी ज्या कागदाच्या तावाला वीस ग्रॉसझी पडायचे, त्याला आता चार लोटिस पडतात. भारतीय शाई, ब्रश, लेखण्या तर अदृश्यच झाल्या आहेत. तरीही आम्ही

आमचा अभ्यास चालू ठेवतो; पण जगण्यासाठी नोकऱ्या धरणं आवश्यक असल्यामुळे काही मुलांना त्यांचा अभ्यासक्रम सोडून देणं भाग पडलं.

सर्वांत लोकप्रिय विद्यार्थी आहे तेवीस वर्षांचा स्लॉ झेनबर्ग नावाचा एक हडकुळा तरुण. त्याच्या अंगावर एक सफाईदारपणे शिवलेला सूट असतो आणि पायांत मिलिटरी बूट. त्याचा चेहरा बारीक आहे आणि डोळे काळे, बोलके आहेत. पुरुषांच्या पापण्या सहसा लांब नसतात; पण याच्या डोळ्यांच्या पापण्या लांब आहेत. त्याच्या हातांना चित्रकलेची देणगी लाभली आहे. त्याला रेखाटनंही चांगली जमतात. जे चित्रकार निरर्थक गोष्टींवर वेळ फुकट घालवतात, त्यांची तो थट्टा करतो; पण ही त्याची केवळ धारणा आहे, तो देखील घेट्टोतल्या केविलवाण्या गोष्टींची चित्रं रंगवतो, त्याच्या निसर्गचित्रांत तो एक कमकुवत चेस्टनटचं झाड बॉम्बस्फोटांत उद्‌ध्वस्त झालेल्या घरांच्या शेजारी दाखवतो.

जोझिएक फोगेलनेस्ट आणि काझिक केस्टनबर्ग ही दोघंही गमतीशीर व्यक्तिमत्त्वं आहेत. एकमेकांना अगदी अनुरूप आणि बसतातदेखील नेहमी एकाच बाकावर. शिक्षकांसाठी मात्र हे दोघं म्हणजे एक डोकेदुखी आहे. त्यांच्यापैकी एकानेही एखादा शब्द उच्चारला, तरी सगळा वर्ग हास्यकल्लोळात बुडून जातो.

काझिकचा चेहरा लांबट, विनोदी आहे, त्याच्याकडे बघितल्यावर मला छोट्या तट्टाची आठवण होते. जोझिएकचा बांधा मजबूत आहे आणि त्याचे डोळे एखाद्या लहान मुलासारखे निष्पाप आहेत. त्याचा चष्मा सारखा त्याच्या नाकाच्या टोकावर घसरत असतो. दोघंही एकोणीस वर्षांचे आहेत. जर्मन लोकांत अनिवार्य असणारी हमाली टाळण्यासाठी त्यांनी हा अभ्यासक्रम निवडला आहे. त्या दोघांनाही चित्रकलेचा गंधही नाही आणि ते दोघं प्रवेशपरीक्षा उत्तीर्ण झाले ते केवळ वशिल्याच्या जोरावर.

पण शिक्षकांनी दिलेल्या प्रश्नांना तोंड देण्यासाठी ते नवचित्रकलेचे पुरस्कर्ते आहेत असा आभास निर्माण करतात. ते जे काही काढतात, ते दुर्बोध, अनाकलनीय आणि निरर्थकही असतं. शिक्षकांनी ते त्यांच्या लक्षात आणून दिल्यावर, शिक्षकांच्या कल्पना कालबाह्य झालेल्या आहेत आणि आपण काढलेल्या चित्रातली प्रतीकात्मकता किती गहिरी आहे, याचं ते स्पष्टीकरण द्यायला लागतात. सगळा वर्ग हसून हसून बेजार होतो आणि शिक्षकदेखील त्यांचा प्रयत्न सोडून गमतीत सामील होतात.

बोलेक पिलबर्ग हे आणखी एक वैशिष्ट्यपूर्ण व्यक्तिमत्त्व आहे. शाळेत येताना तो रोज एक वेगळा सूट घालून येतो. त्याचे आईवडील श्रीमंत आहेत आणि तोही चांगला हुशार आहे. तो अठरा वर्षांचा असला, तरी त्यापेक्षा मोठा दिसतो. तो एक मध्यम उंचीचा आणि प्रभावी व्यक्तिमत्त्वाचा मुलगा आहे. बोलेकचा जन्म पॅलेस्टाईनमध्ये झाला होता; पण तो वस्तुत: ब्रिटिश नागरिक आहे आणि त्यामुळे त्याला ठरावीक काळानंतर गेस्टापोंना हजेरी देणं भाग पडतं. त्याने बरेचसे पैसे खर्चून इटालिअन

जन्मदाखला मिळवला आणि गेस्टापोंकडे त्याच्याच खऱ्या नावाने; पण इटालिअन नागरिक म्हणून नाव नोंदवलं. आता तो शाळेत दंडाला पट्टा न बांधता हिंडू शकतो. तरीही एकदा जर्मन लोक आमच्या शाळेची तपासणी करायला आले, तेव्हा त्याने पटकन दंडावर पट्टा बांधला. त्याचा चेहरा लालेलाल झाला आणि तो थरथरायला लागला. त्यावेळी तो किती भित्रा आहे ते मला कळलं.

आमच्या विद्यार्थ्यांत दोघं लायबरमान भाऊही आहेत. ते जर्मन निर्वासित आहेत. दोघांमधला धाकटा सोळा वर्षांचा आहे. तो लहानखुरा आणि आकर्षक आहे; पण एक कौशल्यपूर्ण ड्राफ्ट्समन आहे. मोठा भाऊ तेवीस वर्षांचा आहे. तो शोभिवंत वस्तूंवरचं रेखीव चित्ररेखाटन आणि पोस्टर डिझाईन काढण्यात कुशल आहे. प्रसिद्ध जर्मन ज्युईश चित्रकार, प्राध्यापक मॅक्स लायबरमानचे ते भाचे आहेत.

मुलींमध्ये इंका गारफंकेल अंतर्गत सजावट आणि फॅशन डिझायनिंगमध्ये विशेष प्रवीण आहे. तिच्या कल्पना स्वतंत्र आहेत आणि तिचं सगळं व्यक्तिमत्त्वच नजरेत भरण्याजोगं आहे. उंच, सडपातळ, लालसर-तपकिरी केसांची, काळ्या डोळ्यांची आणि फिक्कट त्वचेची ही तरुणी एखाद्या फॅशनविषयक मासिकातल्या मॉडेलसारखी दिसते. मी अलीकडेच तिचं पेस्टल रंगात व्यक्तिचित्र रंगवलं. ते आमच्या शिक्षकांना फार आवडलं. इंकाच्या कल्पना ठाम असतात. लवकरच ती जोझेफ स्विएका या विद्यार्थ्याशी विवाहबद्ध होणार आहे. जोझेफ घेट्टो पोलिसांत अधिकारी म्हणून काम करतो. ही जोडगोळी एक वर्षापासून एकमेकांना ओळखते आणि त्यांचं एकमेकांवर खूप प्रेम आहे. प्रेमामुळे त्यांना आजूबाजूच्या जगाचा पूर्ण विसर पडतो. आत्तापर्यंत आर्थिक परिस्थिती चांगली नसल्याने त्यांना लग्न करता आलं नव्हतं; पण आता इंकाही थोडंफार मिळवते आणि तिच्या वाग्दत्त वरालाही चांगला पगार मिळतोय, त्यामुळे त्यांनी विवाहबद्ध होण्याची तयारी सुरू केली आहे.

नीना वायगोइझ्का आणि जेनेट नॅटानसन यांची जोडगोळी अभेद्य आहे. त्या दिसायला आकर्षक आणि तरतरीत पण फुकट गेलेल्या आहेत. मुलांना पटवण्यात त्या चांगल्याच हुशार आहेत. त्यांची एक ढब म्हणजे त्या नेहमी फ्रेंचमध्ये बोलतात. मी नेहमी त्यांना इंग्रजीतून उत्तर देते. त्या ज्युईश दिसत नसल्याने दुसऱ्या बाजूला जाण्यात यशस्वी होतात. तिथे त्या महत्त्वाचे निरोप पोहोचवतात, ज्याबद्दल त्यांना भरघोस बक्षीस मिळतं. वयाने लहान असल्या तरी त्यांना बराच अनुभव आहे. त्या आपल्या आईबरोबर राहतात आणि त्यांना इतर भावंडंही नाहीत. त्यांचे वडील बऱ्याच वर्षांपूर्वी वारले.

नीना एकोणीस वर्षांची आहे, मध्यम उंचीची, काहीशी स्थूल; तिच्या केसांच्या वेण्या घालून ती त्या डोक्यावर गुंडाळते. जेनेटची उंचीपण मध्यम आहे, तिचे केस लांब, कुरळे आहेत आणि फिक्कट चेहऱ्यांना छोटे लालसर डाग आहेत. तिचे

मांजरासारखे हिरवे डोळे भेदक आहेत. शाळेतल्या सगळ्या मुलांच्या नजरा त्यांच्याकडे पुन्हापुन्हा वळतात. त्यांना ही मुलं 'धोकादायक नटमोगऱ्या' म्हणून ओळखतात.

एकंदरीत सगळे विद्यार्थी एकमेकांबरोबर मिळूनमिसळून वागतात आणि एकमेकांना शक्य असेल ती मदत करतात.

जुलै १०, १९४१

रशियन विमानं वॉर्साच्या परिसरात वरचेवर येतात आणि त्यांनी केलेल्या बॉम्बहल्ल्यांमुळे हवेत जोरदार कंपनं निर्माण होतात. मी नेहमीच रशियन विमानांची घरघर ऐकते; पण ते घेट्टोवर हल्ले करत नाहीत. म्हणून आम्ही धोक्याची सूचना देणारा भोंगा ऐकला तरी तळघरात जात नाही. हवेतला उष्मा भयंकर वाढला आहे आणि मी आमच्या दुमजली अपार्टमेंटच्या बाल्कनीत बसते. खिडक्यांत लावलेले टोमॅटो, गाजरं, मुळे वगैरे चांगले वाढायला लागले आहेत. डोक्याच्या वर दिसणारं सूर्यप्रकाशित निळं आकाश ही स्वातंत्र्याची एकमेव निशाणी आहे. मी माझी मैत्रीण लुटका लेडर हिच्याबरोबर इथे येते. ती सहाव्या मजल्यावर राहते. आम्ही आमच्या भविष्यकाळातल्या योजनांवर चर्चा करतो. लुटका तिची सावत्र आई आणि धाकटी बहीण यांच्याबरोबर इथे आली आहे. तिचे वडील रशियन लोकांच्या अधिपत्याखाली असलेल्या पोलंडमध्ये आहेत. जर्मन लोकांनी रशियात हातपाय पसरल्यापासून तिला वडिलांची काहीच बातमी कळली नाही. लुटका अठरा वर्षांची आहे. काळ्या केसांची, मध्यम बांध्याची, स्थूलत्वाकडे झुकणारी तरुणी. वेरा न्यूमन आणि मिकी रुबिनपण वरचेवर इथे येतात.

त्या मोकळ्या हवेत आम्ही काही काळासाठी आमच्या भोवतालचं दुःखी जग विसरतो; पण भिंतीने विभागलेल्या बाहेरच्या जगावरची फक्त एक नजर आमच्या गोड स्वप्नांचा चक्काचूर करायला पुरेशी ठरते. आमच्या बाल्कनीतून लोटा रस्त्यावरची आर्यन बाजू दिसते.

पाचव्या मजल्यावरच्या खिडकीतून पियानोचे सूर ऐकू येतात, बहुतेक एकच गाणं वाजवलेलं असतं, शूमानची 'ट्रमिराय'. जेव्हा मी ती धून ऐकते, तेव्हा नेहमी मला असं वाटतं, की कोणीतरी एक भली ख्रिस्ती व्यक्ती घेट्टोच्या दुर्दैवी रहिवाशांना दिलासा देण्यासाठी हे नाजूक सूर आळवतेय. कदाचित घेट्टोत आर्यन बाजूने फेकल्या जाणाऱ्या दगडांबद्दल ती व्यक्ती निषेधही व्यक्त करतेय. शूमानची ही मेलडी आम्हां प्रत्येकाला एका वेगळ्याच विश्वात घेऊन जाते.

लुटका तिचा प्रिय मित्र काझिक ब्रिलिआंटची स्वप्नं बघते. तो पलीकडच्याच घरात राहतो. तिच्या त्याच्याबद्दलच्या बोलण्यात किंवा विचार करण्यात बिलकूल खंड पडत नाही; पण तो मात्र तिच्याबद्दल पूर्णपणे उदासीन आहे.

मिकी रुबिनचे विचार नेहमी त्याच्या मूळच्या गावाबद्दल, लाईपझिंगबद्दल चालू असतात. तिथे तिने तिच्या तारुण्याची सर्वांत उत्तम वर्षं व्यतीत केली. ती फार भावनाप्रधान आहे आणि त्या जर्मनीतल्या गावात घडलेल्या तिच्या आयुष्यातल्या नगण्य घटनादेखील तिला आठवत असतात. त्या ठिकाणाहून तिला घेट्टोत पाठवण्यात आलं. तिच्यावर झालेला निष्ठुर अन्याय आणि गंभीर इजा, या सगळ्या गोष्टींमुळे देखील तिला त्या देशाचा विसर पडलेला नाही; कारण तिचा आणि तिच्या आईबाबांचा जन्म तिथेच झाला.

मला अतिशय घातकी पूर्वसूचना मिळतायत. गेल्या काही रात्री मला फार वाईट दु:स्वप्नं पडली. वॉर्सा रक्ताच्या समुद्रात बुडालंय, माझ्या बहिणी आणि आईवडील देखील त्यात बुडाले आहेत, असं ते स्वप्नं होतं. मी त्या स्वप्नात पालथ्या पडलेल्या प्रेतांवरून चालत होते, मला पळून जायचं होतं; पण मी जाऊ शकत नव्हते. थंड घामाने निथळत अतिशय भयभीत आणि क्लांत अवस्थेत मी जागी झाले. निळं आकाश आणि सोनेरी सूर्य हे माझ्या अवस्थेला आणखीनच तापदायक ठरतायत.

जुलै २७, १९४१

एका प्रदीर्घ लढ्यानंतर माझ्या वडिलांना शेवटी सर्व फायद्यांसह द्वारपालाची नोकरी मिळाली. गेले दोन आठवडे ते या जागेवर काम करतायत. प्रचलित ज्युईश दंडाच्या पट्ट्याबरोबर ते आता एक पिवळा पट्टाही बांधतात. त्याच्यावर 'हाऊस मास्टर' अशी अक्षरं कोरली आहेत. त्यांना कम्युनिटीने एक परिपत्र दिलंय, ज्यामध्ये असं लिहिलंय, की त्यांना अनिवार्य कष्टकरी कामातून वगळण्यात आलं आहे. आता ते कोणीतरी गोळी घालून ठार करण्याची भीती न बाळगता रस्त्यावर मोकळेपणाने फिरू शकतील. जेनिटरना मिळणारे दुसरे फायदे म्हणजे त्यांना वेगवेगळ्या कम्युनिटी करांतून सूट आहे; अन्नधान्याचं वाढीव रेशन आणि दोनशे लोटिस मासिक पगाराव्यतिरिक्त त्यांना राहायची विनामूल्य जागाही मिळते; पण त्यांची खरी कमाई असते ती रात्री दार उघडताना. कर्फ्यूच्या नियमांप्रमाणे दरवाजे लवकर बंद करून घ्यावे लागतात आणि ते उघडायचे झाल्यास प्रत्येक भाडेकरूला वीस ग्रॉसझी द्यावे लागतात. काही रात्री वीस लोटिस इतकी वर्गणीदेखील गोळा होते.

थोडक्यात म्हणजे सध्याच्या परिस्थितीत द्वारपालाची कमाई अनपेक्षितपणे चांगली असल्याने ही नोकरी मिळवणं कठीण आहे, त्यात आश्चर्य ते काय?

माझे वडील जेनिटरची सगळी कष्टाची कामं करण्याइतके सशक्त नसल्याने त्यांनी अंकल पर्सीला त्यांचा साहाय्यक म्हणून घेतलंय. त्यामुळे जिने धुऊन घेणं, कचऱ्याची विल्हेवाट लावणं, इमारती स्वच्छ ठेवणं या कामात त्यांना त्याची मदत होऊ शकेल.

सुरुवातीला आमच्या भाडेकरूंचा त्यांच्या नवीन द्वारपालावर विश्वास नव्हता, कारण तो स्वत: एक त्यांच्यासारखाच भाडेकरू होता. एक कलात्मक वस्तूंचा व्यापार करणारा आणि अभिजात चित्रांत दर्दी म्हणून ओळखला जाणारा एक व्यापारी, द्वारपालाची सर्वसाधारण कामं कशी करू शकेल? ती कल्पनाच त्यांना मुळात पचनी पडत नव्हती; पण लवकरच त्यांना कळून चुकलं, की एखादा प्रतिष्ठित नागरिक देखील द्वारपाल होऊ शकतो आणि तरीही प्रतिष्ठित नागरिक म्हणून राहू शकतो. आता हे भाडेकरू माझ्या वडिलांशी आणि अंकल पर्सीशीही अत्यंत आदराने वागतात.

आणि तसं बघायला गेलं तर सामाजिकदृष्ट्या एवढे खाली घसरलेले घेट्टोतले हे फक्त दोघेच लोक नाहीत, आमच्या शेजारच्या इमारतीमधील द्वारपाल व्यवसायाने इंजिनिअर असलेलेले प्लॉनस्किएर म्हणून आहेत, ते आमच्या कुटुंबाचे एक घनिष्ट स्नेही आहेत. एवढंच नव्हे तर आता कित्येक वकीलदेखील द्वारपालाचं काम करण्यात धन्यता मानत आहेत.

टायफस

जुलै २९, १९४१

टायफसची साथ थैमान घालते आहे. या साथीत मरण पावलेल्या लोकांची संख्या काल दोनशेच्या वर पोहोचली. डॉक्टर फक्त त्यांचे हात हवेत उंचावून त्यांची असमर्थता व्यक्त करतायत. औषधंही नाहीत आणि हॉस्पिटलमध्ये रुग्णांची अतोनात गर्दी आहे. वॉर्डात आणि कॉरिडॉरमध्ये रोज नवीन बिछाने टाकण्यात येतात; पण त्यामुळे प्रश्न काही सुटत नाही. बळींची संख्या रोज वाढतेच आहे.

लेसझ्नो आणि रायमारस्का रस्त्यांच्या कडेला असलेल्या हॉस्पिटलने त्यांच्या कार्यालयाच्या खिडकीत फलक लावलाय 'जागा नाहीत.'

सिएन्ना रस्त्यावरच्या 'द बरसन चिल्ड्रन्स हॉस्पिटल' वेगवेगळ्या वयांच्या मुलांनी भरून गेलंय, सगळी मुलं टायफसने आजारी आहेत. लेसझ्नो आणि झेलाझ्ना रस्त्याच्या कोपऱ्यावरच्या हॉस्पिटलने त्यांचे दरवाजे बंद केले आहेत. कारण आता एकाही रुग्णासाठी तिथे जागा नाही.

काही दिवसांपूर्वी, लेसझ्नो रस्त्यावर मी एका व्यक्तीला वयाने बऱ्याच मोठ्या असलेल्या मुलाला त्याच्या बाहुपाशात घेऊन जाताना पाहिलं. दोघांच्या अंगावर चिंध्या होत्या. त्या रुग्णाचा चेहरा तापाने लालभडक झाला होता. तो भ्रम होऊन बरळत होता. लेसझ्नो आणि झेलाझ्ना रस्त्याच्या कोपऱ्यावर हॉस्पिटलच्या प्रवेशद्वारासमोर तो घुटमळून थांबला. तो काही वेळ तिथेच थांबला. काय करावं ते त्याला सुचत नव्हतं. बहुतेक शेवटी त्याने हॉस्पिटलच्या पायऱ्यांवर त्या मुलाला ठेवलं आणि काही पावलं मागे गेला. तो थकलेला मुलगा फेफरं येऊन थडाथडा उडत होता आणि कण्हतही होता. एकाएकी पांढऱ्या गणवेषातली एक परिचारिका बाहेर आली आणि त्या दुःखी बापाला खडसावायला लागली. तो बिचारा मान खाली घालून उभा होता, हुंदके देऊन रडत होता. काही वेळानंतर मी पाहिलं तेव्हा तो मुलगा गाढ झोपल्याप्रमाणे निपचित पडला होता. त्याचे डोळे बंद होते आणि चेहऱ्यावर एक

मेरी आणि तिची बहीण ॲना वॉर्सा घेट्टोत

वेगळाच शांत भाव होता.

काही क्षणांनंतर त्या रडणाऱ्या वडिलांनी मुलाकडे नजर टाकली. त्याच्या शरीरावर वाकून ते एकटक त्याच्या चेहऱ्याकडे बघत राहिले. जिवंतपणाचं कुठे चिन्ह दिसतं का ते शोधण्याचा जणू काही प्रयत्न करत होते ते.

पण सगळं संपलं होतं. लवकरच एक लहान काळी गाडी आली आणि त्या मुलाचं मृत शरीर गाडीतल्या इतर शरीरांवर टाकून निघून गेली. काही वेळ त्या मुलाच्या बापाने गाडी निघून गेली त्या दिशेने एकटक पाहिलं आणि मग तो दिसेनासा झाला.

हॉस्पिटलच्या बाहेर आजारी लोकांना ठेवणं, हे रोजच घडतंय. मुलांच्या मातांना वाटतं, की अशा पद्धतीने तरी निदान त्यांना वैद्यकीय मदत मिळू शकेल.

या साथीने गोसिआ, नलिवकी, नोवोलिपकी आणि नोवोलिपाय रस्त्यांवर विशेष उग्र स्वरूप धारण केलंय. 'छोट्या-घेट्टो' मध्ये परिस्थिती थोडी ठीक आहे. कारण तिथे राहणाऱ्या लोकांची आर्थिक परिस्थिती तुलनात्मकदृष्ट्या बरी असल्याने त्यांच्यात खाजगी वैद्यकीय सेवांचा लाभ घेण्याची क्षमता आहे.

अलीकडेच ॲन्टिटायफस सिरम एलवॉव येथून आणण्यात आलं आहे. ते एक महिन्यापूर्वी जर्मन लोकांना मिळालं. सोव्हिएट लोकांनी एलवॉवचा विध्वंस करताना तिथे ही ॲन्टि-टायफसची लस असलेल्या नलिकांचा साठा मोठ्या प्रमाणात ठेवला. आता बहुतेक हे औषध वॉर्सामध्ये गुपचूप आणण्यात आलं आहे; पण फक्त श्रीमंत लोकांनाच ते विकत घेणं परवडतं, कारण एका ट्यूबला हजारो लोटिस मोजावे लागतात.

घेट्टोतल्या काही रहिवाशांकडे स्वित्झर्लंडहून या ॲन्टिटायफस सिरमची पार्सलं येतात. स्विस सिरम रशियन सिरमपेक्षा उच्च दर्जाचं आहे. या औषधांचा एक बाजारच चाललाय घेट्टोत. माझ्या ओळखीचा हेनिएक ग्रीनबर्ग या व्यवहारात गुंतलाय आणि त्याने मला त्याची काही माहितीही दिलीय.

हेनिएक एक उंचापुरा, सोनेरी केसांचा, नॉर्डिक प्रकारात मोडणारा तरुण आहे,

ज्युईश चेहरेपट्टीचा एकही विशेष त्याच्यामध्ये आढळत नाही. एका भूमिगत मार्गाने तो दुसऱ्या बाजूला जातो. तिथे तो बनावट कागदपत्रांच्या आधारावर पोलिश म्हणून खपून जातो. घेट्टोतल्या सधन ज्यूंसाठी तो तिथून अँन्टिटायफस सिरमच्या नलिका घेऊन येतो. त्याच्यासाठी त्याला मागणी नोंदविणाऱ्यांनी आगाऊ रक्कमही दिलेली असते. तो एलवॉव येथून त्या नलिका मिळवतो. हेनिएकच्या आर्यन लोकांशी मिळत्याजुळत्या रूपाचा आणि बनावट कागदपत्रांचा मुद्दा विचारात घेतला तरीदेखील ही सफर करणं तेवढं सोपं नाही. गाड्यांतून शोध घेतला जातो. जर्मन लोक नुसतेच अशा चोरून आणलेल्या वस्तू बळकावून थांबत नाहीत, तर त्यावर भरमसाट दंडही वसूल करतात आणि जर का हेनिएकची ज्युईश ओळख उघड झाली, तर अधिकच कडक शिक्षा देण्यात येईल; पण हेनिएक हा एक अनुभवी स्मगलर आहे. युद्ध चालू असतानाच्या तीन वर्षांच्या कालावधीत त्याने कित्येक सीमारेषा ओलांडल्या, पोलिसांपासून लपून छपून वेगवेगळे व्यापार केले आणि नाना संकटांना टाळण्यात यश मिळवलं. त्याच्या नवीन व्यापारात तो काही यशस्वी लोकांपैकी एक आहे. त्याच्या उमद्या व्यक्तिमत्त्वावरून आणि त्याची बायको, मुलगी यांच्या छानछोकीच्या कपड्यालत्त्यांवरून ही अटकळ सहज बांधता येते. त्याची बहीण इव्हा ग्रीनबर्ग आमच्या गृहसमितीची सभासद आहे आणि त्याची चुलत बहीण रुटका माझ्या धाकट्या बहिणीची, अँनाची मैत्रीण आहे. रुटका तिचे बहुतेक सगळे दिवस आमच्या अपार्टमेंटमध्येच घालवते आणि माझे आईवडील तिला त्यांच्या मुलीप्रमाणे वागवतात.

जुलै ३१, १९४१

काल आमची शेवटची परीक्षा झाली. मी सगळ्या विषयांत उत्तीर्ण झाले आणि लगेचच पुढच्या अभ्यासक्रमासाठी नाव नोंदवलं. हा अभ्यासक्रम आणखी सात महिने चालेल.

मी आत्ता आमच्या नवीन अपार्टमेंटच्या खिडकीत बसून रस्त्यावरची रहदारी न्याहाळते आहे. या खिडकीचं तोंड सोसनोवाजवळच्या सिएन्ना रस्त्याच्या भागाकडे आहे. या भागात बरीच वर्दळ असते. रस्त्याच्या कोपऱ्यावर वर्तमानपत्रं मिळतात. घेट्टोत अधिकृतपणे फक्त 'गॅझेटा झायडोवस्का' हेच वृत्तपत्र विकण्यासाठी परवानगी असली, तरी बाकीची चोरून विक्रीस आलेली, 'नोवी कुर्जेर वार्सझावस्की', 'दास राइश', 'द क्रॅकाऊर झायटुंग' आणि 'वोएलकिशे बिओबाकटर' ही वृत्तपत्रंही उपलब्ध असतात. अधिकृत नाझी वृत्तपत्रांत पोलंडमधील वेगवेगळ्या घेट्टोतल्या मनोरंजक गोष्टी छापलेल्या असतात.

वृत्तपत्रांच्या स्टॉलशेजारी कॅन्डी आणि सिगारेटी विकणारा विक्रेता बसतो. तो एक बुद्धिमान दिसणारा प्रौढ माणूस आहे. तो अर्धवट झोपेत असल्यासारखा

भिंतीला टेकून बसलेला आहे. घेट्टोतल्या छोट्या छोट्या कारखान्यांत उसाचा चोथा आणि सॅकरिन यांच्यापासून बनवलेली कॅन्डी तो विकतो. साखरेची किंमत आता एका पौंडाला तीस लोटिस आहे. काही कॅन्डी कागदाच्या वेष्टनात गुंडाळलेली असते आणि त्याच्यावर डेव्हिडचा तारा, तसंच 'द ज्युईश क्वार्टर' असे शब्द छापलेले असतात. एका कॅन्डीला वीस ते तीस ग्रॅासझी पडतात. एका कॅन्डीला एक लोटी अशा किमतीची कॅन्डीही उपलब्ध आहे.

त्या विक्रेत्याच्या जवळच एक प्रौढ महिला एक छोटंसं टेबल मांडून त्याच्यावर दंडावर बांधायचे पट्टे विकते. त्यांची किंमत आहे प्रत्येकी पन्नास ग्रॅासझी ते दोन लोटिस. सर्वांत स्वस्त पट्टे कागदाचे बनवलेले असतात आणि त्याच्यावर डेव्हिडचा तारा छापलेला असतो. सर्वांत महाग पट्टे लिननच्या कापडापासून बनवलेले आहेत. त्याच्यावर हाताने कशिदा काढून डेव्हिडचा तारा विणलेला असतो आणि रबरबँडही लावलेला असतो. या दंडावर बांधायच्या पट्ट्यांना चांगलीच मागणी आहे, कारण जर्मन लोक याबाबतीत फारच संवेदनशील आहेत. जेव्हा एखादा ज्यू चुरगळलेला किंवा मळलेला पट्टा लावून जाताना त्यांना आढळतो, तेव्हा ते त्याला लगेच बदडून काढतात.

सिएन्ना रस्त्यावर बऱ्याच लोकप्रिय व्यक्ती आहेत. त्यातली एक व्यक्ती आहे मिसेस बेला गेलबार्ड. एक उंच, काहीशी स्थूल, तरतरीत दिसणारी बाई. तिचे केस मऊशार काळे आणि थोडीशी रुपेरी छटा असलेले आहेत. ती सावकाश चालते. तिच्याबरोबर तिचा एक पाळीव छोटासा काळा कुत्राही चालत असतो. दररोज ती त्याच वेळेला कुत्र्याला फिरायला नेते. काही वेळा तिच्याबरोबर आमच्या शाळेतली मुलंही असतात. ती मुलं तिला विशेष प्रिय आहेत, कारण ती कलांची आश्रयदाती आहे. तिची त्यांच्याबरोबरची चर्चा चांगलीच रंगते. तिने जवळपास पन्नाशी गाठलेली असूनदेखील त्या लहान मुलांत तिलाही तरुण झाल्यासारखं वाटतं.

आमच्या घराच्या पुढंच बेचाळीस नंबरचं घर, जेव्हा हल्ला झाला तेव्हा जाळून टाकण्यात आलं होतं. आज सकाळी तिथे एक मध्यमवयीन बाई बसलेली मी बघितली. तिची अवस्था फारच बिकट होती. स्कर्व्ही रोगाने तिचं तोंड सुजलं होतं. नाकपुड्या फाकल्या होत्या. तिचं शरीर उचलून उभं राहणं तिला जमत नव्हतं. शेवटी तिच्या काठीच्या आधाराने ती कशीबशी उभी राहिली. तिच्या जवळच्या गाठोड्यातला एक पावाचा तुकडा काढून तिने तो तोंडात घालून चघळण्याचा प्रयत्न केला; पण तिला काही तो खाववला नाही आणि तिने तो थुंकून टाकला.

धडपडत, काठीच्या आधाराने चालत, तिने काही पावलं टाकली आणि एकाएकी ती भिंतीवर तिचं डोकं आपटून घेत रडायला लागली, 'लोकांनो, माझ्यावर दया करा, मला मारून टाका.'

मग ती जडपणे खाली कोसळली. तिने त्या वेळी तिचे हात पसरलेले होते. क्षणभर मला तर वाटलं, की तिच्या दु:खांचा शेवट झालाय; पण ती पुन्हा हलायला लागली आणि बसलेल्या आवाजात काहीतरी अगम्य शब्द उच्चारायला लागली. मी रुग्णवाहिका जिथे मिळते, त्या ठिकाणी जाऊन एवढं आकांडतांडव केलं, की शेवटी त्यांनी त्या बिचाऱ्या बाईला तिथून नेण्यासाठी कोणालातरी पाठवलं.

सिएन्ना रस्त्यावर अशी दृश्यं विशेष दिसत नाहीत; पण झायबोवस्काच्या जवळचे रस्ते, उपासमार झालेले लोक वस्तीमध्ये मदतीसाठी आल्याने भरून जातात. ही मुलं नग्न असतात, त्यांचे पालक मरण पावलेले असतात. ही चिंध्या पांघरलेली मुलं अतिशय कृश झालेली असतात. त्यांची पिवळट पडलेली त्वचा त्यांच्या अंगावर ताणली गेल्याने आतली हाडेही दिसत असतात. स्कर्व्ही रोगाची ही सुरुवात असते. या भयानक रोगाच्या शेवटच्या अवस्थेत हीच छोटीशी शरीरं फुगतात आणि त्यावर जखमा तरारून येतात. काहींनी त्यांच्या पायाचे अंगठे गमावल्याने ती कण्हत कण्हत खुरडत राहतात. ती आता माणासांपेक्षा माकडांसारखी दिसतात. ती आता पावाची भीक मागण्याऐवजी मृत्यूची भीक मागतात.

विदेशी वार्ताहरांनो, कुठे आहात तुम्ही? तुम्ही इथे का येत नाही आणि घेट्टोतली ही हादरवून टाकणारी दृश्यं लोकांना वर्णन करून का सांगत नाही? बहुतेक तुम्हाला तुमची भूक मारायची नाही, किंवा मग नाझी तुम्हाला जे सांगतात त्याने तुमचं समाधान होत असेल. त्यांनी तुम्हांला असंच सांगितलं असेल, की ज्यू लोकांना घेट्टोत वेगळं काढण्याचं कारण म्हणजे आर्यन बाजूच्या लोकांना साथीचे रोग आणि घाणीपासून वाचवण्याचा एक उपाय आहे.

नाझींची हुकूमत असलेल्या *नोवी कुर्जेर वॉर्सझावस्कीत* मी काही काळापूर्वी घेट्टोवरचे काही अहवाल वाचले होते. ते अहवाल स्पॅनिश आणि रुमानिअन संवाददात्यांनी लिहिले होते. एका मोठ्या मासिकाचं प्रतिनिधित्व करणारा अमेरिकन संवाददाता देखील नाझींच्या प्रचाराला बळी पडला होता, काय तर म्हणे वॉर्सातील घेट्टोत स्वच्छतेची आवश्यकता आहे! सगळं जग कलूषित तर झालेलं नाही? या जगात कुठेही न्याय उरलेला नाही? आमचे नैराश्याचे चित्कार कोणी ऐकणार नाही का?

कोमिटेटोवा रस्ता स्कर्व्हीमुळे बळी पडलेल्या मुलांची दफनभूमी झाली आहे. या रस्त्यावर राहणारे रहिवासी लांबलचक अशा भुयारसदृश तळघरात राहतात. तिथे कधी सूर्यकिरणांचा प्रवेशही झाला नसेल. घाणेरड्या, अरुंद खिडक्यांच्या तावदानांतून सुकलेले चेहरे आणि विस्कटलेल्या केसांची डोकी दिसू शकतात. ज्यांना त्यांच्या खाटांवरून उठण्याचीदेखील ताकद राहिलेली नाही, असे हे वृद्ध लोक आहेत. विझत चाललेल्या डोळ्यांनी ते रस्त्यावर वाटचाल करणारे हजारो जोडे न्याहाळत

राहतात. त्या छोट्याशा खिडकीतून कधीतरी एखादा कृश हात पावाच्या एखाद्या तुकड्याची भीक मागण्यासाठी बाहेर येतो.

झायबोवस्का रस्त्यावरचं दृश्य काही कमी दुःखद नाही. लोखंडी नाहीतर विटांच्या चुल्यांवर मोठ्या भांड्यांत पाणी उकळत ठेवलेलं असतं. चाळीस ग्रॅसझींना एक ग्लास गरम पाण्यात सॅकरिन टाकून आणि त्याच्याबरोबर पावाचा एक तुकडा मिळतो. लोक तिथे बरीच गर्दी करतात. एक बाई घोड्याच्या हाडांपासून बनवलेली जेली विकत असते. तिला एका कॅन्डीसाठी दहा ग्रॅासझी पडतात. आणखी एक बाई 'स्टिंकीज्' नावाने घेट्टोत ओळखल्या जाणाऱ्या लहान माशांपासून बनवलेले फिश केक विकत बसलेली असते. या फिशकेकला प्रतिनग तीस ग्रॅास्झी पडतात आणि त्याच्याबरोबर पावाचा तुकडा असेल, तर पन्नास ग्रॅास्झी. हे पदार्थ विकत घ्यायलाही बरेच ग्राहक असतात.

झायबोवस्कामध्ये नेहमीच भिकाऱ्यांच्या झुंडीच्या झुंडी असतात, कारण कम्युनिटीने चालवलेला सर्वांत मोठा सार्वजनिक मुदपाकखाना इथेच आहे. हा रस्ता म्हणजे टायफस साथीचा भयानक उगम आहे. प्रत्येक घराघरात टायफसचे कित्येक रुग्ण आहेत; पण ज्यांना अजूनही चालता येतं, त्यांना वाटतं की ते या भयंकर रोगातून अजूनही वाचतील. प्रत्येकजण आजूबाजूला आढळणारा मृत्यूचा संचार विसरायचा प्रयत्न करतो. हे विसरण्यासाठी घेट्टोच्या मध्यभागी असलेलं कॅफे हिर्शफिल्ड हे एक लोकप्रिय ठिकाण आहे.

ते आहे सिएन्ना आणि सॉसनोवा रस्त्यांच्या कोपऱ्यावर. तुमच्या मनात जे काही असेल, ते सगळं तिथे आहे. महागडी दारू, कॉनॅक, लोणच्यात मुरवलेले मासे, डबाबंद अन्नपदार्थ, बदकं, चिकन आणि गूझ. एका रात्रीच्या मद्याबरोबरच्या जेवणाचे इथे शंभर ते दोनशे लोटिस मोजावे लागतात. सर्वांत महत्त्वाचे स्मगलर लोक आणि त्यांच्या रखेल्या, यांचं हा कॅफे म्हणजे एक संकेतस्थळ आहे. फक्त एक वेळच्या जेवणासाठी इथे बायका स्वतःला विकतात. षोडषा त्यांच्या प्रियकरांबरोबर इथे येतात. त्यांचे हे बदमाष मित्र गेस्टापोंसाठी काम करतात. नंतर काय होईल याचा विचार या मुलींच्या डोक्यात नसतो... तेवढं त्यांचं वय नसतं. चांगलं जेवण्यासाठी त्या तिथे येतात. दुसऱ्या दिवशी याच मुली त्यांच्या प्रियकरांबरोबर गोळ्या घालून मारून टाकलेल्याही आढळतात. घेट्टोतले संघटित तरुण फितुरांबरोबर निष्ठुरतेनेच वागतात.

मिलेक, ज्याचं खरं नाव कोणाला ठाऊक नाही, हा एक गेस्टापो हस्तक आहे आणि तो या कॅफेला वरचेवर भेट देतो. उंच, सोनेरी केसांचा आणि चांगलं खाणारा विद्यार्थी, तब्येत राखून असलेला हा तरुण ऑफिसरचे ब्रीचेस आणि लांब स्पोर्ट्स कोट घालतो. तो एक कुप्रसिद्ध डॉन वॉन आहे; एखादी मुलगी त्याच्या नजरेत भरली, तर ती त्याला गुंगारा देऊच शकत नाही. तिने जर प्रतिकार केलाच, तर तो

तिला गेस्टापोची भीती घालतो, ज्याचा अर्थ सर्वसाधारणपणे मृत्यू असाच असतो. मिलेककडे नेहमीच बंदूक असते. बऱ्याच भूमिगत लोकांना ठार केल्याची तो बढाई मारतो.

हेनिएक ग्रीनबर्ग हादेखील कॅफे हिर्शफिल्डला वरचेवर भेट देतो. त्याचे धंद्याचे व्यवहार करायला ती एक चांगली जागा आहे. दहा कॅरटचा हिरा किंवा सोनं, एक ग्रॅम प्लॅटिनम, किंवा बनावट ओळखपत्रं इत्यादी विकणं हा त्याचा धंदा आहे.

कधी कधी या कॅफेत घडणाऱ्या काही दुःखद गोष्टींबद्दल हेनिएकने मला सांगितलं. जर्मन लोक बरेच वेळा कॅफेवर छापा टाकतात. कॅफेला वेढा घालून ते सगळ्या लोकांची झडती घेतात आणि मिळालेला माल लुटून नेतात.

तरीदेखील या कॅफेत गर्दी असतेच. आणखी एक नियमित जाणारी व्यक्ती म्हणजे पोला फक्स, किंवा 'पोलसिया मॉप्स' या टोपणनावाने ओळखली जाणारी अठरा वर्षांची उंच, सोनेरी केसांची आणि सुंदर पायांची एक तरुणी. अल्फॉन्स पी. नावाचा सिलेसिआचा तरुण तिच्या प्रेमात पडला आहे. पोला त्या गोष्टीचा चांगलाच फायदा उठवते आहे. कदाचित तो तिला खरोखरच आवडत असावा.

तोही दिसायला देखणा आहे आणि त्याचे आई-वडील जर्मन जातकुळीचे आहेत; पण तो स्वतःला पोलिश मानतो. तो हेनिएकचा मित्र आहे आणि एकदा त्याने त्याला एका कठीण प्रसंगातून वाचवलं होतं.

अल्फॉन्स पी. जेव्हा घेट्टोत येतो, तेव्हा त्याच्या या रखेलीबरोबर ग्रीनबर्गमध्ये राहतो. पोला नेहमीच उंची कपडे घालते. ती तिच्या प्रियकराने भेट दिलेले उंची फ्रेंच रेशमी कपडे वापरते. सिएन्ना रस्त्यावरून जाताना मी नेहमी तिला बघते. आमच्या इमारतीतले सगळे लोक तिला ओळखतात.

अलीकडे घेट्टोत येणं पोलिश लोकांना कठीण झालंय; पण अल्फॉन्सची गेस्टापोंशी चांगली ओळख आहे आणि तसंही पूर्ण सत्य कोणाला माहीत आहे? कदाचित तोच एक गेस्टापो हस्तक असायचा.

बेकायदेशीर लोक आणि भूमिगत कारवाया करणारे, हे लोकही हिर्शफिल्डमध्ये भेटतात.

मृत्युदंडाची भीती घालूनही कित्येक मनाई असलेल्या गोष्टी घेट्टोत केल्या जातात. आर्यन बाजूलादेखील तेच. तसं पाहिलं तर सगळ्याच गोष्टींना मनाई आहे. नाझींनी सेन्सॉर न केलेली वर्तमानपत्रं छापायला मनाई आहे. राष्ट्रीय गीतं म्हणायला, धार्मिक विधींना जायला, शाळा आणि सार्वजनिक बागेत जायला, गाडीने प्रवास करायला– थोडक्यात म्हणजे, जगायलाच मनाई आहे! तरीही नाझींच्या राज्यात आम्ही जगतोय आणि गुलामगिरीच्या या अवस्थेतही टिकून राहायची आम्हाला आशा आहे.

सप्टेंबर १०, १९४१

आमचा नाट्यप्रयोग करणारा गट, एलझेडए, बहुतेक आमच्या घरीच एकत्र जमतो. मला असं वाटतं, की आम्ही फार काळ टिकाव धरू शकणार नाही. एक प्रकारची आत्यंतिक भयानक निराशा सगळीकडे दाटून राहिली आहे. एडझिआ पिआसकोवस्काची आई टायफसने आजारी आहे. ते लोक कारमेलिका रस्त्यावर राहतात. तिथे तर टायफसची साथ चांगलीच जोरात आहे. एडसिआला तिचं घर सोडण्यास भाग पाडण्यात आलं आहे. ती आता आमच्याबरोबर राहते. मिस्झाचे वडीलही खूप आजारी आहेत. मायटेक फाइनही कुठेतरी परगण्याला गेले आहेत आणि आम्हाला त्यांची काहीच खबरबात कळली नाही. मँडेलटॉर्टचे वडील टायफसने मरण पावले आणि आता एडेक वॉल्कोविक्झला त्याची लागण झालीय.

हॅरी खूप निराश झालाय. वैद्यकीय तज्ज्ञांना अलीकडेच लक्षात आलं, की त्याचा क्षयरोग चांगलाच बळावलाय. बोलेक ग्लिक्सबर्ग घेट्टोतून पळ काढण्याच्या तयारीत आहे. डोलेकने त्याच्या दंडावर वडिलांच्या मृत्यूबद्दल दुखवटा दर्शवणारा पट्टा लावलाय. ओलाचीपण आर्थिक परिस्थिती डबघाईला आल्याने नाराज आहे. आल्या आल्या, घरून निघताना ती काहीतरी खायला विसरली असं कारण सांगून तिने माझ्याकडे थोडा पाव मागितला. काहीही वाद न घालता मी तिला ताबडतोब थोडं जेवायला दिलं.

१९४२ च्या काळात रुग्णवाहिकेवर सेवा देणाऱ्या सेवकाची टोपी घातलेला ताडेक स्झाजेर

आमच्या तुलनेने ताडेक आनंदी मूडमध्ये आहे आणि त्यात काही आश्चर्य नाही. त्याचे वडीलही सुपरिचित लॉड्झ वकील आहेत आणि चांगला पैसा कमावतात. घेट्टोतल्या 'थर्टीन' या संघटनेत कमांडरला ते मदत करतात. मला तर अशी शंका आहे, की ते गुपचूपणे नाझींबरोबर व्यवहार करीत असावेत.

ताडेक खाऊन पिऊन सुखी आहे आणि नेहमीच टापटिपीने पोशाख करतो. दिसतोही देखणा, तो माझ्या प्रेमात पडलाय. त्याने मला परवा तसं उघडच सांगितलं. तो मला वरचेवर भेटायला येतो; पण जेव्हा तो मला रोमेकबरोबर बघतो, तेव्हा त्याचा चेहरा फुगतो. रोमेकला तो त्याचा एक तीव्र स्पर्धक मानतो. ते दोघेही चांगले मित्र आहेत. सर्वसाधारणपणे त्यांचं चांगलं पटतं; पण माझ्याबरोबर असले, की तो सूर बिघडतो आणि दोघं भांडायला लागतात.

रोमेकला त्याच्या कुटुंबाला जगवण्यासाठी खूप कष्ट करावे लागतात, त्यामुळे त्याच्या वागण्यात एक प्रकारचा कडवटपणा आलाय. प्रत्येक दिवशी तो जेव्हा घरी परततो, तेव्हा पूर्ण थकून गेलेला असतो. तरीही तो मला प्रत्येक संध्याकाळी भेटायला आल्याखेरीज राहत नाही. ताडेकला कसल्याही चिंता नाहीत, तो फक्त अभ्यास करतो आणि त्याच्या फावल्या वेळात तो मला त्याच्या माझ्यावरच्या प्रेमाची ग्वाही देत वैताग आणतो. मला त्याच्यात अजिबात रस नाही, उलट मला त्याचं हे प्रेमप्रदर्शन बिलकुल आवडत नाही. मला त्याचे ते ऐटबाज कपडे, त्याचं छाकटं रुपडं आणि ऑटोरिक्षातून फिरणं, यांची चीड येते.

देवाला ठाऊक आहे, की मला त्याचा हेवा वाटत नाही; पण रोमेकला त्याच्या तुलनेने जगण्यासाठी एवढी धडपड करावी लागते हा विचार मला दु:ख देतो; पण रोमेक त्याच्या नशिबाला दोष देत नाही. मला भेटायला आल्यावर तो आरामखुर्चीत कोसळल्यासारखा बसतो आणि डोळे मिटून बराच काळ शांत राहतो, जणू काही स्वप्नं बघत असल्यासारखा. तो नेहमीच निराश असतो. निघताना तो माझं चुंबन घेतो आणि भविष्याविषयी काही आशावादी बोल ऐकवण्याचा प्रयत्न करतो; पण काही दिवसांपूर्वीच, मला मिठीत घेऊन एखाद्या मोठ्या माणसाने लहान मुलीशी बोलावं, तसं म्हणाला, "छोट्या मुली, तुला जास्त काही कळत नाही, हे चांगलं आहे. जेवढा त्रास मी भोगतोय, तेवढा तुला होत नाही, याचा मला आनंद आहे."

माझा गळा अश्रूंनी दाटून आला. कारण सगळं कळत असूनदेखील मी असमर्थ आहे आणि कोणालाही मदत करू शकत नाही.

कधीतरी आम्ही रोमेकच्या घरी भेटतो; पण माझ्या घरापासून त्याच्या घरापर्यंतचा रस्ता धोकादायक आहे. जर्मन रक्षक कोणतीही पूर्वसूचना न देता, किंवा विनाकारणही गोळीबार करतात. म्हणून मला सोबत म्हणून हॅरी आणि बोलेक काल माझ्यासोबत आले आणि मग आम्ही रोमेककडे एकत्र गेलो.

तो दिवस उष्म्याचा होता. आम्ही सुमारे दुपारी चार वाजता पोहोचलो. रस्त्यावर लोक घाईघाईत फिरत होते. त्यांच्या डोळ्यांत भीतीची भावना दाटून आली होती. पावलोपावली तणाव जाणवत होता. लेसझ्नो आणि झेलाझ्ना रस्त्यांच्या कोपऱ्यावर पोहोचल्यावर आम्हाला ते ठिकाण निर्मनुष्य झालेलं दिसलं. मला घरी घेऊन जाण्यासाठी मी हॅरीला सुचवलं; पण तोपर्यंत फार उशीर झाला होता. एका जर्मन शिपायाला मी आमच्याकडे बंदूक रोखताना पाहिलं. भीतीने माझ्या काळजाचं पाणी पाणी झालं. माझा शेवट जवळ आलाय असं वाटलं मला. माझे पाय लटपटायला लागले. दोन्ही मुलांनी माझे दंड पकडले आणि धिटाईने रस्ता ओलांडायला सुरुवात केली. माझ्या खांद्यावर मला चुरचुरल्यासारखी जाणीव झाली, जणू काही तिथे बंदुकीची गोळी लागली असावी. रस्त्यावर विलक्षण शांतता होती. एकाएकी फटाका फुटल्यासारखा आवाज झाला आणि रस्त्याच्या मध्यभागी एक गोळी सणसणत गेली. नशीब बलवत्तर म्हणून आम्ही एका अत्यंत धोकादायक भागातून सटकलो होतो. हॅरी आणि बोलेक भीतीने पांढरेफटक पडले होते. मीही पार हादरून गेले होते. रोमेकच्या घरी पोचल्यावरदेखील माझ्या जिवात जीव नव्हता.

काही मिनिटांतच, मरिसिआ, रोमेकची बहीण धापा टाकतच खोलीत शिरली आणि तिने रस्त्यावरच्या गोळीबाराबद्दल सांगायला सुरुवात केली. रोमेक शांत होता; पण त्याच्या डोळ्यांत त्या गोष्टीबद्दलची प्रतिक्रिया उमटली होती. नंतर त्याने मला घरी सोडलं. कोपऱ्यावर एक माणूस हातातल्या दंडुक्याने जाणाऱ्या-येणाऱ्या व्यक्तींच्या डोक्यावर प्रहार करत होता. छोट्या घेट्टोत जायला दुसरा मार्गच नसल्याने तिथूनच जावं लागत होतं.

आम्ही कसेतरी लपतछपत तिथून त्या मारहाणीपासून सुटका करून घेत, गर्दीचा फायदा घेऊन पुढे गेलो. प्रवेशद्वारापासून जाताना डोक्यावरची टोपी काढून सर्वांना जर्मन लोकांना 'सॅल्यूट' ठोकावा लागत होता. त्यांच्या उघड्या डोक्यावर काठीचे प्रहार झाल्याने दुसऱ्या बाजूला येणाऱ्या लोकांच्या चेहऱ्यांवर रक्ताचे ओघळ वाहताना दिसत होते.

हा नरकवास केव्हा संपणार?

सप्टेंबर २०, १९४१

नाझींना विजयोन्माद झालाय. कीव्हचा पाडाव झाला आहे. लवकरच हिमलर मॉस्कोत असेल. लंडनमध्ये जोराचे बॉम्बहल्ले चालू आहेत. जर्मन लोक हे युद्ध जिंकणार तर नाहीत? नाही, नाही, हजार वेळा नाही. मित्रराष्ट्रं जर्मन शहरांवर हल्ले का करत नाहीत? अजून बर्लिन अभेद्य का आहे? पृथ्वीच्या पाठीवरून जर्मनी पुसलं गेलं पाहिजे. अशा लोकांना अस्तित्वात राहू देता कामा नये. जर्मन सैनिकच नव्हे,

तर इतरदेखील गुन्हेगार आहेत, लूटमार, खून करून मजेत जगणारे.

आमच्याकडे जर शस्त्रं असती, आम्हाला प्रतिकारासाठी काही करता आलं असतं, सूड घेता आला असता तर? पण आम्ही हतबल आहोत, आम्ही फक्त मान खाली घालून प्रार्थना करू शकतो.

उद्या रात्री रोश हशन्ना आहे, ज्युईश नवीन वर्ष. या पवित्र दिवशी नाझींचा काहीतरी भयानक घडवण्याचा विचार आहे, अशी आम्हाला भीती वाटते; कारण प्रत्येक ज्युईश सुटीच्या दिवशी ते काहीतरी अमानुष कृत्य करतात. त्यांनी एक विशेष इशारा देणारी सूचना जारी केलीय, ज्यूंनी प्रार्थनेसाठी एकत्र जमायचं नाही, नाहीतर त्यांना गोळ्या घातल्या जातील.

सिएन्ना रस्त्याला घेट्टोपासून वेगळं करण्याबद्दलच्या योजनांचीदेखील चर्चा चालू आहे. जर्मन लोक या रस्त्यासाठी सात पौंड सोनं खंडणी म्हणून मागतात. सिएन्ना रस्त्यावर राहणाऱ्या लोकांकडून मौल्यवान वस्तू गोळा करण्यात येत आहेत. संकट टाळण्यासाठी लोक त्यांच्याकडची शेवटची अंगठी नाहीतर कानातले झुमकेही देऊन टाकत आहेत.

"तुमच्याच भावाच्या विरोधात हिंसा"

सप्टेंबर २३, १९४१

दुर्दैवाने आमच्या मनातली सुक्ट्यांच्या पूर्वीची धाकधूक खरी ठरली. कालच, 'रोश हशन्ना'च्या संध्याकाळी, जर्मन लोकांनी कम्युनिटीच्या प्रतिनिधींना कामगारांच्या छावणीसाठी पाच हजार माणसं ताबडतोब पुरवायचं फर्मान सोडलं. इंजिनिअर झेरनिआकॉव्ह या कम्युनिटीच्या प्रतिनिधींचे प्रमुख आहेत. कम्युनिटीने ही आज्ञा पाळण्यास नकार दिला. मग जर्मनांनी घेट्टोत प्रवेश करून रणधुमाळी माजवली. काल सुरू झालेली ही मानवी शिकार आज सकाळपर्यंत चालू होती आणि गोळीबाराचे आवाज सर्व दिशांनी ऐकू येत होते.

हा प्रकार सुरू झाला तेव्हा मी रस्त्यावर होते. कशीबशी एका घरापुढच्या मार्गात मी घुसले आणि आधीच माणसांनी गच्च भरलेल्या त्या ठिकाणी दोन तास खोळंबून राहिले; पण पावणेनऊ वाजता मी तिथून निघाले, कारण संचारबंदी सुरू झाल्यानंतर रस्त्यावर फिरायला मनाई असते. घरी पोहोचायला अर्धा तास लागेल आणि आपण संचारबंदी सुरू व्हायच्या आत पोहोचू, या अंदाजाने मी लेसझ्नो रस्त्यावरून सिएन्ना रस्त्याकडे चालायला सुरुवात केली.

लेसझ्नो आणि झेलाझ्ना रस्त्यांच्या कोपऱ्यावर लेबर ऑफिसच्या समोर प्रचंड संख्येने मिलिटरी पद्धतीने लोकांना उभं करण्यात आलं होतं. त्यातले बरेचसे तरुण होते आणि अठरा ते पंचवीस वयोगटातले दिसत होते. कोणी पळून जाणार नाही याची खबरदारी घेण्याची ज्युईश पोलिसांना सक्ती करण्यात आली होती. ते तरुण लोक खाली मान घालून उभे होते, जणू काही त्यांना बळी द्यायला आणलं होतं आणि त्यांचं भवितव्य त्यापेक्षा अधिक चांगलं नसावं. लेबर कॅम्पला आत्तापर्यंत पाठवण्यात आलेले लोक मागे कसलीही नावनिशाणी न ठेवता गायब झालेले आहेत.

त्या दुर्दैवी लोकांमध्ये मला बरेचसे ओळखीचे चेहरे दिसले. त्या दिवशी रात्री

रोमेकने मला त्याच्या घरी नेलं नव्हतं याबद्दल मला आनंद झाला. एकाएकी मी ज्या स्टेशनरी स्टोअरजवळ उभी होते, त्याचा दरवाजा उघडला... मी त्या जमवण्यात आलेल्या संकटग्रस्त लोकांकडे भयभीत होऊन पाहत असतानाच माझ्या खांद्यावर एक हात पडला. तो एक ज्युईश पोलीस होता. त्याने मला त्वरेने आत ओढलं.

एकाच क्षणात, नेमक्या त्याच ठिकाणी, जिथे मी आधी उभी होते, एक माणूस गोळी लागून खाली पडला. लोक दु:खाने विव्हळत असल्याचा आवाज एखाद्या विजेच्या लोळाप्रमाणे स्टेशनरी स्टोअरच्या बंद दारातूनदेखील आत आला. खाली पडलेला माणूस थोडा वेळ कण्हला; पण लवकरच त्याला एका हाताने चालवलेल्या गाडीतून नेण्यात आलं. द्वारपाल लगेचच तिथलं अजूनही उष्ण असलेलं सांडलेलं रक्त साफ करायला धावला.

थरथर कापतच मी माझ्या घड्याळाकडे बघितलं. कर्फ्यूची वेळ, घेट्टोच्या रस्त्यावर सापडलं तर नक्की मरण देणारी वेळ जवळ येत होती. स्वयंप्रेरणेने मी बाहेर जाण्याच्या प्रवेशद्वाराकडे वळले; पण पोलीस मला जाऊ देईना. मी त्याला मी किती दूरवर राहते ते सांगितलं आणि मला आता किंवा नंतर गोळी लागली, तरी त्याची पर्वा नाही, असंही सांगितलं. तेव्हा त्याने मला घरी न्यायचं वचन दिलं.

आणखी काही घराकडे जाऊ इच्छिणाऱ्या लोकांबरोबर मी ते दुकान सोडलं. नऊ वाजायला पाच मिनिटं उरली होती. पोलिसाने मला आमच्या घराकडे जाणाऱ्या रस्त्यावर सोडलं आणि जेव्हा मी अपार्टमेंटमध्ये प्रवेश केला तेव्हा कर्फ्यूची वेळ टळून अर्धा तास होऊन गेला होता. माझ्या पालकांना तर वाटलं, की मी नक्कीच मारली गेले. मी घरात पोहोचताच त्यांनी माझ्यावर प्रश्नांचा भडिमार केला; पण मी उत्तरं देण्याच्या परिस्थितीतच नव्हते आणि त्याच वेळी माझ्या बिछान्यावर जाऊन पडले. आत्तासुद्धा या ओळी लिहिताना मी आलेल्या त्या अनुभवाच्या आठवणीमुळे पार हादरून गेले आहे. माझ्या डोळ्यांसमोर ते कत्तलखान्यासमोरच्या मेंढरासारखे ज्यू तरुण दिसतायत. त्यांच्या प्रियजनांपासून निरोप न घेताच दुरावलेले, त्यांना पुन:श्च कदापि न भेटू शकणारे...

काही महिन्यांतच त्या तरुणांच्या आया, बायका आणि बहिणींना अधिकृतपणे अमुक अमुक क्रमांकाची व्यक्ती मृत झालीय, असं कळवणारी पोस्टकार्डं मिळतील. या सगळ्याला तोंड देत आम्ही जगतोय, हेच अविश्वसनीय वाटतंय. घेट्टोत राहणारे ज्यू सामूहिक आत्महत्या करत नाहीत, याचंच जर्मन लोकांना आश्चर्य वाटतंय. ऑस्ट्रियामध्ये अंसक्ल्यूसनंतर अशी घटना घडली होती. या सगळ्या छळाला तोंड देणं आम्हाला कसं काय जमतं, याचंच मला नवल वाटतं. हा घेट्टोतला एक चमत्कारच आहे.

सप्टेंबर २९, १९४१

रोमेकला सौम्य स्वरूपाचा टायफस झालाय. ठिपके फिक्कट आहेत आणि शरीराचं तापमानदेखील फार नाही. रुटकाची स्थिती मात्र कठीण आहे. तिचा रोग विकोपाला गेलाय. काही दिवसांपूर्वी तिला मेंदूच्या विकारांचा त्रास व्हायला लागला. तिचं भान संपूर्ण गेल्यासारखंच झालंय आणि ती डॉक्टरांनाही जवळ येऊ देत नाही. तशीही त्यांना तिच्याबद्दल फार थोडी आशा आहे. माझी बहीण ॲना निराशेच्या गर्तेत सापडली आहे. रात्रंदिवस ती रडत असते आणि सारखी तिच्या प्रिय मैत्रिणीला, रुटकाला, देवाने वाचवावं म्हणून प्रार्थना करत असते.

एडझिक पिआसकोवस्काच्या आईला आता खूप बरं वाटतंय. वॉव येथून तिची बहीण आणि मेहुणा आले आहेत. तिचा मेव्हणा, रोमन कॅन्टॉर, हा एक कुंपण घालणारा प्रसिद्ध तज्ज्ञ आहे, त्याने रशियात चांगलं काम केलंय; पण जेव्हा जर्मन लोक वॉवमध्ये शिरले, तेव्हा त्याला तिथून पळून यावं लागलं.

जिथे पूर्वी सोव्हिएट लोकांची वस्ती होती त्या भागातून आता बरेच निर्वासित लोक येतायत. जिथे जिथे जर्मन लोक शिरले तिथे त्यांनी मोठ्या प्रमाणावर ज्यूंचा संहार केला. बिआलिस्टोकला त्यांनी हजारांवर अधिक ज्यूंना एका मोठ्या सिनॅगॉगमध्ये हाकललं आणि सगळ्या बाजूंनी त्यांनी तिथे आग लावून दिली. लहान गावांतल्या राब्बाई आणि कम्युनिटीच्या नेत्यांना दफनभूमीत नेऊन गोळ्या घालण्यात आल्या होत्या.

या निर्वासितांनी आम्हाला एक फार चमत्कारिक गोष्ट सांगितली. नाझींनी रशियात शत्रू म्हणून प्रवेश करून हातपाय पसरण्यापूर्वी अफवा पसरायला लागल्या, की वॉर्सा घेट्टोत ज्यू लोक एखाद्या स्वर्गात राहावं तसे राहतायत. या अफवा फैलावायला कोण जबाबदार होतं, हे कोणालाही ठाऊक नाही; पण त्याचा परिणाम असा झाला, की बरेचसे ज्यू सोव्हिएट सैन्याबरोबर पळून न जाता वॉर्सात परतले. त्यांना आता कळून चुकलंय, की मृत्यूच्या सापळ्यात ओढण्यासाठी नाझी हस्तकांनीच हेतुपुरस्सर या अफवा पसरवलेल्या होत्या.

माणसं मारण्याची मोहीम चालूच आहे. गोळीबार वरचेवर ऐकू येतात आणि बाहेर रस्त्यात जाणं धोकादायक झालंय. या सगळ्या भयभीत वातावरणातही माझ्या परिचितांपैकी अजूनही मला भेटायला येणारा मित्र म्हणजे ताडेक झाजेर. मला असा संशय आहे, की त्याच्या वडिलांनी त्याच्यासाठी काही कागदपत्र मिळवलेले असावेत, त्यामुळे त्याला लेबरकॅम्पमध्ये जाण्यापासून सूट मिळाली असावी.

आज ताडेक आला तेव्हा तो आनंदाने खुलला होता. त्याला आता एक नवीन छोटीशी बहीण आली आहे. त्याच्या वडिलांच्या दुसऱ्या बायकोला झालेलं ते नवजात कन्यारत्न पाहिल्यावर तो हॉस्पिटलमधून सरळ माझ्याकडे आला. ती बाई ताडेकला सावत्र मुलासारखं वागवत नाही. उलट दोघांचं एकमेकांवर खूप प्रेम आहे.

ती त्याच्यापेक्षा फार मोठीदेखील नाही. त्याने नुकतीच विशी गाठलीय आणि तिचं वय तीस वर्षांपेक्षा कमीच आहे.

त्याची नवीन बहीण किती सुंदर आहे, ते त्याने मला उत्साहाने सांगितलं. तिच्या वडिलांनी तिचं नाव इलाना ठेवायचं असं ठरवलंय. त्याने तिला हॉस्पिटलमध्ये भेट म्हणून आलेल्या पुष्पगुच्छांबद्दल आणि ती घरी परतेल तेव्हा तिच्या स्वागतासाठी दणक्यात करायच्या स्वागतसमारंभाबद्दलही सांगितलं.

रुग्णालयाच्या परिचारिका त्याच्या आईची किती काळजी घेतात हेही त्याने सांगितलं; पण त्या खाजगी संस्थेची आरामदायी वातावरणाची वर्णनं ऐकताना मला माझ्या डोळ्यांसमोर बेघर झालेली, वस्त्रहीन, उपाशीतापाशी, धुळीने भरलेल्या रस्त्यावर पडलेली, फुगलेल्या पोटांची, वाकड्यातिकड्या झालेल्या छोट्या पायांची मुलं येत होती आणि मग एकाएकी एखाद्या दुःस्वप्नातून जागं व्हावं, तशी मी ओरडले, "थांब, गप्प रहा, शट् अप!"

पण मग लगेचच मला जाणीव झाली, की ती काही ताडेकची चूक नव्हती. त्याचे वडील एका अप्रिय व्यवहाराच्या आधारावर श्रीमंत होऊ लागले होते, यात त्याचा काय दोष? मला त्याच्याबद्दल वाटणारा तिटकारा विसरण्याचा मी प्रयत्न केला; पण मला ते जमलं नाही आणि मी 'माझं डोकं दुखतंय,' या सबबीवर त्याला जायला सांगितलं.

तो दुःखी होऊन मान खाली घालून निघून गेला. काही काळासाठी, आमच्या नाट्यसंघाचे प्रयोग करणं थांबवलंय. सर्वांत चळवळे सभासद एकतर आजारी आहेत, किंवा निघून गेले आहेत. हॅरी बिछान्यात पडून आहे. त्याचं अन्नपाणी दिवसेंदिवस अधिकच तुटत चाललंय. बेलिक आर्यन बाजूला पळून गेलाय आणि त्याचं कसं काय चाललंय, याची किंवा मिटके फाईनबद्दलचीदेखील आम्हाला काहीच कल्पना नाही. स्टेफान नवीनच सुरू झालेल्या ज्युईश पोस्ट ऑफिसच्या कार्यालयाच्या शाखेत काम करतो.

एडेक वॉल्कोविक्झ आता बरा झालाय आणि त्याच्या पोलीसखात्याच्या कामावर रुजू झालाय. तो त्याची टोपी क्षणभरासाठीही डोक्यावरून दूर करत नाही. गर्व म्हणून नव्हे तर त्याच्या डोक्याला पडलेलं टक्कल दिसू नये म्हणून. टायफसमधून बरे झालेले सगळे जण, केस गळतात म्हणून त्यांची डोकी भादरून टाकतात. घेट्टोच्या रस्त्यांवर डोक्यावरचे केस कापलेल्या बऱ्याच स्त्रिया दिसतात. फेटा बांधावा तसं त्या डोक्याला रूमाल गुंडाळतात. ज्यांना परवडतं, त्या केसांचे टोप बनवून घेतात; पण ते महाग असतात आणि निगा राखायला कठीण असतात.

टायफसची साथ भयानक बळी घेत्येय. अलीकडेच मृत्यूचं प्रमाण दिवसाला पाचशेपर्यंत वाढलंय. ज्या घरात माणूस आजारी पडतो, ते घर निर्जंतुक केलं जातं.

ज्या अपार्टमेंट किंवा खोल्यांमध्ये माणसं मेलेली असतात, तिथे तर निर्जंतुक औषधांचा नुसता ढीग पडलेला असतो. कम्युनिटीचा आरोग्य विभाग या साथीशी लढा देण्यासाठी शक्य तेवढे सगळे प्रयत्न करतोय; पण औषधांचा अपुरा पुरवठा आणि हॉस्पिटलमधली जागांची कमतरता, हे वाढत्या मृत्युसंख्येचं प्रमुख कारण आहे. नाझी वैद्यकीय मदतीचं समायोजन करणं अशक्य करून टाकतायत. अशीही अफवा आहे, की जैविक युद्धाची शक्यता पडताळण्यासाठी नाझींनीच टायफसचे जिवाणू घेट्टोमध्ये पसरवून दिले आहेत. त्यांना या जिवाणूंचा प्रयोग रशिया आणि इंग्लंडविरुद्ध करायचाय. या गोष्टींचा पुरावा, हॉलंड, बेल्जियम, फ्रान्स या ठिकाणाहून घेट्टोत आणलेल्या जगप्रसिद्ध ज्यूईश जिवाणूशास्त्रज्ञांकडे आहे. नाझींनीच त्यांची पाठवणी घेट्टोत केली आहे. म्हणजेच हा प्रश्न काही अपुऱ्या स्वच्छता-सुविधांचा किंवा माणसांची गर्दी वाढल्याचा नाही. उद्या नाझी हे जिवाणू सर्वांत स्वच्छ अशा घेट्टोच्या विभागातदेखील सोडू शकतात.

या जिवाणूंना काही जातजमातींतला भेदभाव थोडाच कळणार आहे? टायफसच्या काही घटना आर्यन बाजूलादेखील घडल्या आहेत आणि नाझी शिपायांनाही या साथीची लागण झाल्याची उदाहरणं आहेत; पण ही वस्तुस्थितीही नाझींनी त्यांच्या ज्यूविरोधी अपप्रचारासाठी वापरली आहे. ते आता म्हणतायत, की ज्यू लोकच संसर्गजन्य रोग पसरवायला कारणीभूत आहेत.

सप्टेंबर २८, १९४१

आज मी आमच्या शाळेच्या प्रदर्शनाच्या ठिकाणी कामावर होते. स्थिरचित्रं विशेष लोकप्रिय होती. सफरचंद, गाजरं आणि इतर अन्नपदार्थांची हुबेहूब काढलेली चित्रं दर्शकांच्या डोळ्यांना सुखावत होती. आम्ही काढलेल्या भिकाऱ्यांच्या चित्रांना मात्र तेवढं यश मिळालं नाही. त्या चित्रांतून कोणालाही काही बोध होत नाही. खूप लोकांनी प्रदर्शनाला भेट दिली आणि ते चांगलंच प्रसिद्ध झालं.

दोन खोल्यांत कृष्णधवल रंगात ग्राफिक डिझाईनची चित्रं मांडली आहेत. विविध विषय हाताळण्यात आले आहेत. पुस्तकांची वेष्टणं, वर्तमानपत्रातील नमुने, लेटरहेड्स, ट्रेडमार्क्स या सगळ्यांसाठी डिझाईन्स तयार केलेली आहेत. मथळ्यांचाही एक विभाग आहे. वेगवेगळी मुळाक्षरं कशा कलात्मक पद्धतीने काढता येतील, ते दाखवलेलं आहे. आधुनिक काळातील ब्लॉक लेटर्सही आहेत. ग्रॉफिक आणि हिब्रू लेटरिंग तर विशेष सुरेख केलेलं आहे. ती काळ्या शाईने चमकत्या पृष्ठभागावर काढलेली आहेत.

त्या चित्रांकडे बघून माझा विश्वासच बसत नाही, की या इतक्या वाईट परिस्थितीत आमच्याच हातांतून एवढं चांगलं काम घडू शकलं.

निसर्गचित्रं, व्यक्तिचित्रं यांचाही एक विभाग आहे. झिसलॉ झेनबर्गच्या चित्रांनी प्रत्येकाचं लक्ष वेधलं जातं. त्याच्या चित्रांत प्रतिभा आणि उपजत कलागुण असल्याने ती त्यांच्या वेगळेपणामुळे उठून दिसतात; पण त्याची व्यक्तिचित्रं तेवढी यशस्वी झाली नाहीत. मी काढलेल्या इंका गारफंकेलच्या चित्राची सर्वांनी प्रशंसा केली.

मानफ्रेड रूबिन या तरुण आणि प्रतिभावान चित्रकाराच्या ग्राफिक चित्रांची बरीच प्रशंसा झाली. शिक्षकांनी अंदाज वर्तवलाय, की त्याचे भवितव्य उज्ज्वल आहे. त्याच्याकडे बऱ्याच कल्पना आहेत. घेट्टोमधल्या बऱ्याच कंपन्यांनी त्याला काही मोठ्या कामांच्या ऑर्डर्स दिल्या आहेत.

या प्रदर्शनात कपड्यावरच्या डिझाईनचाही एक विशेष कोपरा आहे. मेहनतीने केलेलं काम आणि रंगांचा नैसर्गिकपणा वाखाणण्यासारखा आहे. त्यामुळे ही टेक्स्टाईल डिझाईन्स जणू काही खरोखरच्या वस्त्रांच्या नमुन्यांसारखी भासतात. फॅशनची डिझाईन्सही दाखवण्यात आली आहेत.

इंका गारफंकेलची वस्त्रप्रावरणांची डिझाईन्स अत्यंत आकर्षक आणि उठून दिसणारी आहेत. जर ती त्या युद्धातून वाचली, तर पुढे ती एक जगप्रसिद्ध फॅशन डिझायनर होऊ शकेल.

स्थापत्यशास्त्राच्या विभागालाही बरेच प्रेक्षक भेट देतात; पण सर्वसाधारण प्रेक्षकाला या विभागातली चित्रं समजायला कठीण वाटतात. भविष्यकालीन स्वतंत्र पोलंड देशात ज्यूंसाठी कोणत्या प्रकारचे गृहप्रकल्प असू शकतील, याचं फार सुरेख चित्रण या विभागात करण्यात आलं आहे; पण ते जर कधी प्रत्यक्षात आलंच, तर आमच्यापैकी कोणी जिवंत असेल का?

सगळ्यांनी प्रदर्शनाची बरीच स्तुती केली. रोगराई, नरसंहार, उपासमार, दहशत... या सगळ्या घेट्टोतल्या सद्य:परिस्थितीत आम्ही ही निर्मिती केलीय आणि आमच्या प्रतिकारक्षमतेचा, धैर्याचा, विश्वासाचा आणि आत्मशक्तीचा एक सज्जड पुरावाच दिलाय; एका न्याय्य आणि नव्या जगावरचा विश्वास समर्थपणे व्यक्त केलाय.

प्रदर्शन बघायला आलेल्या प्रेक्षकांच्या चेहऱ्यावर एक प्रकारची अभिमानाची भावना होती. त्यांचे चेहरे उजळले होते. काही लोकांच्या डोळ्यांत अश्रू उभे राहिले होते. त्यातले एक होते पांढऱ्या केसांचे प्राध्यापक माजेर बालाबान. ते खूपच भारावून गेलेले दिसले. एका हिब्रू चित्रापुढे ते उभे होते. हळुवार आवाजात त्यांनी ओबाडिआच्या सुंदर पद्याच्या ओळी वाचल्या. प्रेषिताच्या त्या ओळी जणू काही चांगल्या लक्षात राहाव्यात, म्हणून ते पुन्हा पुन्हा वाचत होते :

'जेकबच्या, तुझ्या भावाच्या विरोधात तू केलेल्या हिंसाचारासाठी,
तू शरमेने काळवंडून जाशील.
आणि सर्वांपासून नेहमीसाठी तोडला जाशील.

ज्या दिवशी तू दुसऱ्या बाजूला उभा असशील,
अपरिचित लोक तेव्हा त्याच्या सैन्याला बंदिवान करून घेऊन जातील.
त्याच्या प्रवेशद्वारांतून ज्या वेळेला परदेशी लोक प्रवेश करत असतील,
आणि जेरूसलेमवरही कब्जा करतील,
तूही त्यातलाच एक असशील.
तू त्यांना अडवलं नाहीस,
जे पळून जात होते त्यांना तू मारलंस,
तू त्या दुःखाच्या वेळेस ज्यांनी तुला साथ दिली, त्यांना दगा दिलास.'

आजही मी बऱ्याच लोकांना त्या चित्रापुढे उभं असलेलं पाहिलं. त्या चित्रातली 'लेम्ड' ही अक्षरं जणू काही प्रार्थना करताना हात पसरावे, तशी काढली होती. त्या प्रेक्षकांना हिब्रू येत असावं आणि त्यांच्या चेहऱ्यावरच्या समाधान आणि भीतीच्या संमिश्र भावना मला कळत होत्या. त्या तरुण चित्रकाराचं धारिष्ट्य त्यांना काहीसं उद्धट वाटत होतं.

ऑक्टोबर १, १९४१

नाझी लोक ज्युईश कॅलेंडरवर बारकाईने लक्ष ठेवतात. काल सूर्यास्तानंतर 'कोल निडर' प्रार्थनेच्या वेळेला मोठमोठे पांढरे फलक सगळीकडे लावण्यात आले. त्याच संध्याकाळी 'डे ऑफ अटोनमेंट' च्या प्रार्थनांची सुरुवात झाली होती. त्यानंतर फलकांवर एक दुःखद सूचना होती. सिएन्ना रस्त्याच्या उजव्या बाजूला राहणाऱ्या, गेसिआ आणि मुरानोव्स्का रस्त्यांच्या काही भागांतल्या, तसंच घेट्टोच्या सीमारेषेवरच्या काही घरांतल्या रहिवाशांनी पाच ऑक्टोबरपूर्वी त्यांची घरं खाली करावी, असा आदेश होता.

म्हणजेच या ठिकाणी राहणाऱ्या लोकांनी जी खंडणी दिली होती तिचा काहीच उपयोग झाला नव्हता. प्रत्येकाला ज्या गोष्टीची भीती होती, ते प्रत्यक्षात घडत होतं. सुरुवातीला सगळा गोंधळ माजला. नंतर मात्र जशी रात्र झाली, तसं आमच्या घराचं तळघर भाविकांनी भरून गेलं. दबल्या आवाजातले दुःखाचे हुंदके ऐकू यायला लागले. प्रार्थनेत गढलेल्या लोकांना आजूबाजूला काय चाललंय, याचा काही काळ विसर पडला. समजा कोणी जर्मन नरपशू आलाच, तर त्यांना सावध करण्यासाठी त्यांनी बाहेर एकाला पहारा देण्यासाठी उभं केलं होतं.

आमच्या दुःखाच्या मनःस्थितीला जणू काही गडद करण्यासाठी दिवसभर संततधार पाऊस पडत होता. माझे वडील तळघरात दिवसभर देवाची प्रार्थना करत होते आणि माझी आई नवीन अपार्टमेंटच्या शोधार्थ गेली होती. अजून तिला दुसरी

जागा मिळाली नाही; पण एक आणखीनच वाईट बातमी घेऊन ती घरी आली. असं दिसतंय, की नाझी लोक 'छोटं घेट्टो' घालवून टाकून फक्त क्लोदना रस्ता आणि झेलझ्ना रस्त्याचा पुढचा भागच 'मोठ्या घेट्टोला' जोडणार आहेत.

वस्तुस्थितीमुळे या अफवेला पुष्टीच मिळाली आहे. या दोन्ही रस्त्यांवरच्या ख्रिश्चन भाडेकरूंना एक आदेश मिळालाय. त्यांना असं बजावण्यात आलंय, की १५ ऑक्टोबरपूर्वी घरं खाली करावीत. लोकांना क्लोदना रस्त्यावर अपार्टमेंट देण्यात येणार आहेत; पण ते नंतर करण्यात येईल. सध्यातरी आम्हाला आमच्या डोक्यावर छत शोधावं लागेल. उद्या आम्ही सगळेजण जागा शोधायला बाहेर पडणार आहोत.

ऑक्टोबर ३, १९४१

आमच्या घरातले बरेचसे भाडेकरू घर सोडून गेले आहेत; पण आम्हाला मात्र अजून दुसरं घर मिळणं शक्य झालेलं नाही. आज मी लुसिआ आंटीबरोबर दिवसभर रिक्षाने फिरले; पण आम्हाला घर मिळालंच नाही. माझ्याकडे जे पत्ते होते, ते घेट्टोच्या फारच दूरवरच्या टोकांना होते. आधी आम्ही स्टाव्की रस्त्यावर फिरलो. आम्हाला असं कळलं होतं, की तिथे घरं आहेत; पण ती घरं म्हणेज अक्षरश: भिंतीतली तीन घाणेरडी भोकं असावी, तशी होती, स्वयंपाकघरात तर पाणीही नव्हतं. आजूबाजूचा परिसरदेखील भयाण होता, निर्मनुष्य आणि फक्त भग्नावशेष, राख याच गोष्टी परिसरात असलेल्या. अगदी जवळचं संपर्काचं साधन होतं, 'कोन-हेलर' जे कित्येक ब्लॉक दूर होतं. त्या अपार्टमेंटसाठी भाडं होतं दोनशे लोटिस दरमहा. मग आम्ही नालेव्की रस्त्यावर गेलो. तिथे आम्ही पाचव्या मजल्यावरची एक खोली पाहिली. त्या खोलीला पडीक अवस्थेतलं स्वयंपाकघरही होतं!

स्मोकझा रस्त्यावरच्या एका घरात तर आदल्या रात्रीच टायफसने मेलेल्या माणसाचं प्रेत अद्याप तसंच पडलेलं होतं! घरमालकिणीने आम्हाला सांगितलं, की ते प्रेत हलवल्यावर लगेचच राहण्यासाठी खोली रिकामी होईल!

आम्ही तिथून त्वरेने पळालो आणि पुढचा शोध सोडून दिला. या ओळी मी लिहिताना माझे पालक घर शोधण्यासाठी फिरतायत. मी माझ्या सगळ्या मित्रांना, मुलामुलींना आम्हाला मदत करायला सांगितलं आहे. ते नशीबवान आहेत. निदान त्यांना तरी घर शोधायची गरज नाही.

ऑक्टोबर ६, १९४१

काल आम्ही अतिशय निराश मन:स्थितीत होतो. आमचं सामानसुमान गाडीवर लादून तयार होतं आणि आम्ही आमची तात्पुरती सोय माझ्या शालेय विद्यार्थिनीच्या,

झोसिआ झाखाईमच्या घरात करणार होतो. ते घर पानस्का रस्त्याच्या २४ क्रमांकावर होतं. एकाएकी माझी मैत्रीण ओला धावतच आम्हाला सांगायला आली, की तिने आमच्यासाठी दोन खोल्या शोधून ठेवल्या आहेत. त्या खोल्या एका मोठ्या आरामशीर अपार्टमेंटमध्ये आहेत, लेसझ्नो रस्त्यावर असलेल्या त्या अपार्टमेंटमध्ये पियानो देखील आहे.

आमच्या गाडीच्या अशक्त घोड्याला आता त्या अवजड सामानाने लादलेल्या गाडीसह क्लोदना रस्त्याच्या दिशेने वळवण्यात आलं. आम्हाला सर्वांना गाडी ढकलण्यासाठी हातभार लावावा लागला. अशाच इतर मरतुकड्या घोड्यांना लोक मदत करत असताना आम्ही पाहिलं.

जर्मन द्वारपाल येईपर्यंत ज्युईश द्वारपालांना त्यांच्या मुक्कामावरच थांबून राहायला सांगितल्याने, माझे वडील सध्या सिएन्ना रस्त्यावरच राहिले आहेत. त्या रिकाम्या घरात माझे वडील एकटेच आहेत. आज मी त्यांच्यासाठी थोडं जेवण आणलं आणि तिथे थोडा वेळ घालवला. सिएन्ना रस्ता आता भयानक वाटतो. काही दिवसांपूर्वीच जिथे काहीतरी घडत होतं, त्याच परिसरात आता चिटपाखरू नव्हतं. रस्त्याच्या मधोमध काटेरी तारांचं कुंपण घालण्यात आलं आहे. वरचेवर एखादा सशस्त्र नाझी सैनिक, नाहीतर पोलिश किंवा ज्यू पोलीस गस्त घालताना दिसतो. सगळीकडे खिडक्या बंद ठेवलेल्या आहेत आणि जिथे उघडी जागा दिसेल, तिथे त्यांना कागद चिकटवून त्या पूर्ण बंद ठेवल्या आहेत, ज्यूईश स्वच्छतापथकाने सगळी घरं आर्यन बाजूच्या पोलिश जनतेला हस्तांतरित करण्यापूर्वी पूर्णपणे निर्जंतुक केलेली आहेत.

काही घरांच्या बाल्कनीमध्ये अजूनही अर्धवट मलूल अशी रोपं असलेले खोके आहेत. लुटका लेडरच्या बाल्कनीत काही टोमॅटोची रोपं राहिली आहेत. वाऱ्याने ते लाल टोमॅटो हलतायत. संपूर्ण उन्हाळ्यात वाढवलेली ती टोमॅटोची रोपं न्यायला लुटका विसरलेली दिसते. काझिक ब्रिलिअंटला, तिच्या शेजाऱ्याला सोडून जावं लागल्याने ती अस्वस्थ झाली आहे. काझिक आता तिच्यापासून खूप दूर राहायला गेलाय. तिचे त्याच्याबाबतचे सगळे आशांचे मनोरे कोसळलेले आहेत.

आमच्या घराच्या जिन्यावर मी बराच वेळ फिरत होते. माझ्या कानात अजूनही लोकांच्या संभाषणांचा, हसण्याचा इतकेच नव्हे तर उघड्या दारातून ऐकू येणारा पियानोचा, ग्रामोफोनचा ध्वनी निनादतो आहे. सिएन्ना रस्त्यावरच्या या घराशी कित्येक सुखद स्मृती निगडित आहेत. आमच्या युवा समितीने, तसंच गृहसमितीनेही इतरांना आदर्श ठरेल, असं काम केलं होतं. आमचे भाडेकरू चांगले एकत्र नांदत होते. त्या ठिकाणाहून आम्हाला दुसरी बाजूही दिसायची आणि त्यामुळे आम्ही स्वातंत्र्याच्या प्रवेशद्वारापाशीच असल्याचा आभास व्हायचा.

ऑक्टोबर १०, १९४१

आज मोसमाचा पहिला हिमवर्षाव झाला. आश्चर्य म्हणजे, युद्ध सुरू झाल्यापासून नेमकी माझ्या वाढदिवसाच्या दिवशीच पहिली हिमवृष्टी झालेली आहे. शेजारच्या खोलीतून नुकत्याच भाजलेल्या कुकीजचा खमंग वास येतोय. मिस सालाची स्वयंपाकघरात लगबग चालू आहे, मी आमंत्रित केलेल्या पाहुण्यांसाठी ती जेवण तयार करते आहे. तिचे छोटे हात जलद गतीने फिरतायत. मळलेल्या कणकेचे लहान लहान गोळे ती काळजीपूर्वक पॅनमध्ये रचते आहे. अरे देवा, किती कृश आहे ती! गेल्या वेळी मी तिला पाहिलं, त्यापेक्षा तिचं वजन आता खूपच कमी झालंय.

मिस साला गेली कित्येक वर्षं माझी दाई आहे. मी जेव्हा नऊ वर्षांची होते, तेव्हा माझ्या आईबाबांनी तिला माझ्यासाठी आणलं. त्यापूर्वीच्या बऱ्याच दाया काम सोडून गेल्या होत्या. कारण माझ्या बालहट्टांना त्या तोंड देऊ शकल्या नव्हत्या. माझी आई मला मी किती खोडकर होते ते नेहमी सांगते. मी फारच व्रात्य होते आणि कोणालाही मला सांभाळणं जमत नव्हतं; पण त्या एवढ्याशा सालाने मात्र ते करून दाखवलं. कारण मी तिच्याशी मवाळपणे वागतेय असा तिचा ग्रह झाला होता; पण सत्य हे होतं, की मला दया आली होती. सुरुवातीचे काही दिवस मी तिला नकोसं केलं; पण नंतर मात्र अचानक मी माझं तंत्र बदललं. मिस साला आमच्याबरोबर आनंदात होती. मला आणि माझ्या बहिणीला ती स्वत:च्या मुलींसारखं मानत होती. युद्ध सुरू होईपर्यंत ती आमच्याबरोबर राहिली आणि जणू काही माझी दुसरी आईच होऊन गेली.

आम्ही जेव्हा लॉड्झमधून निसटलो, तेव्हा माझ्या आईने बऱ्याचशा मौल्यवान वस्तू तिच्याकडेच ठेवल्या. उद्देश हा, की तिने त्या विकून स्वत:चा चरितार्थ चालवावा. कालांतराने तिनेही तिच्या कुटुंबाबरोबर वॉर्सा सोडलं आणि ती आम्हाला इकडे पुन्हा भेटली.

तिचे वडील आणि भाऊ व्हायोलिन वाजवतात. पूर्वी ते एका चांगल्या कॅफेच्या वाद्यमेळात वाजवत होते; पण आता ते रस्त्यावर व्हायोलिन वाजवतात आणि संगीताच्या शिकवण्या घेतात. तिच्या चार बहिणींपैकी एक चोरून चालवलेल्या खाजगी शाळेत गणित शिकवते.

दोन महिन्यांपूर्वी तिची सर्वांत धाकटी बहीण टायफसने वारली आणि आता तिच्या आईने अंथरूण धरलंय. तिच्या शेवटच्या शक्तीचा उरलेला अंश एकवटून मिस साला तग धरून जगते आहे. ती बरेचदा आम्हाला भेटायला येते, आमच्या उपयोगी पडण्याचा प्रयत्न करते आणि आमच्याबरोबर जेवते.

सगळ्या घेट्टोची भूक एकवटून यावी, तशी तिला सूपाचे बाऊलच्या बाऊल रिकामे करताना आणि आमचं उरलंसुरलं अन्न अधाश्यासारखं खाताना मी बघते.

एवढं सगळं अन्न तिच्या त्या छोट्याशा, कृश शरीरात कुठे नाहीसं होतं, तेच मला कळत नाही. नंतर ती शरमल्यासारखी पावाचे थोडे तुकडे कापून ते एका कागदात बांधून घेते, त्या वेळी ती म्हणते, की तिचं खाणं पुरेसं झालंय आणि तो पाव ती नंतर खाईल; पण मला माहीत आहे, की तो पाव ती तिच्या आजारी, उपाशी आईसाठी नेते.

आता तिच्या कुटुंबाची उपासमार चालू असताना ती माझ्या व्यवस्थित खाणाऱ्या-पिणाऱ्या स्नेह्यांसाठी कुकीज बनवतेय, तुमच्या आजूबाजूला एवढं दु:ख, एवढी विपन्नावस्था असताना वाढदिवस साजरा करणं, हेच हास्यास्पद आहे. अंकल पर्सी टायफसने गंभीर आजारी आहेत. त्यांची परिस्थिती जवळजवळ निराशाजनक आहे. माझी आई पूर्ण दिवसच्या दिवस त्यांच्याबरोबर घालवते. सिएन्ना रस्त्यावर राहणारे बरेचसे लोक दुसऱ्या ठिकाणीही राहायला गेल्यावर टायफसने मृत्यू पावले. आमच्याच घरात भाडेकरू म्हणून राहणारे सहा लोक मेले. त्यांच्यात इंजिनिअर सापोझिन्स्की आणि झालस्झपीन वकिलांच्या पत्नीचाही समावेश होता.

टायफसची साथ भेदरवून टाकणाऱ्या गतीने जलद पसरते. कालच मला माझ्या अंगावर एक ऊ सापडली. ती जर संसर्गजन्य असेल, तर दोन आठवड्यांतच माझ्यामध्ये त्या रोगाची लक्षणं स्पष्ट होतील.

या अशा परिस्थितीत मी वाढदिवसानिमित्त जेवणासाठी बोलावलेल्या माझ्या मित्रमैत्रिणींची वाट बघत्येय; गेले कित्येक आठवडे ते लोक या पार्टीसाठी माझ्यामागे लागले होते, त्यांचा आनंद हिरावून घेण्याचं धारिष्ट्य माझ्यामध्ये नव्हतं.

माझी मित्रमंडळी आत्ताच निघून गेली. आम्ही काही सुखद क्षण एकत्र घालवले, एका वेगळ्याच विश्वात विहार केला. माझी पाहुणे म्हणून आलेली मित्रमंडळी होती, बॉंका कलायनर, इर्का बायालोकॉरस्का, ओला, एडझिआ, वेरा न्यूमन, लुटका लेडर, रोमेक, ताडेक, डोलेक, एडेक. अगदी हॅरीसुद्धा त्याचा बिछाना सोडून पार्टीसाठी आला होता. आम्ही युद्धानंतर काय करायचं याबद्दल योजना आखण्यासाठी चर्चा केली आणि भरपूर गप्पा मारल्या. माझ्या दैनंदिनीतले काही उतारे मी त्यांना वाचून दाखवले. बऱ्याच स्नेह्यांनी माझे लिखाण पुढे चालू ठेवण्यासाठी माझ्यासाठी सुरेख बांधणी केलेल्या छोट्या वह्या आणल्या होत्या,

माझ्या आईने युद्धाच्या पूर्वी बनवलेली चेरी लिकर आम्ही प्यायलो. आम्ही आमचे ग्लास उंचावून एकमेकांना शुभेच्छा दिल्या आणि 'शंभर वर्षं' हे पारंपरिक वाढदिवसाचं गाणंही म्हटलं. शेवटी रोमेकने पियानो वाजवला आणि आम्ही त्या तालावर नृत्य केलं. नऊ वाजण्यापूर्वी माझे सगळे पाहुणे आपापल्या घरी गेले.

जवळ राहणारे ताडेक आणि रोमेक सर्वांत शेवटी निघाले. मी त्यांच्याबरोबर काही रस्ता चालले. घराच्या उबदार वातावरणातून बाहेर पडल्यावर हिमवर्षावाने

एवढं गारठल्यासारखं झालं, की अंगावर फरकोट असूनही ती बोचरी थंडी अगदी माझ्या हाडांपर्यंत पोहोचली. प्रकाश होता तो फक्त रात्रीच्या वेळी दुकानांवर लावलेल्या विद्युत फलकांचा. पूर्वीच्या निऑन साइन्सच्याऐवजी आता दुकानांच्या खिडक्यांवर घातलेल्या काळ्या कागदांच्या आवरणांमुळे प्रकाश बाहेर परावर्तित होऊ शकत नाही. तरीही त्या काळ्या पट्ट्यांवर ज्या पांढऱ्या पट्ट्या चिकटवलेल्या आहेत, त्यावरच्या अक्षरांमुळे आम्हाला कोणतं दुकान कशाचं आहे ते ओळखता येतं.

भिंतीला टेकून अंगाचं मुटकुळं केलेल्या मानवी आकृत्या दिसतात, जणू काही फेकून दिलेली चिंध्यांची गाठोडी. एका क्षणी मी अंधारात एका मानवी शरीरावर ठेचकाळले. एका प्रेतावरून मी चालत गेले, हे मला कळलंच नाही. ते एक अर्धनग्न प्रेत होतं. फक्त वाऱ्यावर फडफडणाऱ्या काही कागदांव्यतिरिक्त त्या शरीरावर काही नव्हतं. वाऱ्याने कागद उडू नयेत म्हणून त्याच्यावर काही दगड ठेवले होते. त्या प्रेताचे गोरे पाय सरळ आणि ताठरलेले होते.

त्या भयानक अनुभवानंतर मी घरी परतले, तेव्हा माझी आई पर्सी अंकलकडून परत आली होती. आज डॉक्टरांनी त्यांना शेवटची इंजेक्शनं दिली होती. त्यांचा जर काही फायदा झाला नाही, तर मग संपलंच. रुटकाला आता पुष्कळ बरं वाटतंय; पण माझी बहीण ॲना हिच्याव्यतिरिक्त ती कोणाला जवळही फिरकू देत नाही. ॲना तिच्या बिछान्याजवळून एक मिनिटही हलत नाही.

ऑक्टोबर २९, १९४१

आज मी रोमेकबरोबर फेमिना नाट्यगृहात एका नाटकाच्या पहिल्या प्रयोगाला गेले होते. ती एक विनोदी संगीतिका होती. नाटकाचं नाव होतं, 'लव्ह लुक्स फॉर ॲन अपार्टमेंट'. घेट्टोतल्या आजकालच्या जीवनावर ते नाटक बेतलेलं होतं. एक तरुण जोडपं राहण्यासाठी जागा शोधताना दाखवलं होतं. बऱ्याच शोधाशोधीनंतर आणि 'कोन हेलर्स' मध्ये प्रवास केल्यावर, त्यांना एका घरात एक छोटीशी खोली मिळते. त्या घराच्या मालकिणीने दोन जोडप्यांना खोल्या भाड्याने देता याव्या, यासाठी एका मोठ्या खोलीचेच दोन भाग पाडले आहेत. आणखी एका जोडप्यालादेखील ती खोलीचा अर्धा भाग भाड्याने देते आणि मग गंमत सुरू होते.

त्या दोन्ही जोडप्यांत परस्पर सामंजस्य नसतं आणि त्याचा परिणाम म्हणून दोन अवैध प्रेमप्रकरणं सुरू होतात. आधी गुपचूप; पण नंतर त्या राहण्याच्या एकंदर परिस्थितीमुळे ही गोष्ट लवकरच उघडकीस येते. दोघंही नवरे आपापसांत खोल्या बदलतात, काही काळ सगळेजण खूष असतात; पण नंतर ते नवरे आपल्या पूर्वीच्या बायकांबरोबर भांडणं सुरू करतात.

रात्री जेव्हा दोघं नवरे नोकरीच्या शोधार्थ भटकून, दमून भागून घरी परततात,

त्यावेळी त्यांच्या बायका त्यांना हाऊस कमिटीच्या अध्यक्षाबरोबर लाडिकपणे रंगात येऊन बोलताना दिसतात. कम्युनिटीकडून गोळा कराव्या लागणाऱ्या विविध करांबद्दल तो एक विनोदी गाणं त्यांना ऐकवत असतो. दोन्ही प्रेमप्रकरणांचा शेवट मात्र दुःखी दाखवला होता. भाडं न भरल्याने त्या चौघांनाही घरातून हाकलून देण्यात येतं. नाटकाच्या शेवटी एक असं दृश्य दाखवण्यात आलं, जेव्हा एका ट्रॉली कारमध्ये प्रवासी घेट्टोमधल्या आयुष्याबद्दल खरेखुरे अनुभव सांगत असतात. विशेषतः दिवसेंदिवस वाढत चाललेल्या वेगवेगळ्या समित्या, कमिशन इत्यादींबद्दलचे ते अनुभव असतात.

प्रेक्षक मनापासून हसत होते आणि त्या आधारावर बाहेर दबा धरून बसलेल्या संकटांना पूर्णपणे विसरून त्यांनी नाट्यगृहात काही सुखद तास घालवले. नाटककाराचं नाव होतं जुरानडोट आणि नाटकातले प्रमुख कलाकार होते स्टेफानिआ ग्रॉडझिएनस्का, अलेक्सँडर मिनोविक्झ, रिगेलस्की, नोएमी वेंटलँड. लिबरमानने नेपथ्य केलं होतं.

नाट्यगृहात मला बरेच ओळखीचे लोक भेटले. ओला, माझी वर्गमैत्रीणही भेटली. तिची माझी वर्षभर भेट झालेली नव्हती. मॅक्स बेकरमन या पोलिसाबरोबर आली होती. त्याचे वडील घेट्टोतल्या ज्युईश पोलिसांत वरच्या हुद्यावर होते; पण दोन महिन्यांपूर्वीच ते टायफसच्या आजाराने वारले. पहिल्या महायुद्धाच्या वेळेस ते पोलिश लिजनचे उद्गाते होते आणि मार्शल जोझेफ पिल्सुड्स्कीचे निकट मित्र होते. त्यांचा अंत्यविधी शाही इतमामात पार पडला. त्यांच्या चिरनिद्रेच्या ठिकाणापर्यंत त्यांना सगळा ज्युईश पोलीस फोर्स, तसंच हजारो सामान्य नागरिकांनी सोबत केली.

मला तिथे एडझिआदेखील भेटली. तिचा मित्र झेलिंग सिल्बरमान तिच्याबरोबर होता. सिएन्ना रस्त्यावरचा तो एक प्रसिद्ध स्मगलर होता. अर्थात सिएन्ना रस्ता घेट्टोपासून दूर केला जाण्याच्या आधी त्याने त्या व्यवसायात भरपूर पैसा कमावलाय आणि त्याला एडझिआशी विवाह करायचाय; पण तिच्या पालकांचा त्याला विरोध आहे कारण ती त्याच्यापेक्षा बरीच लहान आहे. एडझिआ फक्त १७ वर्षांची आहे आणि झेलिग ३० वर्षांचा; पण हा वयातला फरक त्यांच्या प्रेमाच्या आड येत नाही.

घेट्टोमध्ये अशी बरीच जोडपी आहेत, तरुण मुली आणि प्रौढ पुरुष. लोकांना एकटी बाई किंवा पुरुष सहसा भेटत नाही. सर्वसामान्य परिस्थितीपेक्षा स्त्री-पुरुषांमध्ये परस्परआकर्षणाचं प्रमाण अधिक आहे. कारण त्यांना संरक्षणाची आणि भावनेच्या ओलाव्याची तहान लागलेली असते. जवळचा मित्र किंवा मैत्रीण असेल तर तुमच्या नैराश्यावर मात करायला तुम्हाला मदत होते. कोणालाही एकटं राहायचं नसतं. तरीही घेट्टोमध्ये मृत्यूचं प्रमाण युद्धापूर्वी होतं, तेवढंच तीव्र आहे.

युद्धाच्या पहिल्या काही महिन्यांत जेवढी लग्नं झाली, त्याच्याशी तुलनात्मक दृष्टीने विचार केला तर ते प्रमाण आता बरंच घटलं आहे. याचं मुख्य कारण म्हणजे

घेट्टोमधल्या अपार्टमेंट्सच्या जागेची कमतरता. या परिस्थितीचा सामना करण्यासाठी एक विशेष कार्यालय उघडण्यात आलंय; पण त्यांच्याकडून विशेष काहीच घडलेलं नाही. त्यांचं काम आहे रिकाम्या घरांच्या मालकांसाठी योग्य पोटभाडेकरू शोधणं आणि तरुण जोडप्यांना निदान थोडातरी खाजगीपणा मिळू शकेल, हे पाहणं; पण अलीकडे प्रत्येकाच्या नसा ताणलेल्या अवस्थेत आहेत आणि पोटभाडेकरूंचं सर्वसाधारणपणे त्यांच्या घरमालकांशी पटत नाही. खूपदा ते भाडी भरू शकत नाहीत आणि घरमालकांना त्यांचा उदरनिर्वाह चालवणं कठीण होतं. शिवाय कम्युनिटी वेगवेगळे कर गोळा करते, ते वेगळंच. आजकाल लोक सर्वसाधारण काम करून त्यांचा चरितार्थ चालवू शकत नाहीत. खरा पैसा आता फक्त अप्रामाणिक व्यवहार करूनच मिळवता येतो; पण फार लोक त्याच्यात गुंतत नाहीत, बहुतेक ज्यू लोक नाझींच्या हातची बाहुली बनण्यापेक्षा एक वेळ उपाशी राहणं पत्करतात.

पण कधीकधी लोकांना ती भूमिका स्वीकारणं भाग पडतं. कायद्याचं छोटंसं उल्लंघन करताना जरी एखादा माणूस पकडला गेला, तरी त्याला अटक करून त्रास देण्यात येतो. हे गुन्हे अगदी किरकोळ स्वरूपाचे असतात. उदाहरणार्थ, नेमून दिलेल्या पद्धतीपेक्षा जरा वेगळ्याच तऱ्हेने दंडावरचा पट्टा बांधणं, अशा माणसाला तर आत्महत्या करावीशी वाटते; पण ते सहज शक्य नसतं. अशा तऱ्हेने उन्मळून पडलेल्या लोकांपुढे जर्मन लोक जगणं किंवा मरणं हे दोन पर्याय ठेवतात. अशा लोकांची सगळी प्रतिकारशक्ती संपलेली असते, ते कशालाही तयार होतात आणि अशा प्रकारे गेस्टापोंच्या हातातली खेळणी बनतात. मग त्यांचं मुख्य काम होतं खबर पोहोचवणं. नाझींना दागदागिने किंवा विदेशी चलन कोणाकडे आहे याची माहिती हवी असते. खबर देणारा नाझींच्या पकडीतून कधीच सुटू शकत नाही. जगणं आणि अन्न मिळणं, या उपचारांसाठी त्याला काहींना काही तरी साध्य करावंच लागतं. नाझी त्याला नव्याने छळवाद सुरू करण्याची धमकी देत राहतात.

गेस्टापोंचे असे बरेच दलाल घेट्टोत आहेत; पण ते एवढे धोकादायक नाहीत. कारण ते सर्वसाधारणपणे लोकांच्या परिचयाचे आहेत आणि जेव्हा शक्य असेल, तेव्हा ते गेस्टापोंच्या नियोजित घरांचा शोध घेण्याबद्दल त्या लोकांना सावधही करतात. तरीही, काही थोडे छुपे हस्तक असेही आहेत, जे खरोखरच घातक आहेत. कारण ते गेस्टापोंच्या कामाचा गांभीर्याने विचार करतात. अगदी ज्या प्रकारे ते पूर्वी गुन्हे करायचे, त्याच निकडीने.

अशा प्रकारच्या करुण परिस्थितीतदेखील आम्ही त्या विषयांवर विनोद करतो, गप्पा मारतो. त्या गोष्टींचा कॅफेत, नाट्यगृहात आम्हाला गाणी लिहिण्यासाठी किंवा छोटे नाट्यप्रयोग सादर करण्यासाठीही उपयोग होतो.

दररोज लेसझ्नो रस्त्यावरच्या 'आर्ट कॅफे'त आम्हाला पोलिसांवर, ॲम्ब्युलन्स

सर्व्हिसवर, रिक्षांवर आणि गेस्टापोंवरही अवगुंठनात दडलेले व्यंगात्मक नाट्यप्रयोग आणि गाणी ऐकता येतात. टायफसची साथ हाही एक विनोदाचा विषय झाला आहे. अश्रू आणि हास्य यांचं एक अजब मिश्रण. तरीही घेट्टोमध्ये हास्य हेच आमचं एकुलतं एक शस्त्र आहे. आमचे लोक मृत्यूवर, नाझींच्या फर्मानांवर, हसू शकतात. विनोद ही एकच अशी गोष्ट आहे, जी नाझींना कळू शकत नाही.

हे कार्यक्रम कमालीचे यशस्वी झाले आहेत. सुरुवातीला घेट्टोमधल्या आयुष्यातील अतिशय शोकात्म घटनांवर आधारलेल्या या विनोदांबद्दल मी काहीशी अलिप्त होते; पण हळूहळू मला समजून चुकलं, की आमच्या त्रासांना दुसरा काहीच उपाय नाही. 'कोन-हेलर ट्रॉलीज्'मध्ये होणारी संभाषणं हा एक मोठाच विनोदी विषय ठरला आहे.

अलीकडे सगळेजण मादाम कोनने जन्म दिलेल्या मुलाचीच चर्चा करताना दिसतात. मि. कोनने या घटनेची माहिती जनतेला देण्यासाठी ट्रॉली कारमध्येच नव्हे तर प्रमुख रस्त्यांच्या भिंतीवर सगळीकडे भले मोठे फलक लावले होते. या फलकात असं जाहीर करण्यात आलं होतं, की नवजात बाळाची 'सुंता' करण्याचा विधी एका मोठ्या हॉलमध्ये करण्यात येईल आणि महत्त्वाच्या व्यक्तींसाठी स्वागतसमारंभ आणि भोजनाचे आयोजन करण्यात येईल, तसंच या प्रसंगी मदतीसाठी निधीदेखील गोळा केला जाईल.

तो फलक वाचताना माझ्या मनात तिटकाऱ्याची भावना दाटून येते. बऱ्याच लोकांना तर मी तो फलक वाचल्यावर थुंकताना बघितलं. आजूबाजूला एवढी उपासमार असताना एका अक्कलशून्य जाहिरातीचे प्रदर्शन आणि खर्चिक मेजवानीचे आयोजन करताना मदतीचा आव आणणं हे सगळंच उद्विग्न करणारं होतं.

कोन आणि हेलर कंपनीच्या लोकांच्या वैभवशाली जीवनाबद्दल बऱ्याच थक्क करणाऱ्या गोष्टी प्रसृत होत आहेत. दारासमोर लोक भुकेने मरत असताना हे लोक रोज पार्ट्या झोडतात. ट्रॉली कार्सच्या व्यतिरिक्त कोन आणि हेलरला उत्पन्नाची दुसरी देखील साधनं आहेत. 'ट्रान्सफरस्टेल' या कथित प्रकारात त्यांची महत्त्वाची भूमिका आहे.

'ट्रान्सफरस्टेल' ही संस्था जर्मन लोकांच्या साहाय्याने चालवण्यात येते. ही संस्था आणि वॉर्साची आर्यन बाजू, यामध्ये व्यापारउदीम, विविध वस्तूंची देवाणघेवाण याच्याशी संबंधित आहे. घेट्टोमध्ये जे काही कायदेशीरपणे आणलं जाईल, त्याच्यावर या संस्थेच्या कार्यालयाचा वचक आहे. प्रत्येक व्यवहारावर ही संस्था भरभक्कम कमिशन आकारते. कोन आणि हेलर यांचा 'ट्रान्सफरस्टेल'वर खूप मोठा प्रभाव आहे आणि दोन्ही बाजूंचे व्यापारी त्यांचे वरचेवर हात ओले करतात. घेट्टो आणि वॉर्साची आर्यन बाजू या दोन्ही ठिकाणांत होणाऱ्या अन्नपदार्थ तसेच औद्योगिक वस्तूंची देवाणघेवाण करण्यासाठी ते मध्यस्थाची भूमिका वठवतात. मिस्टर कोन

आणि मिस्टर हेलरचे खिसे गरम करण्यासाठी भुकेने कळवळणाऱ्या घेट्टोच्या लोकांना पाव आणि बटाट्याची चढ्या भावाने खरेदी करणं अनिवार्य झालं आहे.

नोव्हेंबर १९, १९४१

आमच्या शाळेत लहान मुलांसाठी दोन नवीन वर्ग सुरू करण्यात आले आहेत. सिएन्ना रस्त्यावरच्या आमच्या पूर्वीच्या खोल्यांपेक्षा आत्ताच्या खोल्या खूपच लहान आहेत. शेजारच्या खोल्यांतल्या गोंधळामुळे आम्हाला आमच्या शिक्षिकांचा आवाजही नीट ऐकू येत नाही, दोन्ही खोल्यांमध्ये फक्त एक तकलादू पार्टिशन आहे. पूर्वीच्या शंभर विद्यार्थ्यांच्याऐवजी आता फक्त पंचवीस विद्यार्थीच राहिले आहेत. बहुतेक जणांना शुल्क भरणं परवडत नाही आणि खूप विद्यार्थी टायफसच्या साथीला बळी पडले.

सिएन्ना रस्त्यावरच्या शाळेत होती तशी मध्यवर्ती हीटरची सोय इथे नाही. आमचे हात गारठून जातात आणि हातात पेन्सिल धरणंदेखील कठीण होतं. आमचे कोट आणि लोकरीचे हातमोजे घालून आम्ही वर्गात बसतो. खोलीच्या मधोमध ठेवलेली लोखंडी चूल उष्णता निर्माण करायला असमर्थ आहे. भल्या मोठ्या व्हेनेशिअन खिडक्यांवर दोन्ही बाजूंनी बर्फ साठतं. चूल गरम करण्यासाठी पूर्वी कॉरिडॉरमध्ये पडलेल्या बाकांचं लाकूड वापरण्यात येतं.

जे विषय अधिकृतपणे रद्दबातल केलेले आहेत, ते शिकवण्यासाठी वेगवेगळ्या शैक्षणिक केंद्रांची निर्मिती करण्यात आली आहे. आमच्या निकडीच्या गरजेतूनच या केंद्रांची उत्स्फूर्तपणे निर्मिती झाली आहे.

या केंद्रांच्या सभांच्या वेळी मुख्यत्वे पोलिश भाषा बोलली जाते; पण काही ठिकाणी तत्त्वाचा मुद्दा म्हणून यीडिश किंवा हिब्रूही बोलली जाते. तरुणांच्या आशा पॅलेस्टाईनवर केंद्रित झाल्याने बरेच तरुण आता हिब्रू शिकण्यामध्ये अधिकाधिक रस घ्यायला लागले आहेत. काही शैक्षणिक केंद्रांत इंग्रजी किंवा फ्रेंच भाषा वापरली जाते. विशेषतः इंग्रजी. माझे बरेच मित्र इंग्रजी विषयातले विशेष अभ्यासक्रम करत आहेत. बरेचदा इंग्रजी साहित्याचा अभ्यास केला जातो.

या शैक्षणिक केंद्रांच्या गुप्त कारभारामुळे ही केंद्रं भूमिगत राजकीय चळवळीच्या जवळ येतात. बऱ्याच वेळा आमच्या सभा एकाच खोलीत किंवा तळघरातदेखील घेण्यात येतात.

भूमिगत पत्रकांची संख्या दिवसेंदिवस वाढतेच आहे. ही वितरणाची जबाबदारी कोणा एका व्यक्तीची नाही. एका हातातून दुसऱ्या, अशा पद्धतीने या पत्रकांचा प्रवास होतो; पण प्रथम ते कोणाला मिळतं, हे अजून एक गूढच आहे.

रस्ते भीतीच्या छायेत...

नोव्हेंबर २२, १९४१

आजपासून हिवाळ्यासाठी मदत गोळा करण्याच्या मोहिमेला प्रारंभ झाला. इंजिनिअर झेरनिआकॉव्, त्यांच्या कॉन्सिलच्या इतर सर्व सभासदांसह मदत गोळा करण्याचे डबे घेऊन उभे राहिले होते. जे लोक देणगी देत होते, त्यांच्या कॉलरवर ते सागरी फुलं लावत होते.

कम्युनिटीने या मोहिमेचा भाग म्हणून एक चित्रकलास्पर्धाही जाहीर केली. आमच्या कम्युनिटीचे शैक्षणिक अध्यक्ष डॉ. पोझनान्स्की, वर्गात आले आणि त्यांनी स्पर्धेचे नियम समजावून सांगितले. डिझाईन्स देण्याची शेवटची तारीख आहे २४ डिसेंबर.

आज शाळेतून घराकडे परतताना मी रुटकाला भेटायला गेले. ती वाचली असली तरी फार अशक्त झाली आहे. मला बघून तिच्या पांढरट पडलेल्या ओठांवर हसू पसरलं. तिने तिचं डोकं उशीवरून वर उचलायचा प्रयत्न केला. मग ती हलकेच कुजबुजायला लागली. तिचं कृश शरीर कापत होतं आणि डोकं अस्वस्थतेने हलत होतं. तरीही ती बोलण्याचा प्रयत्न करीत होती.

प्रथम मला वाटलं, की तिच्या डोक्यावर परिणाम झालाय. ती छोटी छोटी, न समजणारी वाक्यं बोलत होती; पण सुरुवातीच्या अडचणीनंतर ती थोडी शहाणीसुरती वाटू लागली. 'आता मी पुन्हा ठीक आहे, निदान मी त्या आजारपणातून उठलेय, अशी का बघत्येयस माझ्याकडे? मी इतकी बदललेय का? मला खरं सांग.'

माझे डोळे अश्रूंनी भरले आणि मला एक शब्दही उच्चारणं कठीण झालं. रुटका एखाद्या प्रेतासारखी दिसत होती. टायफसमुळे हेच होतं. मी तिला समजावण्याचा प्रयत्न केला, की ती आता ठीक दिसतेय आणि थोड्याच दिवसांत तिच्या आजारपणाचा काही मागमूसदेखील राहणार नाही; पण तरीही मी विश्वासार्ह वाटतच नव्हते आणि

त्यामुळे मला अधिकाधिक शरमल्यासारखं होत होतं. तेवढ्यात अचानक दाराची घंटी वाजली आणि रोमेक आत आला.

आमच्या संभाषणाचा विषय लगेच बदलला. रोमेकलाही टायफस झाला होता; पण तो त्यातून सहीसलामत सुटला होता आणि आता त्याची प्रकृती ठीक होती.

मला असं वाटत होतं, की रुटका मात्र या आजारातून कधीच पूर्णपणे बरी होणार नाही. ती पुन्हा कधी चालू शकेल की नाही? आता तर ती बसूदेखील शकत नव्हती.

अंकल पर्सीदेखील आता ठीक आहेत. आमच्या उत्साही डॉक्टरनी त्याला दिलेल्या जोरदार इंजेक्शनमुळे तो वाचला. आज प्रथमच आजारपणातून उठल्यावर ते त्यांची बायको ल्युसिआ हिच्याबरोबर आम्हाला भेटायला आले. त्यांना चालणंही कठीण होत होतं आणि आधारासाठी ते त्यांच्या बायकोवर रेलून होते. त्यांच्याकडे पाहून ते पूर्वीच्या व्यक्तिमत्त्वाचे जणू काही भग्नावशेष असावेत, असंच वाटतं. सत्तावीस वर्षांपेक्षा अधिक वय नाही त्यांचं, ते कसे देखणे आणि बळकट होते आणि आता त्यांना पोक आलंय, नुसती हाडं आणि कातडी उरल्यासारखे दिसतात अंकल पर्सी.

घेट्टोमध्ये पावलोपावली माणसांचे असे सांगाडे समोर येतात आणि हेच ते भाग्यवान लोक जे मृत्यूच्या देवदूताकडे जाण्यापासून वाचले.

बाहेर बर्फाचं वादळ घोंगावतंय आणि खिडक्यांच्या तावदानांवर बाष्पाच्या आकृत्या उमटतायत. या भयानक थंडीच्या दिवसांत सर्वांच्या तोंडावर एकच नाव येतं आणि ते म्हणजे क्रॅमस्झटीक. ते इंधनाचा पुरवठा करतात. दुर्दैवाने लाकूड आणि कोळशाचा नेमून दिलेला कोटा एवढा अपुरा आहे, की त्यामुळे जेमतेम कार्यालयीन इमारतीत उष्णता निर्माण होऊ शकते. उदाहरणार्थ, पोस्ट ऑफिस, प्रशासकीय इमारत, रुग्णालय, शाळा अशा इमारतीच उष्ण राहू शकतात. त्यामुळे लोकांसाठी काहीच उरत नाही. काळ्या बाजारातून लाकूड आणि कोळसा घ्यायचा म्हटलं तर त्याच्या चढ्या किमतीमुळे त्या बहुतेक घेताच येत नाहीत.

रस्त्यांत गारठून मेलेले लोक हे तर अधिकाधिक वाढत्या प्रमाणावर दिसणारं दृश्य झालंय. लेस्झनो रस्त्यावर न्यायालयाच्या इमारतीसमोर बऱ्याच माता त्यांच्या मुलांना चिंध्यांत गुंडाळून बसलेल्या दिसतात. त्या चिंध्यातून त्यांचे लाल झालेले, थंडीने गारठून गेलेले छोटे छोटे पाय दिसत असतात. कधीकधी एखादी आई गारठून मेलेल्या मुलाला कवटाळून त्याचं अचेतन शरीर उबदार करण्याचा प्रयत्न करत असते. तर कधी एखादे मूल आईच्या कुशीत शिरून तिला उठवायचा प्रयत्न करत असतं. त्याला वाटतं त्याची आई झोपलीय; पण खरं म्हणजे ती केव्हाच मेलेली असते. अशा बेघर माता आणि मुलांचं प्रमाण दिवसेंदिवस वाढतंय. शेवटचा श्वास

१९४२ च्या वॉर्सा घेट्टोतील क्लोदना रस्ता पूल.
पाविआक तुरुंगात पाठवलं जाण्यापूर्वी वॉटेनबर्ग कुटुंब या पुलाजवळच्या एका इमारतीच्या अपार्टमेंटमध्ये राहत होते.

सोडल्यावर त्यांची मृत शरीरं कित्येक तास रस्त्यावर तशीच पडलेली असतात कारण कोणीही त्यांची पर्वा करत नाही.

पिनिकिएर्टचं प्रेत वाहून नेणारं कार्यालय सतत व्यग्र असतं. एखादा भिकारी जेव्हा प्रेतावर घातलेला वापरता येण्यासारखा कपडा पाहतो, तेव्हा तो काढून घेऊन त्याच्याऐवजी वर्तमानपत्राचा कागद घालतो आणि कागद वाऱ्याने उडून जाऊ नये म्हणून वर दगड ठेवतो.

कोमिटेटोवा आणि झायबोवस्का रस्त्यांवर आता भिकाऱ्यांची संख्या कमी दिसते. ते बहुतेक मरून गेले आहेत.

भुकेने आता दिवसेंदिवस उग्र स्वरूप धारण करायला सुरुवात केली आहे. अन्नपदार्थांचे भाव भडकत चालले आहेत. एक पौंड काळ्या पावाला आता चार लोटिस तर पांढऱ्या पावाला सहा लोटिस पडतात. एक पौंड लोण्याला चाळीस लोटिस, साखरेला एका पौंडाला सात ते आठ लोटिस पडतात.

रस्त्यावर अन्नधान्याचं एखादं पाकीट घेऊन चालणं ही काही सोपी गोष्ट नाही. एखादा भुकेलेला माणूस ते बघताच तुमचा पाठलाग करू लागतो आणि संधी साधून शिताफीने ते पाकीट तुमच्या हातांतून हिसकावून घेऊन आतले पदार्थ खायला सुरुवात करतो. जर त्याच्यात अन्नपदार्थ नसतील, तर तो ते फेकून देतो. हे लोक चोर नाहीत, भुकेने वेडी झालेली माणसं आहेत फक्त.

ज्युईश पोलिसांना या लोकांना आवरता येत नाही आणि खरं म्हणजे अशा दुर्दैवी लोकांवर कारवाई करायची हिंमत कोणामध्ये असेल?

डिसेंबर १, १९४१

जर्मनांनी बटाट्यांचं एक मोठं पार्सल घेट्टोसाठी पाठवलंय, सुरुवातीला लोक त्यांच्या अचानक प्रकट झालेल्या औदार्याने चकित झाले; पण ते आश्चर्य अधिक काळ टिकलं नाही, कारण हे उघड झालं, की ते पार्सल खरं म्हणजे रशियातल्या नाझी सैनिकांसाठी होतं; पण ते प्रवासात भिजून गेल्याने नाझींच्या हृदयात कुठे तरी जागृती आली असावी आणि घेट्टोतल्या ज्यूंसाठी ते भिजलेले बटाटे पाठवण्यात आले.

निदान थोडे तरी बटाटे मिळावेत म्हणून वेगवेगळ्या अन्नपदार्थांच्या दुकानांपुढे रांगा वाढायला लागल्या आहेत. ते बटाटे शिजवता आले नाहीत, तरी त्यांच्यापासून छानपैकी पॅनकेक बनवता येतात. जिथे जाल तिथे तळलेल्या पॅनकेक्सचा गंध तुमच्या नाकपुड्यांत घुसतो. तळण्यासाठी आम्ही सर्वांत स्वस्त, काळं हेंप तेल वापरतो; पण त्यालादेखील एका पौंडाला आठ लोटिस पडतात.

माझ्या आईंने थोडे बटाटे मिस सालाला दिले, तेव्हा तिला खूप आनंद झाला. ते दमट, सडायला लागलेले बटाटे ती तिच्या कुटुंबीयांना खायला घालून त्यांची क्षुधा शांत करण्यासाठी धावत सुटली.

तिची आई काही आठवड्यांपूर्वी मरण पावली आणि वडील टायफसने अंथरुणाला खिळले आहेत.

कशालाही दाद न देता टायफसची साथ अजूनही फोफावतेच आहे. एकाच थडग्यात बऱ्याच लोकांना गाडण्यात येतं. वैद्यकीय तज्ज्ञांच्या कमतरतेमुळे लेस्झनो रस्त्यावरच्या तिसऱ्या गल्लीत एक प्रशिक्षण केंद्र उघडण्यात आलंय. तिथे परिचारिकांना प्रशिक्षण देण्यात येतं आणि पूर्वी वैद्यकशास्त्राचे विद्यार्थी असलेल्यांना अधिक माहिती देण्यात येते.

आरोग्याची दिवसेंदिवस दुर्दशा होत चालली आहे. मलनिस्सारक वाहिन्या बुजून गेल्याने बऱ्याच घरांतली शौचालयं वापरता येत नाहीत. कचऱ्याबरोबर बरेचवेळा मानवी विष्ठादेखील रस्त्यावर फेकली जाते. कचऱ्याच्या गाड्या क्वचितच येतात, किंवा येतही नाहीत. सध्या तरी थंडीमुळे ही घाण विशेष रोगराई पसरवू शकत नाही; पण वसंत ऋतूचे वारे वाहू लागतील, तेव्हा काय होईल? आम्हाला तर अशी भीती वाटतेय, की आमच्या दुर्दैवाच्या काठोकाठ भरत आलेल्या पेल्यात आता कॉलऱ्याच्या साथीचीही भर पडेल.

डिसेंबर ९, १९४१

अमेरिकेच्या युद्धातल्या प्रवेशाने घेट्टोतल्या हताश, निराश ज्यूंना आशेचा नवीन किरण दिसला आहे. प्रवेशद्वारावरच्या नाझी शिपायांचे चेहरे लांब झाले आहेत. काहीजण जरा नरमलेत, तर दुसरे अधिकच असह्य वागायला लागले आहेत. बऱ्याच लोकांचा विश्वास आहे, की युद्ध आता अधिक काळ चालणार नाही आणि मित्रराष्ट्रांचा विजय निश्चित आहे.

लॉड्झ घेट्टोतून आमच्याकडे बातम्या आल्या आहेत, की जर्मनांनी सगळ्या फर, गरम कपडे, उबदार अंतर्वस्त्रं अगदी तॅलिथसुद्धा काढून घेतले आहेत. वॉर्सा घेट्टोचा अंत लवकरच होणार असं दिसतंय.

डिसेंबर ११, १९४१

आमच्या शाळेत ज्युलिआ तारनोवस्का नावाची एक खालच्या वर्गातली विद्यार्थिनी आहे. तिच्याकडून मला मनोरंजक माहिती मिळाली. घेट्टोमधल्या एका वेगळ्याच छोट्याशा विश्वाची. हे लोक आहेत धर्म बदललेले, जे आमच्यातले कदाचित सर्वाधिक करुण लोक असावेत. मी त्यांना बरेच वेळा पाहिलं असेल; पण त्यांच्याशी माझा कधी जवळून संबंध आला नाही.

ज्युलिआ ही मार्सेलि तारनोवस्की या लेखिकेची मुलगी आहे. तिला लोकांचं लक्ष वेधून घेण्याची आणि तऱ्हेवाईकपणे वागण्याची आवड आहे. जेव्हा ती पहिल्याच दिवशी शाळेत आली, तेव्हा तिच्या ज्युईश कुळावरून आमची खडाजंगी झाली होती.

तिच्या पालकांप्रमाणे ज्युलिआनेदेखील धर्म बदलला आहे. ती तिच्या कुटुंबाला आर्यन बाजूच्या त्यांच्या अपार्टमेंटमधून घेट्टोत जायला सांगण्यात आलं, तेव्हा तिला तिच्या ज्युईश जातकुळीबद्दल कळलं. त्या घटनेने ती पार हादरली आणि अजूनही तिने तिचं नशीब स्वीकारलेलं नाही. ती नेहमीच अलिप्त, नाहीतर रागावलेली असते. ज्यूंबद्दल तिला नाझींपेक्षाही अधिक तिडीक आहे. तिचं नशीब ही तिला एक गंभीर चूक वाटते आणि त्यासाठी मी आणि इतर लोक जबाबदार आहोत, अशी तिची भावना आहे.

तिच्या गळ्याभोवती ती एक भला मोठा चांदीचा क्रूस घालते आणि प्रत्येकाला असं पटवण्याचा प्रयत्न करते, की ती एक कर्मठ ख्रिश्चन आहे. ज्युडाईझमशी तिचं काहीही साधर्म्य नाही. एकदा तिचं बोलणं ऐकल्यानंतर मी जोरात ओरडले आणि म्हणाले, की *''ख्रिस्तही ज्यूच होता; पण त्याला त्याच्या ज्यू असल्याची कधीही लाज वाटली नव्हती.''* एवढं बोलून मी माझ्या टेबलाकडे परतले. सगळा वर्ग शांत झाला आणि मला प्रत्युत्तर करण्याची तिची हिंमत झाली नाही. बहुतेक माझं म्हणणं

तिला पटलं असावं आणि बाकीचे सगळे विद्यार्थीही माझ्याशी सहमत आहेत, हे तिला जाणवलं असावं.

दुसऱ्या दिवशी ती माझ्याकडे आली आणि जणू काही घडलंच नाही अशा प्रकारे एका वेगळ्याच स्वरांत माझ्याशी बोलली. ती आता पूर्वीच्या प्रश्नांवर चर्चा करत नाही आणि तिच्या गळ्यातला तो क्रूसही अदृश्य झालाय. कदाचित ती तो दिसेल न दिसेल असा घालत असावी, किंवा तिने तो काढूनच टाकला असावा.

ज्युलिआ तार्नोव्स्काबरोबर घडलेल्या या प्रसंगामुळे मी घेट्टोतल्या ज्युईश ख्रिश्चन लोकांमध्ये रस घेऊ लागले. ते आता कित्येक हजारांच्या संख्येपर्यंत पोहोचले आहेत. नाझींनी त्यांना वेगवेगळ्या देशांतून इथे आणलं आहे. ज्यूंना छळलं होतं म्हणून हिटलरच्या कारकिर्दीत ख्रिस्ती धर्म स्वीकारलेले बरेचजण आहेत, तसेच काही दशकांपूर्वी ज्यू धर्माचा त्याग करून ख्रिस्ती झालेलेही लोक आहेत. त्यांच्या मुलांवर ख्रिश्चनांचे संस्कार आहेत. या मुलांना प्रत्येक रविवारी चर्चला जाण्याची सवय आहे, खुद्द त्यांच्या पालकांनीच त्यांना वर्णद्वेष शिकवलाय. अशा पद्धतीने त्यांच्या ज्युईश जातकुळींच्या सगळ्या खुणा पुसण्याचा त्यांनी प्रयत्न केला.

ज्युईश मुलांशी तुलना केली तर ज्युईश पालकांची ख्रिश्चन मुलं एका दुहेरी शोकांतिकेत जगतायत. ती पूर्णपणे हरवून गेली आहेत आणि काही आत्महत्येच्याही घटना घडल्या आहेत. अशा काही घटना ज्युईश मुलांमध्ये मात्र घडलेल्या नाहीत.

याउलट दूरान्वयाने ज्यू असलेल्या काही ख्रिस्ती लोकांनी पुन्हा ज्युडाईझमचा स्वीकार केला आहे. नाझींच्या छळवादालाही ते एखाद्या हुतात्म्याच्या आवेशाने सामोरे जातात आणि दंडावर पट्टाही बांधतात.

सध्याच्या घेट्टोत तीन चर्चेस आहेत. एक अशा आयर्न गेटच्या चौकात ज्याचा काही भाग बॉम्बहल्ल्यात उद्ध्वस्त झालाय. दुसरं कार्मेलिकाच्या जवळ लेसझ्नो रस्त्यावर आणि तिसरं आहे झेलाझ्ना रस्त्यावर. फक्त लेसझ्नो रस्त्यावरचं चर्चच चालू आहे आणि तिथे नियमितपणे प्रवचनं होतात, तिथले धर्मगुरूदेखील ज्युईश वंशाचे आहेत.

या धर्म बदललेल्या लोकांची स्वतःची स्वैपाकघरं आहेत. नाझींच्या कृपेमुळे इतरत्र मिळतं त्यापेक्षा त्यांचं अन्नही पुष्कळ चांगलं आहे, घेट्टोतल्या इतर स्वैपाक घरांपेक्षा स्वस्तदेखील आहे. ते करत असलेल्या मिशनरी कामाकडे आकर्षित करण्यावर या गोष्टीचा रोख आहे.

ज्युलिआने एकदा मला तिच्या घरी बोलावलं, तिथे मला तिचे वडील भेटले. ते मध्यमवयीन, मध्यम उंचीचे, सडपातळ गृहस्थ आहेत. ते थोडे वाकून चालतात आणि त्यांच्या कपाळावर आठ्यांचं जाळं पसरलंय. ज्युलिआने मला विश्वासात घेऊन सांगितलंय, की ते रात्रंदिवस बसून घेट्टोवर एक पुस्तक लिहितायत.

डिसेंबर १४, १९४१

आज मी व्हेरा ग्रानच्या संगीताच्या कार्यक्रमाला उपस्थित राहिले. ती चांगलीच यशस्वी झाली आहे. घेट्टोतल्या कुबा कोन या तरुण संगीतकाराच्या शास्त्रोक्त तसंच आधुनिक रचना ती गाते. त्याच्या संगीतातून घेट्टोचा सगळा प्रतिकार आणि दु:ख व्यक्त होतं. यातना आणि सहनशीलतेच्या या वातावरणात निर्माण झालेली मूलभूत रचना.

डिसेंबर १७, १९४१

आज आम्हाला गृहविषयक कामकाज पाहणाऱ्या कार्यालयातून पत्र आलं. माझ्या वडिलांना क्लोदना रस्ता, क्रमांक १०, येथे द्वारपालाच्या कामावर रुजू होण्यासंबंधी ते पत्र होतं. त्यांनी तिथे त्वरित जायचं होतं; पण आम्ही मात्र रस्त्याच्या भोवती भिंतीचं काम पूर्ण झाल्यावरच जाऊ शकत होतो.

अशाच प्रकारची आज्ञा इतर ज्युईश द्वारपालांनाही मिळाली आहे. क्लोदना रस्त्यावरची ही घरं आता घेट्टोबरोबर जोडण्यात आली आहेत. ज्यू नसलेल्या पूर्वीच्या भाडेकरूंनी ही घरं सोडल्यानंतर, ती साफसूफ करून, व्यवस्थित लावण्याची जबाबदारी द्वारपालांवर टाकण्यात आली आहे.

रोमेक आता क्लोदना स्ट्रीटवर घेट्टोच्या भिंती उभारण्याच्या कामावर पर्यवेक्षक म्हणून काम करतो. बरेच वेळा तो माझ्या वडिलांसाठी जेवण घेऊन येतो. तो खूप कष्ट करतो. थंडगार बोचऱ्या वाऱ्यामुळे त्याचा चेहरा काळवंडून गेला आहे. तो बारा तास बाहेरच्या गारठ्यात असतो. त्याची बोटंही थंडीने खराब झाली आहेत. काल मला भेटायला आल्यावर तो नेहमीप्रमाणे पियानोजवळ बसला. त्याचे लांब, सडपातळ हात त्याने की-बोर्डवर ठेवले; पण एके काळी अतिशय सुंदर संगीत निर्माण करणारी त्याची बोटे आता निर्जीव आणि मूक झाली होती. तो प्रयत्न करत होता, त्यामुळे त्याचा चेहराही आक्रसून वेडावाकडा झाला होता; पण त्याचे सुजलेले, गोठलेले हात त्याची आज्ञा मानायला तयार नव्हते.

तो तसाच काही वेळ बसला, अगदी शांत. नंतर अश्रूंनी घुसमटलेल्या आवाजात त्याने मला विचारलं, "मी पुन्हा पियानो वाजवू शकेन?"

मी गप्प राहिले. मी त्याच्या हातांकडे पाहिलं. काही काळापूर्वी पियानोवर कुशलतेने फिरणारे हेच ते हात होते. रोमेक अतिशय दु:खी झाला होता. मला वाटतं तो रडू फुटू नये म्हणून स्वत:वर नियंत्रण ठेवण्याचा प्रयत्न करत होता. त्याच्या सगळ्या आशा मावळल्या आहेत. पियानो वाजवण्याऐवजी त्याला आता घेट्टोच्या सीमांवर भिंती अभेद्य आहेत की नाही हे बघण्यासाठी सतत फेऱ्या मारल्या पाहिजेत.

कुठल्याही भिंतीच्या विटा थोड्या जरी सैल झालेल्या असल्या, तर रात्री त्यातून अन्न चोरून आत आणलं जाऊ शकतं.

क्लोदना रस्त्यावर जसं भिंतीचं बांधकाम चालू आहे, तसंच दोन्ही बाजूच्या रस्त्यांना जोडण्यासाठी एक पूलही बांधला जातोय. कारण हा रस्ता पुढे आर्यन बाजूच्या लोकांसाठी वाहतुकीचं कॉरिडॉर म्हणून वापरला जाणार आहे. या कामासाठी लागणारं सगळं बांधकाम साहित्य ज्युईश कम्युनिटीने पुरवायचं आहे.

डिसेंबर २४, १९४१

आर्यन बाजूचे लोक आज त्यांच्या रविवारच्या छान कपड्यांत नटले आहेत. मला तर तिथे शिजत असलेल्या सुग्रास अन्नाचाही वास आल्यासारखं वाटतंय. उद्या नाताळ आहे. फक्त सहा महिन्यांपूर्वीच अशा अफवा होत्या, की ख्रिसमसपर्यंत युद्ध संपेल आणि 'आर्मिस्टाईस डे' च्या दिवशी, म्हणजे ११ नोव्हेंबरला, मित्रराष्ट्रांच्या सैन्याच्या तुकड्या वॉर्सामध्ये चालून येतील. वॉर्सात बाहेरचे सैन्य आहे. ते हिरव्या रंगाचे गणवेष घालून रस्त्यावर संचलन करत फिरतात; पण ते लोकांमध्ये दहशत निर्माण करण्यासाठी आणलेलं शत्रुसैन्य आहे.

नाझींनी आम्हाला नवीन वर्षाची एक भेट जाहीर केलीय! १ जानेवारी १९४२ पूर्वी घेट्टोत राहणाऱ्या सगळ्या लोकांनी आपापली फर, फर कोट, कॉलर्स, मफलर आणि फरचे सुटे तुकडेही त्यांना देऊन टाकले पाहिजेत. कमिशनर ऑएर्सवॉल्डच्या सहीने हे फर्मान निघालंय. या वस्तू गोळा करण्यासाठी बरीचशी केंद्रं उभारण्यात आली आहेत.

पण अजून कोणीही हे फर्मान अमलात आणण्याच्या घाईत नाही. सगळीकडे गूढ कुजबूज येते. लोक अशी चर्चा करतायत, की फर विकलेली बरी की लपवून ठेवलेली? बरेच पोलिश लोक या संधीचा फायदा घेऊन घेट्टोत लपूनछपून प्रवेश करतायत. ते लोक ॲस्ट्रखान, चंदेरी फॉक्स, मिंक इत्यादी महागड्या फर अविश्वसनीय, हास्यास्पद किमतींना विकत घेत आहेत. लोकांनाही नगण्य किंमत मिळाली तरी श्रेयस्कर पण जर्मन लोकांना त्या फर तशाच देऊन टाकणं नको असंच वाटतं; पण काही लोकांनी त्या लपवून ठेवायचं ठरवलंय आणि त्यासाठी वेगवेगळ्या जागा शोधण्यात येत आहेत. फरचा अगदी छोटासा तुकडा जरी लपवला, तरी त्यासाठी सरळ मृत्युदंडच आहे; पण आम्हाला एवढ्या गोष्टींसाठी मृत्युदंडाची भीती दाखवली जाते, की या नवीन गोष्टीसाठीही ती भीती आमच्या ओठांवर फक्त कडवट हसू आणते.

आमच्या शाळेत आज चित्रांसाठी आकृत्या देण्याची शेवटची तारीख होती. ही चित्रं हिवाळ्यासाठी निधी गोळा करण्याच्या कामासाठी वापरली जाणार आहेत.

घेट्टोतील मित्रांबरोबर ताडेक स्झाजेर (त्याच्या रुग्णवाहिका सेवा गणवेषात)

स्पर्धेचे परीक्षक म्हणून काम बघणार आहेत आमचे शिक्षक आणि निर्देशक पॉझनान्स्की, जासझुन्स्की. इंजिनिअर झेरनिआकॉव्ह ज्यूरीचे अध्यक्ष म्हणून काम पाहतील. जानेवारीच्या सुरुवातीला निकाल जाहीर केले जातील.

डिसेंबर २६, १९४१

आम्हाला क्लोदना रस्त्यावर राहायला जाण्याची परवानगी देण्यात आली आहे. आज मी आमचं नवीन घर बघायला गेले. ती एक दोन मजली जुनी इमारत आहे. एके काळी एका सतराव्या शतकातल्या पोलिश उद्योगपतीचं ते राहतं घर होतं. गोल गोल फिरत जाणारा अरुंद जिना, गोथिक स्थापत्यशैलीचं बांधकाम मध्ययुगीन गढीची आठवण करून देतं. फार रोमँटिक दिसतं ते. अंगणात दुसरी एक लहान इमारत आहे, तिचं बांधकाम नंतर करण्यात आलं. त्या इमारतीत वॉर्सझाविआंका भटारखाना आहे. तो आता ज्युईश बेकर्सनी चालवायला घेतलाय. घराच्या कोपऱ्याला भिंत बांधण्यात आली आहे. अशा प्रकारे आम्ही घेट्टोच्या अगदी तोंडावरच राहणार आहोत. लाल विटांचं बांधकाम, क्लोदना आणि झेलाइना रस्त्याच्या कोपऱ्यावरचा पूलसुद्धा अधिकाधिक उंच होत आहे. आमच्याभोवती सगळीकडे भिंती आहेत. आम्ही जणू काही कुलूपबंद आहोत.

डिसेंबर २८, १९४१

छोट्या डिझायनर्ससाठी आज आम्ही एक पार्टी केली. विद्यार्थ्यांनी सभागृह

सुरेख सजवलं. करमणुकीचा कार्यक्रमही होता. एका कोपऱ्यात उभारलेल्या छोट्याशा स्टेजवर कलावंत आले. मीही कार्यक्रमात भाग घेतला आणि काही इंग्रजी गाणी म्हटली. एका वाद्यमेळाच्या साथीने आम्ही नृत्य केलं. छोट्याशा लोखंडी चुलीवर शाळेच्या बाकांची लाकडे जाळून ऊबही निर्माण केली होती. एक बुफे ठेवण्यात आला होता, जिथे कुकीज् आणि पेयं होती; पण एका कुकीची किंमत होती तीन लोटिस आणि छोट्या लिकरच्या ग्लाससाठी पाच लोटिस.

शिक्षकांनी विद्यार्थ्यांबरोबर नृत्य केलं आणि एकंदरीत मूड आनंदी होता; पण मला रोमेकचा विचार मनात आल्याखेरीज राहिला नाही. त्या थंडीत कुडकुडत तो घेट्टोच्या भिंतीच्या बांधकामावर देखरेख करत होता.

आठ वाजण्याच्या आधी मी घरी गेले. बोचरा वारा माझ्या हाडांपर्यंत झोंबत होता. हे लिहिताना माझ्या इथे एका कार्बाईड दिव्याचा प्रकाश आहे. त्याची निळसर ज्योत भरभरत नाही, जणू काही ती भयभीत झाली आहे.

घरी आले तेव्हा मला तडिक झाजेरने पाठवलेलं एक सीलबंद पाकीट मिळालं. त्याचा रुग्णवाहिकेवर काम करणाऱ्या माणसाच्या गणवेषातला फोटो त्या पाकिटात होता. स्वत:च्या अपराधीपणाच्या भावनेवर मात करण्यासाठी तो आता रुग्णसेवेवर एक स्वयंसेवक म्हणून काम करतो. कारण त्याच्या वडिलांच्या अप्रिय कारभारासाठी तोही अंशत: जबाबदार आहे असं त्याला वाटतं.

छायाचित्राच्या मागे त्याने लिहिलंय, *'काही वर्षांनंतर, तुझ्यापासून जेव्हा मी दूर असेन तेव्हा एखाद्या दिवशी तुला कदाचित लेसझ्नो रस्त्यावरच्या तेरा क्रमांकावर असलेल्या रुग्णवाहिका सेवेची आठवण येईल... आणि तडिकचीही, जो तुझ्यावर खूप, खूप प्रेम करतो.'* या ओळींशेजारी वॉर्साच्या फोटो-बॉम-फॉरबर्ट या प्रसिद्ध फोटोग्राफी कंपनीचा लाल ट्रेडमार्क आहे. आता ती घेट्टोतली सर्वांत उत्तम फोटो कंपनी आहे. 'द् पोलिश वुड्स् ' आणि 'लेम्ड मुव्ह' या त्यांच्या चित्रपटांसाठी प्रसिद्ध असलेले मिस्टर बॉम आता सोव्हिएट रशियामध्ये कुठेतरी आहेत. कंपनीचा कारभार आता दोघं फॉरबर्ट बंधू सांभाळतात.

घेट्टोमध्ये तसे बरेच छायाचित्रकार आहेत, उदाहरणार्थ फोटो-डोरिस वगैरे; पण कलाक्षेत्रातले बहुतेक लोक बॉम-फॉरबर्ट्समध्येच फोटो काढून घेतात. नाझी सैन्यातले काही उच्च आणि सैनिकी अधिकारीही त्यांचे ग्राहक आहेत.

दुसरं वर्ष

डिसेंबर ३१, १९४१

सरत्या वर्षाचा शेवटचा दिवस. हे दिवस जेवढे जलद जातील तेवढे जाऊ देत, आम्ही कदाचित या युद्धातूनही वाचू. आम्ही घेट्टोच्या भिंतीपलीकडे जिवंत निसटून जाऊ. काही निरीक्षकांचं असं म्हणणं आहे, की मित्रराष्ट्रांचा विरोध १९४२ च्या वसंत ऋतूत सुरू होईल. मध्यंतरीच्या काळात रशियन पळून चालले आहेत आणि एकामागून एक शहरं सोडून देत आहेत. चांगली बातमी फक्त आफ्रिकेहून येते; पण ती किती दूर आहे.

आज आमचा नाट्याविष्कार गट वाईसमन सभागृहात प्रयोग करणार आहे. तिकिटं दोन दिवसांपूर्वीच विकली गेली. मिळणारे सगळे पैसे कॉर्कझॅकच्या बालसदनासाठी दिले जातील.

जानेवारी १, १९४२

एखाद्या विवरावर अधांतरी लटकत ठेवावं, तसं भयाण एकटं वाटतंय मला. कालची रात्र म्हणजे मनोरंजन आणि दुःख यांचं मिश्रण होतं. कार्यक्रम संपल्यावर, माझे एलझेडएचे मित्र म्हणाले, की नवीन वर्षाची संध्याकाळ सर्वांनी माझ्या घरात घालवावी. माझे आईवडील क्लोदना रस्त्यावरच्या त्यांच्या नवीन अपार्टमेंटमध्ये झोपायला गेले होते, त्यामुळे आम्ही आमच्या घरात काही त्रास न होता रात्र घालवू शकलो. माझे पाहुणे होते हॅरी आणि त्याची प्रेयसी अंका लासकोवस्का, डोलेस आणि स्टेफा, मूसकॅट, ब्रोनेक, रोमेक आणि इतर काही जोडपी. शॅम्पेनच्याऐवजी आम्ही लेमोनेड प्यायलो आणि केकच्याऐवजी लोणच्यात मुरवलेल्या छोट्या माशांची सँडविचेस खाल्ली. माझ्या टेबलावर छोटा दिवा लावला होता. त्या दिव्याच्या वातीचा आवाज आमच्या संभाषणात लुप्त होत होता; पण त्या कार्बाईडच्या

दिव्यातून फेकला जाणारा गॅस त्या घुसमटलेल्या हवेत अधिकच प्रकर्षाने जाणवत होता.

तास भराभर उलटले. मध्यरात्रीच्या सुमाराला त्या दिव्याची ज्योत फारच कमी झाली होती. मी दुसरं कार्बाईड आणून ठेवायलाही विसरले होते. हॅरीने माझं समाधान करण्यासाठी म्हटलं, *"नवीन वर्षाचं स्वागत आपण अंधारात करतोय, हेच अधिक उचित आहे."*

त्याच क्षणी डोलेकने त्याच्या घड्याळाकडे पाहिलं आणि तो ओरडला, "मध्यरात्र होतेय." क्षणभर शांतता पसरली. रोमेक पियानोकडे गेला आणि जवळच्याच चर्चच्या मनोऱ्यावरच्या घड्याळात पडणारे बाराचे ठोके ऐकू यायला लागले.

आम्हीही घड्याळाबरोबर एकत्रितपणे ठोके मोजले आणि ते थांबता थांबता माझ्या दिव्याची वात बारीक होऊन लांबट झाली आणि चुरचुर आवाज करत विझून गेली. त्याच वेळेला चर्चच्या घड्याळात बाराचा ठोका पडला. खोलीत अंधार पसरला होता. मी खिडकीवरचा काळा पडदा बाजूला केला आणि थोडा उजेड आत आला. बाहेर हलकी हिमवृष्टी होत होती आणि आकाशात चंद्र ढगांतून हळुवारपणे सरकत होता.

त्या अर्धवट अंधारात मी रोमेकला की-बोर्डवर त्याची बोटे फिरवताना पाहिलं. मोठ्या प्रयत्नाने त्याने चोपिनची 'फ्यूनरल मार्च' ही धून वाजवायला सुरुवात केली. अंका, हॅरी, डोलेक, स्टेफा, ताडेक, ब्रेनिक, सगळे नि:शब्दपणे जोडीजोडीने एकमेकांना बिलगून एकत्र बसले होते. फक्त मीच एकटी होते. माझ्या मनात निराशेचे विचार दाटले. *हे सगळं प्रतीकात्मक तर नव्हतं? माझ्यापुढे कुठलंतरी असं ताट वाढून ठेवलं होतं, की ज्यामुळे माझी माझ्या स्नेह्यांपासून ताटातूट होणार होती...*

एकाएकी कोणीतरी ओरडून म्हटलं, "रोमेक, दुसरं काहीतरी नाही का वाजवता येणार? तुला 'फ्युनरल मार्च' कधीच वाजवता आलं नाही."

रोमेकने उत्तर दिलं नाही, त्याने दुसऱ्या काही स्वरावली वाजवण्याचा प्रयत्न केला; पण काहीच उमटलं नाही. शेवटी तो पियानोजवळून उठला आणि माझ्या शेजारी येऊन बसला. "तुला ठाऊक आहे," तो कुजबुजला, "मला वाटतंय, की या नवीन वर्षाच्या संध्याकाळी काहीतरी घडणार आहे, माझे शब्द लक्षात ठेव."

त्याच्या बोलण्याचा अर्थ मला उमगला नाही तरी त्या अंधारातही मला त्याच्या डोळ्यातली तीव्र निराशा जाणवली.

थोड्या वेळाने आम्ही सगळे बोलायला लागलो. हॅरी म्हणाला, की आमच्या रंगमंचावर प्रयोग करणाऱ्या गटाचं अस्तित्वच धोक्यात आलंय, कारण बहुतेक सगळे सभासद निघून गेले आहेत. नवीन लोक शोधावे लागणार आहेत आणि ते

काही सोपं नाही. त्याचं म्हणणं कोणीही खोडून काढलं नाही. सकृतदर्शनी आम्हाला सगळ्यांना तसंच वाटत होतं. सगळ्यांच्याच मनात सारखीच विषण्णता दाटून आली होती, सर्व काही संपलंय ही भावना प्रबळ झाली होती.

सकाळी सहा वाजता माझे पाहुणे निघायला लागले. रोमेक सर्वांत शेवटी गेला. सात वाजता त्याला त्याच्या घेट्टोच्या कामगिरीवर जायचं होतं.

जानेवारी १८, १९४२

आमच्याकडचे फरचे कपडे देऊन टाकायचा आजचा शेवटचा दिवस होता. नाझींनी दोनदा मुदत वाढवून दिली होती. कारण त्यांना कळून चुकलं होतं, की आपापली फर देऊन टाकायची कोणालाच घाई नव्हती. दुसरी मुदतवाढ संपल्यावर त्यांनी दहशत पसरवत घरांची झडती घ्यायला सुरुवात केली.

गेले तीन दिवस कम्युनिटीच्या संकलन केंद्रासमोर लांबचलांब रांगा लागल्या आहेत. शेवटी लोकांनी नाझींच्या आज्ञा मान्य करायचं ठरवलं आहे; पण नाझींना त्या फरपासून विशेष ऊब मिळणार नाही. जे काही लपवता किंवा विकता येण्यासारखं नव्हतं, ते कापून तरी टाकलेलं होतं किंवा खराब केलेलं होतं. नाझींना दिलेल्या फरला सगळीकडे भोकं पडली आहेत आणि फॉक्स कॉलरचे केस कापून घेण्यात आले आहेत. फरच्या बदल्यात मालकाला एक पिवळी चिठ्ठी दिली जाते. त्यासाठी त्यांना दोन लोटिसचा विशेष कर भरावा लागतो.

नाझींना ही फर त्यांच्या शिपायांच्या बुटांना अस्तर बनवण्यासाठी वापरायचीय. हे शिपाई रशियात युद्धाला गेलेले आहेत आणि तिथल्या थंडीने गारठून चालले आहेत; पण त्यांना अशी जबरदस्तीने लुटून मिळवलेली फारशी फर वॉर्सातून बाहेर काही नेता आली नाही, कारण घेट्टोबाहेर असलेल्या मोठ्या गोदामांना भूमिगत कारवाया करणाऱ्यांनी आगी लावून दिल्या.

फरऐवजी वापरता येतील अशा कॉलर्स आणि अस्तरं बाजारात विक्रीला आल्या आहेत.

आम्ही आता क्लोदना रस्त्यावर राहायला आलोय. द्वारपालाचं कुटुंब म्हणून आम्हाला प्रसाधनगृह नसलेल्या दोन अंधाऱ्या खोल्या देण्यात आल्या आहेत. एका छोट्या लोखंडी शेगडीवर आम्ही स्वयंपाक करतो. जेव्हा ती शेगडी पेटवण्यात येते, तेव्हा भिंतींवरचा बर्फ वितळायला लागतो.

क्लोदना रस्ता त्यांच्या गुंतागुंतीच्या भौगोलिक रचनेमुळे जरा वेगळाच वाटतो. इथली माणसांची रहदारीही प्रेक्षणीय आहे. झेलाझ्ना रस्त्याच्या कोपऱ्यावरून खूपसे लोक येताना दिसतात. लोक दोन मजली उंच पुलावर चढून रस्त्याच्या दोन्ही बाजूच्या पदपथांवर चालू शकतात. सगळा पूल माणसांनी भरून जातो. दोन्ही

बाजूंना भिंती आहेत आणि तिथून दोन्ही भिंतींच्या मध्ये, एखाद्या कॉरिडॉरमध्ये चालावं तसं आर्यन बाजूचे लोक आणि ट्रॉली गाड्यांची वाहतूक चालू असते. रस्त्याच्या मध्यभागी दोन भिंतींच्यामध्ये, सेंट बरोमेअस चर्च आहे. त्याभोवती प्राचीन लिंडेन वृक्ष आहेत.

आमच्याजवळ घेट्टोचं 'कॅपिटॉल' आहे. क्लोदना रस्त्याच्या वीस क्रमांकावर अध्यक्ष झेरनिआकॉव, कर्नल झेरिन्स्की, ज्युईश पोलीसप्रमुख आणि विविध ज्युईश संस्थांच्या उच्च पदाधिकाऱ्यांची निवासस्थानं आहेत. बाऊमफरबर्टची छायाचित्रण कंपनीही त्याच पत्त्यावर आहे. झेरनिआकॉवचं एक मोठं छायाचित्र बरेच दिवस त्या घराबाहेर टांगलेलं होतं.

पुरवठा कार्यालयाचे अध्यक्ष, गेपनेर आणि पोलीस कमिशनर लायकिन, झेरविन्स्की, हेदेखील क्लोदना रस्त्यावरच राहतात. कमिशनर लायकिनचं अपार्टमेंट आमच्या इथेच आहे. मरिसिआ आयसेनस्टाड्ट– 'घेट्टोची नाइटिंगेल' आणि हिर्शफील्ड– सर्वांत प्रसिद्ध ज्युईश कॅफेचा मालकही क्लोदना रस्त्यावर राहायला आले आहेत.

सुखवस्तू लोकांनी गृहकार्यालयाच्या अधिकाऱ्यांचे हात ओले करत क्लोदना रस्त्यावरची प्रशस्त, आधुनिक घरं मिळवली आहेत, कारण हा रस्ता आता उच्चभ्रू वस्तीत गणला जातो. सुरुवातीला सिएन्ना रस्ता तसा समजला जात होता.

आमच्या रस्त्यावर बरेचसे वैद्यकीय तज्ज्ञ, तसेच दंतवैद्य राहतात. जवळ जवळ प्रत्येक घरावर तशा पाट्या आहेत.

सकाळी सहा वाजता सगळ्या द्वारपालांना पदपथांवरचा साचलेला बर्फ काढून टाकायची आज्ञा आहे. लायकिन पूर्वीच्या वकिलांना आणि प्राध्यापकांना हे नवीन काम शिकवताना दिसतात. बरेचदा ते हातात खुरपं नाहीतर खराटा घेऊन त्यांना कामाचं प्रात्यक्षिक देताना दिसतात. त्या बिचाऱ्या असहाय बुद्धिवादी लोकांना त्यांच्या या कामाची सवय नसलेल्या हातात ही आयुधं घ्यावी लागतात.

माझे वडील खूप कष्ट करतात आणि आम्ही त्यांना जिना, अंगण साफ करायला मदत करतो. आमच्या घरात फक्त थोडेच भाडेकरू आहेत आणि संचारबंदीनंतर दरवाजा उघडण्याचे एका रात्रीचे फक्त थोडेसेच लोटिस मिळतात. सिएन्ना रस्त्यावर मिळत होते त्या तुलनेने फारच थोडे.

पण माझ्या वडिलांना उत्पन्नाचं एक दुसरं साधन मिळालंय. आमच्या आतल्या अंगणात वॉर्सझॉइंका बेकरी आहे. रोज रात्री एका गाडीतून बंदी असलेली पिठाची काही डझन पोती तिथे आणली जातात. माझे वडील जेव्हा त्यांच्यासाठी दरवाजा उघडतात, तेव्हा त्यांना ठरावीक रक्कम मिळते आणि दुसऱ्या दिवशी सकाळी दोन छोटे पावही मिळतात.

ही प्रथाच पडून गेली आहे आणि ती सगळ्यांनी स्वीकारली आहे. बऱ्याच

द्वारपालांना पिठाच्या पोत्यांमागे काही ठरावीक टक्के रक्कमही दिली जाते; पण माझ्या वडिलांनी अद्याप तेवढी प्रगती केली नाही!

फेब्रुवारी ९, १९४२

'हिवाळ्यापासून सुटका' चित्रस्पर्धेचा आज बक्षीसवितरण समारंभ होता. मला दोनशे लोटिसचं पहिलं बक्षीस मिळालं. अध्यक्ष झेरनिकॉव आणि इतर अधिकाऱ्यांनी स्वत: बक्षिसाची पाकिटं वाटली आणि छोटीशी भाषणंही केली.

ही चित्रं विविध रंगांत आहेत आणि ती छापायची म्हटली तर ते बरंच खर्चाचं काम आहे. सध्या ती कम्युनिटीच्या सभागृहात टांगून ठेवण्यात येतील. छोटी एक दोन रंगांतली चित्रं 'विंटर रिलीफ'साठी वापरली जातील.

फेब्रुवारी २०, १९४२

थंडीची लाट अधिकाधिक तीव्र होत चालली आहे. थंडीने गारठून मेलेल्या लोकांची प्रेतं रस्त्यावर दिसण्याची संख्या वाढत चालली आहे. ती दाराशीच पडलेली, गुडघे पोटाशी दुमडलेली असतात. मृत्यूशी दिलेल्या झुंजीत मध्येच अपयशी ठरल्याने त्यांच्या चेहऱ्यावर भयाची भावनाही दिसते. अंगावर भीतीचे रोमांच उभे करणारं दृश्य असतं ते; पण जाणाऱ्या येणाऱ्यांना आता त्याची सवय झाली आहे.

एक पौंड बटाट्यांना आता दोन लोटिस पडतात. घेट्टोतले फारच थोडे लोक आता सर्वसामान्य आहार घेऊ शकतात, सार्वजनिक रसोईघरांचे व्यवस्थापक, फार श्रीमंत आणि अन्नाचा काळाबाजार करणारे आहेत.

घेट्टोचे हजारो कामगार अन्न चोरून आणणाऱ्यांवरच अवलंबून आहेत; पण त्यांची परिस्थिती प्रत्येक दिवशी बदलत असते. आदल्या रात्री आलेली अन्नाची किंवा अन्नधान्याची गाडी घेट्टोत पोहोचून माल उतरवून घेतलेला असेल, तर कामगार व्यग्र असतात; पण जर गेस्टापोने 'धाड' टाकली असेल, तर मात्र वर्कशॉप रिकामे असतात आणि कामगारांना उपाशी राहावं लागतं.

जवळ जवळ शंभर गिरण्यांत चोरून आणलेलं धान्य दळलं जातं. त्या धान्याचा कोंडाही विशेष प्रकारचं पीठ म्हणून विकला जातो आणि काळे केक बनवण्यासाठी वापरण्यात येतो. हे केक पेंढ्यासारखे लागतात.

छोट्या हातगिरण्या घराच्या तळघरात, पोटमाळ्यावर आणि गुप्ततेने बांधलेल्या जमिनीखालच्या गुप्त तळघरात चालतात. चोवीस तास या गिरण्या चालूच असतात. आठ तासांचा दिवस या हिशोबाने त्या तीन पाळ्यांमध्ये चालतात. त्यांचं कामकाज पाहण्यासाठी ट्रेड युनियनही आहे. गिरणी चालवण्यासाठी सतत हाताचे हँडल

४१, सिएन्रा रस्त्याच्या एका अंगणात अन्न शोधणाऱ्या मुलांचं मेरी बर्गने रेखाटलेलं एक चित्र

फिरवत राहणं हे कष्टाचं काम आहे; पण त्याचा मोबदलादेखील चांगला मिळतो. सर्वसाधारण कौशल्य असलेला कामगार दिवसाला वीस ते तीस लोटिस मिळवू शकतो. रात्रपाळीत काम करणाऱ्यांना पन्नास टक्के बोनस दिला जातो.

वेगवेगळ्या प्रकारच्या डाळीही या गिरण्यांत तयार होतात. अलीकडेच ताडेक झाजेरने त्याच्या वडिलांना नकळतच अशा एका कारखान्यात काम पत्करलं. त्याला त्याच्या वडिलांच्या अप्रिय कामातून मिळणाऱ्या पैशांवर अवलंबून राहायचं नव्हतं. आज तो कामावरून सरळच माझ्याकडे आला आणि त्याने मला त्याच्या हातावर त्या गिरणीत हँडल फिरवून फिरवून पडलेले घट्टे दाखवले.

मला असं वाटतं, की माझ्यावर छाप पाडण्यासाठीच तो हे करतोय, कारण अजून त्याने वडिलांचं आरामशीर घर आणि भरपूर मिळणारं जेवण कुठे सोडलंय?

घेट्टोमध्ये मासे हवाबंद डब्यात भरायच्या छोट्या फॅक्टऱ्याही आहेत. या माशांना 'स्टिकीज्' असं म्हटलं जातं. अलीकडेच स्मगलर लोकांनी मोठ्या प्रमाणावर सुकवलेले फ्लाऊंडर मासे आणले. फ्लाऊंडर वाटल्यावर मस्त हेरिंगसारखे लागतात. पोलंडमध्येही सध्या ते मिळत नाहीत. तुपाऐवजी या माशाच्या पावडरीचा पावावर पसरून खाण्यासाठी उपयोग केला जातो.

काही दुकानांत घोड्याची सॉसेजेस् बनवतात; पण हे उत्पादन महागडं आहे,

ते फार थोड्या लोकांनाच परवडतं.

बरीचशी दुकानं कँडीही बनवतात. घेट्टोतल्या ज्युईश औषधविक्रेत्यांनी साखरेला एक नवीन पर्याय शोधून काढलाय. या कृत्रिम साखरेच्या पाकाची चव काही वेगळीच लागते.

या केमिस्टना ते साहित्य कुठून मिळतं? मला वाटतं नक्कीच त्यांना काहीतरी गुप्त माहिती असणार. पूर्वीच्या काळी वाळवंटात तग धरून राहण्यासाठी हेच ज्यू केमिस्ट गवतावर प्रक्रिया करत असावेत, ज्यामुळे ते खाता येत असावं. हे सगळे प्रयोग गुप्तपणे तळघरात चालतात.

चामड्यावर प्रक्रिया करण्याची आणि ते कमावण्याची मक्तेदारी नाझींकडे असल्याने, तशा प्रकारचं कामही गुपचूप चालतं. चामडं ठरावीक कोट्याप्रमाणेच मिळतं आणि ते आमच्या गरजांसाठी फार अपुरं पडतं. चामड्याचे बूट फार महाग आहेत; पण तरीही घेट्टोत अधिकाऱ्यांप्रमाणे उंच बूट घालण्याची फॅशन रुळायला लागलीय आणि ज्यांना ते परवडतं, ते लोक हे बूट वापरतात. स्त्री-पुरुष दोघंही अशा प्रकारचे बूट घालतात. एका जोडाची किंमत सुमारे पंधराशे लोटिस आहे.

कच्च्या मालाच्या अपुऱ्या पुरवठ्यामुळे जुन्याच कपड्यांना पुन्हा धुऊन रंगवलं जातं. या विभागातही आमच्या केमिस्टनी चमत्कार दाखवलेत.

वैद्यकीय तज्ज्ञही घेट्टोत चांगलाच भरभराटीचा व्यवसाय करतात; पण औषधांचं प्रिस्क्रिप्शन लिहिताना मात्र त्यांची पंचाईत होते. कारण घेट्टोत नाझी लोक अगदी कमी प्रमाणात औषधं येऊ देतात. औषधांच्या दुकानांवर कम्युनिटीचा प्रभाव असतो; पण ते आवश्यकच आहे. त्यामुळे अगदी गरीब लोकांनाही औषधं मिळू शकतात.

तसं बघायला गेलं तर बाहेरच्या जगावर अवलंबून न राहता आम्ही जगतो आहोत. आम्ही घेट्टोमध्ये बाहेरून वस्तूंची आयात करणं थांबवलंच आहे, उलट सिगारेटी, घड्याळं, दागिने यांची आम्ही निर्यात करतो. अर्थातच या निर्यातीवर गेस्टापो अधिकाऱ्यांचा अंमल आहे आणि कस्टम ड्यूटीचे पैसे त्यांच्याच खिशात जातात. ज्युईश कामगार अधिकृतपणे या वस्तू जर्मन प्रशासनासाठी बनवतात आणि त्यासाठी त्यांना कच्च्या मालाचा पुरवठा केला जातो; पण वास्तवात मात्र जर्मन लोक घेट्टोतले ज्युईश कामगार आणि आर्यन बाजूचे व्यापारी यांच्यामधले दलाल म्हणून चांगलीच कमाई करतात.

फेब्रुवारी २२, १९४२

आज आमच्या शाळेत कवितांवर एक अटीतटीचा वादविवाद रंगला. मध्यंतराच्या वेळी, रॅकेल पेरेलमन नावाच्या विद्यार्थिनीने, तिच्या खिशातून एका भूमिगत गुप्त वृत्तपत्राची नक्कल काढली. त्या कागदावर ज्युलिअन टुविमच्या कवितेचा काही

भाग पुन:प्रकाशित केलेला होता. कविता होती, 'पोलिश फ्लॉवर्स'. त्या श्रेष्ठ पोलिश कवीने कुठेतरी विजनवासात असताना ते काव्य लिहिलं होतं.

"टुविम कुठे आहे आता?" कोणीतरी विचारलं.

"इंग्लड किंवा अमेरिकेत," रॅकेल उत्तरली.

कवीची आम्ही नेहमीच पूजा केलीय. त्यामुळे आम्ही सर्वांनी त्या कवीच्या कवितेचं त्या वृत्तपत्राभोवती जमून वाचन केलं. ती कविता एका मुक्त जगातून आली होती, या विचाराने तर आम्ही अधिकच उत्तेजित झालो होतो आणि आम्ही अपेक्षा करत होतो, की या ज्यू कवीने आम्हाला दिलासा देणारा एक संदेश पाठवावा.

आम्ही निराश झालो. ती कविता पोलंडविषयीच्या प्रेमाने ओथंबली होती. त्या श्रेष्ठ कवितेतली प्रतीकात्मकता अतुलनीय होती; पण आम्हाला ज्याची तहान होती, ती शांत करणारं त्यात काहीच नव्हतं.

त्या कवितेवरची चर्चा चांगलीच तापली. काहींनी हा श्रेष्ठ कवी आपल्याबरोबर नसल्याबद्दल टीका केली, तर काही जण म्हणाले की तो पळून जाण्यात यशस्वी झाला, हे त्याच्यासाठी भाग्याचं आहे आणि तो बाहेरच्या जगाला आपल्या कडवट नशिबाविषयी जागृत करण्यात यशस्वी होईल.

"पण घेट्टोत काय चाललंय ते सगळं माहीत आहे त्याला?" एका विद्यार्थ्याने विचारलं.

मी टुविमची बाजू मांडण्याचा प्रयत्न केला. तो माझ्याच शहराचा होता. माझ्या वडिलांच्या दुकानात तो चित्रं विकत घ्यायला यायचा ते मला आठवलं. "कदाचित तो त्याच्या विजनवासात त्रास भोगत असेल, त्याच्या देशासाठी त्याचं हृदय तळमळत असेल," मी म्हटलं.

पण माझ्या वाद घालण्याचा विशेष काहीच परिणाम झाला नाही. अशा वादळी वातावरणात टुविमच्या छोट्या चाहत्यांना अधिक जोमदार काव्याची अपेक्षा होती. तरीही त्याने त्यांच्याकडे असलेली कविता लिहिलेला कागद सगळ्यांना वाचायला दिला.

वॉर्सॉच्या लिलॅक फुलांनो, तुमचा सुगंध कसा होता,
भग्नावशेषांवर खुलताना...
आमच्या नवीन गुलामगिरीचा पहिला वसंत,
आला आहे लढवय्येपणाने...

फेब्रुवारी २४, १९४२

काल माझ्याकडे इव्हा पिकमन तिची मैत्रीण बोला रॅपोपोर्टबरोबर आली होती. मी व्यासपीठावर गायलेल्या एका इंग्रजी गाण्याचे शब्द त्यांना पाहिजे होते. बोलाला

कॅफेमध्ये गायिका व्हायचं होतं आणि त्यासाठी तिला थोडा अनुभव गोळा करणं आवश्यक होतं. मी तिला तिच्यासाठी एक कार्यक्रम तयार करण्याचं आश्वासन दिलं. ती एक एकोणीस वर्षांची आगळंवेगळं दक्षिणी सौंदर्य असलेली आकर्षक तरुणी आहे. आमचं थोडं बोलणं झालं तेव्हा मला कळलं, की तिचे वडील अमेरिकन नागरिक आहेत आणि जर्मनीच्या लाअफेन छावणीत बंदिवान आहेत. ती म्हणाली, की लवकरच स्त्रियांनाही बंदिवान करण्यात येईल. मला माझ्या आईला समजावयाला लागेल, ती 'एनिमी एलिएन' आहे असं तिने गेस्टापोना जाऊन सांगावं. म्हणजे मग कदाचित आम्ही तिच्याबरोबर कुटुंबीय म्हणून बंदिवान होऊ. अशी अफवा आहे, की नागरी आणि सैनिकी कैद्यांमध्ये लवकरच देवाणघेवाण करण्यात येईल.

अलीकडे एक सनसनाटी खबर घेट्टोला हादरवून टाकणारी ठरली. कर्नल झेरिन्स्कीना आर्यन बाजूला अटक करण्यात आली. ते विक्रीसाठी थोडी फर गुपचूप पलीकडे नेण्याच्या प्रयत्नात होते. सध्या ते तुरुंगात आहेत आणि त्यांचं काय होईल याची कोणाला काही कल्पना नाही.

फेब्रुवारी २७, १९४२

गेसिआ रस्त्यावर बांधण्यात येणाऱ्या एका नवीन तुरुंगाच्या बांधकामावर रोमेक सध्या काम करतोय. ज्युईश वसाहतीत आणखी एका सार्वजनिक इमारतीची भर पडतेय. उपासमारीमुळे अन्नाची पाकिटं चोरणारे भिकारी, भिंतीजवळ पडून राहणारे दुर्दैवी जीव, नाहीतर मग नोकरीच्या शोधार्थ सीमारेषा ओलांडून जाणारे जीव यांपैकी कोणत्या प्रकारच्या गुन्हेगारांना तिथे ठेवण्यात येईल कोणास ठाऊक. घेट्टो सोडून जाणाऱ्या लोकांना जर्मन लोक मृत्युदंडाची शिक्षा फर्मावतात आणि अलीकडेच काही लोकांना या गुन्ह्यासाठी गोळ्या घालून ठार मारण्यात आलं; पण त्याची कोणीच पर्वा करत नाही. भुकेने मरण्यापेक्षा गोळी खाऊन मेलेलं बरं असंच त्यांना वाटतं.

सगळ्या विभागांत ज्यू लोकांवर पाश आवळण्याची यंत्रणा कार्यान्वित करण्यात आली आहे. तरीही ज्यू लोक वॉर्सा सोडून छोट्या गावात जातायत. विशेषत: लुब्लिनच्या आसपास. तिथे अन्न स्वस्त मिळतं. बऱ्याच मोठ्या संख्येने ज्यूंना जर्मनी, ऑस्ट्रिया, झेकोस्लोव्हाकिया इथून पोलंडला आणण्यात येतंय. त्या घेट्टोमध्ये ते नक्कीच भूक आणि थंडीने मृत्यू पावतील. लॉड्झच्या 'कौन्सिल ऑफ एल्डर्स'चे अध्यक्ष आहेत ऐंशी वर्षांचे रुमकोवस्की. आमच्या झेरनिआकोवस्कीसारखे ते अट्टल नाहीत, तर अगदी सहजपणे नाझींच्या अमलाखाली येतात आणि घेट्टोच्या रहिवाशांना त्यांच्या नोकरांसारखे वागवतात.

रूमकोवस्की अलीकडेच वॉर्साला आले होते. एका उच्च कम्युनिटी अधिकाऱ्याबरोबर

लेझझ्नो रस्त्यावर चालताना मी त्यांना पाहिलं. त्यांचे केस पांढरे झाले आहेत; पण तब्येत चांगली राखलीय त्यांनी आणि व्यक्तिमत्त्व उत्साही आहे. त्यांच्या बाहीवर पिवळा पट्टा होता, त्याच्यावर जर्मनमध्ये अक्षरं होती, 'लॉड्झच्या ज्युईश कम्युनिटीचे अध्यक्ष.' आमच्याकडे येणारे सगळे अहवाल एकाच पद्धतीने येतात, *'अध्यक्ष रूमकोवस्की तुम्हाला कळवतात, की अमुक अमुक कुटुंबं जिवंत आहेत, त्या सर्वांची प्रकृतीही चांगली आहे,'* अशी त्यांची सुरुवात असते. दुसरा कोणताही पत्रव्यवहार निषिद्ध आहे.

घेट्टोतून बाहेर पडायच्या मार्गांवर वरचेवर गोळीबाराच्या घटना घडायला लागल्या आहेत. बरेच वेळा एखाद्या शिपायाने त्या स्वतःची करमणूक करण्यासाठीदेखील झाडलेल्या असतात. दररोज जेव्हा मी शाळेत जाते, तेव्हा घरी जिवंत परत येईन की नाही याची मला शाश्वती नसते. दोन धोकादायक जर्मन मंत्र्यांच्या ठाण्यांवरून मला जावं लागतं, ही ठाणी झेलाझ्ना आणि क्लोदना रस्त्यांच्या टोकावर पुलाच्या जवळ आहेत. दुसरा कोपरा आहे क्रॉकमालना आणि झायबोवस्का रस्त्यांच्या जवळ.

या दुसऱ्या मजल्यावरच्या शिपायाला त्याच्या कुप्रसिद्ध क्रूरतेसाठी लोकांनी 'फ्रँकेस्टाईन' असं टोपणनाव दिलंय. थोडेतरी बळी त्याच्या खात्यावर जमा झाल्याखेरीज या शिपायाला झोप लागत नाही. दुसऱ्याच्या दुःखामुळे आनंद घेणारा तो एक विकृत माणूस आहे. मला तर तो दुरून दिसला तरी कापरंच भरतं. तो एखाद्या वानरासारखा दिसतो. चणीने छोटा पण मजबूत, चेहऱ्यावर कायमचा एक दुर्मुखलेला विकृत भाव.

घेट्टोत एका नाझी शस्त्रधारी सैनिकाने रोखून धरलेल्या माणसाचे मेरी बर्गने काढलेले चित्र

आज सकाळी शाळेत जाताना मी क्रॉकमालना आणि झायबोवस्का रस्त्यांच्या कोपऱ्याजवळ पोहोचले, तेव्हा मी ती परिचित आकृती पाहिली, फ्रँकेस्टाईनची. बाहेर पडण्याच्या दाराच्या फक्त एक इंच जवळून चालला होता, म्हणून तो एका रिक्षाचालकाचा छळ करत होता. तो दुर्दैवी माणूस त्या कोपऱ्यावर रक्ताच्या थारोळ्यात पडला होता. त्याच्या तोंडातून पिवळसर द्रव पदपथावर पडत होता. थोड्याच वेळात माझ्या लक्षात आलं, की तो मेला होता. जर्मन परपीडकाचा दुसरा एक बळी.

ते रक्त एवढं भयानकरीत्या लालभडक होतं, की मी पूर्णपणे हादरून गेले.

कठोर वसंत

मार्च ३०, १९४२

दीर्घकालीन हिवाळ्यानंतर एकदाचं हवामान उष्ण होत चाललंय. शेवटी एकदाची वसंत ऋतूची चाहूल लागली आहे. आमच्या अंगणात अद्याप डांबर टाकलेलं नसल्याने माझ्या आई-वडिलांनी थोडसं खणून एक छोटी बाग लावली आहे. टोपोरोलला आम्ही विकत घेतलेल्या बिया तिथे पेरूनदेखील झाल्या आहेत. काळ्या मातीतून मुळ्याची छोटी हिरवी पाने डोकावायला लागली आहेत. आम्ही बागेत कांदे, गाजरं, टर्निप आणि इतरही काही लावलं आहे. काही फुलंदेखील आहेत आणि एप्रिलच्या सुरुवातीला आम्ही टोमॅटो आणि सूर्यफुलं लावू.

काही दिवसांपूर्वी डानझिग येथून वॉर्साला ज्यू लोकांचा एक गट घेट्टोत आला. त्यात फक्त स्त्रिया आणि मुलं होती. त्या लोकांचं सामान भारीपैकी दिसत होतं आणि आमच्या घेट्टोतल्या लोकांपेक्षा त्यांचे कपडेही खूपच चांगले होते. या गटातल्या सगळ्या पुरुषांना ट्रेब्लिंकाच्या शिस्तबद्ध लेबर कॅम्पला पाठवण्यात आलं होतं. तो त्या विभागातला सर्वांत वाईट कॅम्प होता. त्या बायकांना जर्मन अधिकाऱ्यांकडून वचन देण्यात आलं होतं, की ते पुरुष काही महिने त्या छावणीत काम केल्यावर परत येतील.

ट्रेब्लिंकाबद्दल बऱ्याच अफवा पसरलेल्या आहेत. तिथल्या कामगारांना ज्या बॅरॅकमध्ये ठेवलं जातं, त्याच्याभोवती चार काटेरी कुंपणं आणि विद्युतभारित तारा टाकलेल्या आहेत. माझ्या आईच्या मित्राचे भाऊ डॉक्टर मिकोवस्की हे ट्रेब्लिंकाचे मुख्य वैद्यकीय तज्ज्ञ म्हणून काम करतात. त्यांच्या आर्थिक परिस्थितीमुळे त्यांनी ही नोकरी स्वीकारली. कम्युनिटीने लगेच त्यांना पाच हजार लोटिस देऊ केले. याचाच अर्थ ते काम तेवढं कठीण असणार.

रुटका आमच्याकडे वरचेवर येते. आता ती बरी दिसते आणि दिवसेंदिवस

तिच्यात सुधारणा होते आहे. तिचे सुंदर, चमकदार सोनेरी केस कापून टाकण्यात आले आहेत; पण ती त्याच केसांपासून तयार केलेला टोप वापरते आणि तो तिला शोभूनही दिसतो. दीर्घ मुदतीच्या आजारातून उठल्यावर ती एका खाजगी शाळेत जाते. त्या शाळेचे संयोजक प्राध्यापक टॉबेनस्झालॅक आहेत. रुटका अभ्यासात चांगलीच हुशार आहे. ती आणि ॲन, माझी बहीण, दोघीही एकत्रच इंग्रजीचे धडे घेतात.

रुटकाच्या माध्यमातून मला करड्या रंगाच्या कागदावर लिहिलेली मनाची विषण्ण स्थिती दर्शवणारी ताडेक झाजेरची पत्रं मिळतात. त्याला मी भेटू इच्छित नाही असं सांगितल्यावर त्याने निदान पत्रं तरी पाठवण्याची परवानगी मागितली. त्या पत्रांतून तो त्याचा एकटेपणा, व्यथा, त्रास व्यक्त करतो. त्याचं सगळं आयुष्यच त्या पत्रात उघड होतं. माझ्या भेटीची त्याला लागलेली तळमळही तो सांगू पाहतो.

रोमेकचं काम नेहमीप्रमाणेच चालू आहे. आता तो पूर्वीपेक्षा बरा दिसतो. त्याच्यात थोडासा स्वत:वरचा विश्वासदेखील निर्माण झाला आहे. त्याला दिवसाला तीस लोटिस एवढा पगार मिळतो; पण त्याचं कामही आता अधिक जोखमीचं झालंय. आता बऱ्याच मोठ्या कामगारांच्या गटाकडून त्याला काम करून घ्यावं लागतं. पावलोपावली त्याला नाझी गार्ड विनाकारणच गोळ्या घालण्याची धमकी देतात. अलीकडेच त्याच्या डोळ्यांसमोर एका कामगाराला, केवळ त्याच्या खिशात काही औंस लोणी मिळालं म्हणून गोळी घालून ठार केलं गेलं.

रोमेकच्या डोक्यावर सतत मृत्यू घोंघावतोय. अशा स्थितीत काम करणं हे खरोखरच कठीण आहे; पण तरीही तो पूर्वीपेक्षा बरा दिसतो, कारण हवामान बदलल्यामुळे त्याच्या हातांवरची हिवाळ्यातली सूज आता ओसरलीय आणि थंडीने त्वचा खराब झालेल्या खुणाही कमी झाल्या आहेत.

अलीकडेच हॅरी आणि अंका मला भेटायला आले होते. ते नेहमीप्रमाणे प्रेमाने ओथंबून एकमेकांना बिलगलेले होते. त्यांच्या बोटांवरच्या अंगठ्या बघून मी त्यांना विचारलं, "मला न कळवताच लग्नही केलंत तुम्ही?"

"नाही, नाही, या फक्त साखरपुड्याच्या अंगठ्या आहेत. राब्बाईने आमचं लग्न लावायला परवानगी दिलेली नाही अद्याप, कारण आमचं अजून लग्नाचं वय झालं नाही असं ते म्हणतात. तिच्या आईवडिलांचीही परवानगी मिळायचीय, त्यांचा तर विरोधच आहे." मग समारोप करत अंका म्हणाली, "पण काही फरक पडत नाही, आमचं लग्न झाल्यातच जमा आहे, कोणताही राब्बाई त्यांच्या कागदपत्रांत आमच्याइतकी घट्ट नात्याची वीण दाखवू शकणार नाही, ती आमच्यात आहे, आता आणि अनंतकाळपर्यंत..."

मला त्यांचा हेवा वाटतो. कदाचित हे असंच अधिक चांगलं आहे. इतरांइतकं

ते घेट्टोत काय चाललंय याच्यात लक्ष न घालता त्यांच्याच आयुष्यात अधिक रमून जातात. असंच असावं नाही का?

राजकीय बातम्या ठीक आहेत. लेनिनग्राडच्या पराभवानंतर जर्मन लोक पूर्वीपेक्षा बचावात्मक भूमिकेत गेलेले दिसतात; पण अजूनही ध्येय नजरेच्या टप्प्यात आलेलं नाही आणि विजयाची वाटचाल कठीणच दिसते.

एप्रिल १४, १९४२

आज सकाळी सहा वाजता बोला रॅपोपोर्टला तिची आई आणि दोन बहिणींसह पाविआकच्या तुरुंगात ठेवण्यात आलं.

घेट्टोमधल्या सगळ्या अमेरिकन नागरिकांना काल एका जर्मन गाडीने एकत्र केलं. फक्त मिस्टर राकॉवला तेवढं घरीच ठेवलं होतं, कारण ते गंभीररीत्या आजारी होते. त्यांच्या बायकोला आणि दोन मुलांनाही त्यांच्याबरोबरच ठेवलं गेलं.

मला तर वाटलं, की माझ्या आईलाही कोणत्याही क्षणी नेण्यात येईल; पण कसं कोण जाणे, कोणी आलं नाही आणि ते साहजिकच होतं, कारण त्या लोकांना तिने सिएन्ना स्ट्रीट सोडून दुसरीकडे राहायला गेल्यावर तिचा नवीन पत्ताच कळवलेला नाही. तिने गेस्टापोंना भेटायला पाहिजे, मग कदाचित आम्हां सर्वांना एकत्रच बंदिवान करण्यात येईल.

एप्रिल १९, १९४२

आज आम्हाला अंकल पर्सीकडून एक गूढ पत्र आलं. एका आठवड्यापूर्वी ते झाकलिकॉव-लुबेल्स्कीला गेलेले आहेत. पत्रात ते लिहितात, *'त्यांचा प्रवास दीर्घकाळ चालला आणि भीतिदायक होता, लुब्लिनहून ते अगदी योग्य वेळी निघाले.'*

आम्हाला त्यांच्या या लिहिण्याचा अर्थ उमगला तो मिसेस मिंकने, आमच्या घरातल्या भाडेकरूने आम्हाला रात्री जेवणानंतर सांगितलेल्या बातमीनंतर. तिचा एक जवळचा नातेवाईक अलीकडेच घेट्टोत आला आणि लुब्लिनला चालू असलेल्या भयानक हत्याकांडाची त्याने तिला माहिती दिली. त्या हत्याकांडात त्याने त्याची पत्नी आणि दोन मुलांना गमावलं. त्याची कहाणी अंगावर शहारे आणणारी होती.

"जर्मनांनी सगळ्या ज्यूंना घरातून बाहेर पडून चौकात जमायला फर्मावलं. बहुसंख्य लोकांनी ती आज्ञा पाळली नाही आणि तळघरात, घरातल्या पोटमाळ्यात वगैरे ठिकाणी लपायला सुरुवात केली. काहींनी त्यांच्या अपार्टमेंटभोवती अडथळे उभे केले. इलीट गार्ड्सनी खिडक्यांच्या दिशेने गोळीबार करायला सुरुवात केली. जो कोणी घराबाहेर पडेल, त्याला जागेवरच गोळ्या घालण्यात येत होत्या. लहान

मुलांना रिव्हॉल्व्हरने मारून टाकण्यात आलं. काही लोकांना ते बेशुद्ध होईपर्यंत छळण्यात आलं. घेट्टोतल्या जवळ जवळ निम्म्यापेक्षा जास्त लोकांना ठार मारण्यात आलं आणि काही लोक अज्ञात स्थळी पाठवले गेले. पूर्वीच्या चाळीस हजारातले फक्त दोन हजार लोक शिल्लक राहिले. या लोकांना लुब्लिनच्या जवळच्या माजदानेक छावणीत नेण्यात आलं. आजही लुब्लिन घेट्टोचे रस्ते रक्ताने रंगले आहेत आणि बळींना हलवण्यातदेखील आलेलं नाही. घरांमध्ये प्रेतांचे ढीग पडले आहेत.''

केवळ ज्या घरात आश्रय घेतला होता, ते घर नाझींच्या नजरेतून सुटल्यामुळेच तिचा नातेवाईक या हत्याकांडातून जेमतेम वाचला. रात्रभर तो काटेरी तारांच्या गुंतावळ्यातून मार्ग काढत चालत राहिला आणि केवळ नशीब बलवत्तर म्हणूनच तिथून त्याने त्याची सुटका करून घेतली.

इतक्या क्रौर्याने एवढ्या सगळ्या लोकांना मारून टाकणं इतकं भयानक आहे! माझा तर विश्वासच बसत नाही. म्हणूनच अंकल पर्सीना त्यांचा प्रवास थांबवावा लागला असणार. या सगळ्या शोकात्मक घटना पाहणं किती भयंकर असेल? कोणत्या दैवी चमत्काराने ते वाचले?

अलीकडे घेट्टोत जोरदार अफवा पसरत आहेत. सगळ्या ज्यूंना अरेबिया किंवा त्याच्या जवळ कुठेतरी पाठवून देणार असं लोक म्हणतात. मला कळत नाही, याचा काय अर्थ असेल? गव्हर्नर फ्रँक अलीकडे त्यांच्या निर्णयांत बरेच मवाळ झाले आहेत. कर्फ्यूपण उशिरा सुरू होतो, जर्मन लोक वॉर्सामध्ये त्यांना काम मिळेल या उद्देशाने नियमित स्वरूपाचे वर्कशॉप सुरू करण्याचे नियोजन करतायत; पण हे तर मोठ्या प्रमाणावर ज्यूंना तडीपार करण्याच्या अफवेविरुद्ध आहे.

जर्मन भाषेतल्या वॉर्साच्या अधिकृत वर्तमानपत्रात, 'वॉर्साचाउर झाइटुंग'मध्ये असं छापून आलंय, की शेवटी ज्यू लोक उपयुक्त ठरले आहेत आणि घेट्टोत होणारं उत्पादन जर्मन सैन्यासाठी फायदेशीर आहे. बराच काळ आम्ही 'युरोपातून ज्यू लोक नाहीसे झाले पाहिजेत' अशा घोषणाही ऐकलेल्या नाहीत. गेल्या वर्षीच अशा प्रकारचा मजकूर जर्मन प्रेसमध्ये प्रसिद्ध झाला होता. आता सगळं शांत आहे. ही वादळापूर्वीची शांतता तर नव्हे? लुब्लिनमध्ये जे चाललंय त्याचं वैशिष्ट्य काय असावं?

एप्रिल १७, १९४२

मी अक्षरशः बेभान झाले आहे. सहा वाजण्याच्या थोड्या आधीच पोलीस कॅप्टन हर्ट्झने उत्तेजित अवस्थेत घाईघाईत येऊन सांगितलं, ''कसलीही तयारी ठेवा, आठ वाजता प्रोग्रॅम होणार आहे,'' मग पुढे काही स्पष्टीकरण न देताच

ते त्वरेने निघून घेले. सगळं घेट्टो भीतीच्या छायेखाली आलं. लोकांनी घाईघाईने त्यांची दुकानं बंद केली. अशीही अफवा पसरली, की लुब्लिन प्रोग्रॅमसाठी वापरलेलं वर्निचुटंगस्कीमांडो, विनाशकारी दल, इथे वॉर्सात नरसंहाराच्या कामासाठी येऊन ठेपलंय. आता जर्मन लोक रशियन युद्ध लढायला जाणार असल्याने युक्रेनिअन आणि लिथुआनिअन शिपाई घेट्टोवर देखरेख करायला येणार आहेत.

जिथून अन्नधान्यपुरवठा होतो, त्या कार्यालयातल्या सगळ्या कर्मचाऱ्यांना सहा वाजताच घरी पाठवण्यात आलं आणि लवकरात लवकर घरी पोहोचण्याच्या सूचना देण्यात आल्या.

माझ्या आईने घाईघाईत एका टोपलीत थोडं अन्न भरलं आणि माझ्या वडिलांबरोबर ती तळघरात लपण्यासाठी एखादी सुरक्षित जागा शोधण्यासाठी गेली. मी भीतीने थरथर कापत होते. एक एक क्षण एखाद्या युगासारखा भासत होता. तासामागून तास उलटले. सात...आठ... नऊ... आता अकरा वाजले आहेत. गावात मृतवत शांतता पसरली आहे.

काही मिनिटांपूर्वी कोणीतरी घराचा दरवाजा ठोठावला. आमची खात्री होती, की ते जर्मनच आहेत. माझ्या वडिलांनी दरवाजा उघडला. तो ज्युईश पोलीस मुख्यालयातला निरोप्या होता. त्याने कॅप्टन हर्ट्झसाठी निरोप आणला होता, की त्यांनी ताबडतोब ऑग्रोडोवा रस्त्यावर जावं. इतक्या उशिरा हा निरोप म्हणजे प्रकरण निश्चितच गंभीर असणार.

कोणत्याही क्षणी आमच्या लपायच्या ठिकाणी जाण्यासाठी आम्ही सगळे तयार होऊन बसलो होतो. हे असं सतत तणावाखाली जगणं फार भयानक आहे.

एप्रिल २८, १९४१

सात क्रमांकाच्या आकड्याचा माझ्या आयुष्यात काहीतरी गूढ प्रभाव दिसतोय. काहीतरी अचानक, अनपेक्षित असं नेहमीच घडतं त्या तारखेला, विशेषत: जर मी ती तारीख विसरले तर. या महिन्याच्या १७ तारखेपासून घेट्टो सतत दहशतीच्या तणावाखाली आहे. १७ आणि १८ तारखेच्या दरम्यान बावन्न लोक मारले गेले. त्यातले बरेचसे भटारखाना चालवणारे आणि चोरून माल पुरवणारे होते. सगळे बेकरीवाले घाबरून गेले आहेत. आमच्या घरातली बेकरी ज्यांची आहे, ते एपस्टाईन आणि वॅगनर आता घरी झोपत नाहीत. जर्मन लोक तयारीनिशीच सगळी नावानिशी माहिती घेऊन येतात, जर ते शोधत असलेली व्यक्ती त्यांना सापडली नाही, तर जो कोणी त्याच्या कुटुंबातला समोर येईल, त्याला ते गोळ्या घालत होते. घराचा दरवाजा उघडलेल्या व्यक्तीला त्यांच्या पुढे चालायला लावून पाठीमागून गोळ्या झाडत होते. दुसऱ्या दिवशी ते लोक रस्त्यांत मृतावस्थेत पडलेले दिसत होते.

काल मी इव्हा पिकमनला भेटायला गेले होते. तिथे ब्रॉंका, इर्का आणि रेना

दुःखी चेहऱ्याने बसल्या होत्या. झायकोपण तिथे होता. तो इव्हाच्या घरमालकाचा मुलगा आहे आणि पोलिसात आहे. त्याने सांगितलेली माहिती अंगावर काटा आणणारी होती. गेले कित्येक रात्री सतत त्याला लोकांना मारायच्या कामगिरीवर पाठवलं जात होतं.

झायको खुर्चीत कोसळल्यासारखा बसला होता. आम्ही बाकीचे सगळे एका खाटेवर बसलो होतो. इतक्या रात्रींच्या निद्रानाशाने तो फिक्कट आणि हादरलेला दिसत होता. *"आता मला त्यांनी ठार केलं तरी चालेल; पण पुन्हा मी या कामगिरीवर जाणार नाही. काल रात्री एक वाजल्यानंतर सगळ्या बळींचा निकाल लावल्यावर त्यांनी मला त्यांच्या पुढे चालायला सांगितलं. मी चालू लागलो; पण माझे पाय लटपटत होते. अजून कसे ते गोळ्या घालत नाहीत मला? मी चालत राहिलो आणि एकाएकी मला त्यांच्या जोरजोरात हसण्याचा आवाज आला. त्या अंधाऱ्या, निर्मनुष्य रस्त्यावर ते हसणं अभद्र वाटत होतं. त्यांच्या बंदुकांच्या आवाक्याबाहेर पोहोचल्यावर जणू काही ते माझा पाठलाग करत असावेत असं समजून मी वाऱ्याच्या वेगाने पळत सुटलो. घरी पोहोचलो ते अर्धमेल्या अवस्थेत. माझ्या आईने मला विचारलं काय झालं म्हणून; पण मी रात्री कोणत्या कामगिरीवर जात होतो, ते तिला सांगण्याचं धैर्य मला झालं नाही."*

इव्हाचे डोळे अश्रूंनी भरले. इर्का म्हणत राहिली, "हे अशक्य आहे, हे अशक्य आहे." रेना थोडा वेळ शांत बसली. मग म्हणाली, "मला जगायचंय." इव्हा मला म्हणाली, "मेरी, तुला बोलासारखंच बंदिवान करतील; पण आम्ही मात्र पार बुडालो..."

आम्हाला बोला रॅपोपोर्टकडून पत्रं आली आहेत. तिला लायबेनाऊ येथे कॉन्स्टॅन्स लेकजवळ बंदिवान केलेलं आहे. तिची प्रकृती ठीक आहे. आम्हाला आनंद आहे, की निदान आमच्यापैकी एकजण तरी वाचलीय. मला तिचा हेवा वाटतो. या नरकातून बाहेर पडण्याची मला इच्छा आहे; पण काही शक्तीच उरलेली नाही.

असं ऐकलंय, की जर्मन लोकांना लाच देऊन कुटुंब बंदिवान बनवता येऊ शकतात. एखादा कागदाचा तुकडा, ज्यावर लिहिलेलं असेल, की त्या कुटुंबातली निदान एकतरी व्यक्ती विदेशी नागरिक आहे. माझी आई या बाबतीत नशीबवान आहे, कारण ती अमेरिकन नागरिक आहे; पण मी, माझे वडील आणि माझी बहीण, आमचं स्थान मात्र अंधकारमय आहे.

एहर्‌लिच् या गेस्टापोला आम्हाला भेटावं लागेल. कदाचित आम्हालाही बंदिवान होता येईल. आता घेट्टोत बहुतेक माझ्या आईसारखे दडून बसलेले थोडेच अमेरिकन नागरिक उरले आहेत.

काल रात्री आणखी साठ लोकांना मारण्यात आलं. त्यातले बहुतेक सधन होते

आणि भूमिगत कारवायांना आर्थिक मदत करत होते. गुप्त बातमीपत्रं छापायला पैसा पुरवत होते. पुन्हा एकदा सकाळी रस्त्यावर प्रेतं पडली होती. मारल्या गेलेल्यांत भटारखान्याचा एक सधन मालक ब्लाजमानही होता. एका भूमिगत वर्तमानपत्राचा प्रमुख आधारस्तंभ. त्याचे भाऊही बळींच्या यादीत होते; पण ते पळून जाण्यात यशस्वी झाले आणि आता लपून बसले आहेत.

आमच्या बागेत सगळीकडे हिरवं झालं आहे. छोटे छोटे मुळे, टोमॅटो, सूर्यप्रकाशात आनंदाने न्हाले आहेत. हवाही सुरेख आहे; पण दुर्दैवाने आम्ही या निसर्गसौंदर्याचा आनंद लुटू शकत नाही; पण म्हणूनच आमची ही छोटीशी बाग आम्हाला फार प्रिय आहे. या वर्षीचा वसंत ऋतू फारच सुंदर आहे. आमच्या खिडकीखालचं लिलॅकचं झुडूप फुलांनी लगडलं आहे.

मे ४, १९४२

आर्यन बाजूला तिथल्या लोकांनी १ मे आणि ३ मे नाझी लोकांवर पूर्ण बहिष्कार टाकून साजरा केला. त्या दिवशी लोकांनी ट्रॉली कार वापरणं किंवा वर्तमानपत्रं विकत घेणं टाळलं कारण त्या विक्रीचे पैसे सरळ जर्मन लोकांकडे जातात. कोणीतरी अज्ञात सैनिकांच्या कवटीवर पुष्पचक्र वाहिलं. लोक आपापल्या घरातच बसून राहिले, त्यामुळे एक विलक्षण शांतता पसरत राहिली. घेट्टोतलाही मूड वेगळाच होता. पोलिश लोकांनी जरी ज्यूंना त्यांच्या बरोबरीचा दर्जा देण्याचं नाकारलं असलं, तरी ज्यू मात्र त्यांना अमानुष वागणूक देण्यात येत असूनदेखील आपला देशाभिमान व्यक्त करतात.

अलीकडेच लुब्लिन विभागातील जंगलात विभक्त झालेल्या गटांची मारामारी चालू असल्याचं बोलणं ऐकलं. त्यामध्ये बरेच ज्यूदेखील आहेत, इतरांसारखे तेही एका समान उद्दिष्टासाठी लढतात आणि तरीही वर्णद्वेषी पोलिश लोक म्हणतात, 'बरं आहे जे चाललंय ते, बसू दे त्या ज्यूंना भिंतीच्या आड, निदान पोलंडमध्ये तरी ज्यू राहणार नाहीत.'

आमच्याकडे वरचेवर येणारे मिस्टर प्रिझाय्गोडा, चास्केलबर्ग या प्रशासकाचे साहाय्यक आहेत. ते नेहमीच म्हणतात, 'काहीतरी हालचाल सुरू झाली की मी भिंतीपलीकडे उडी मारून जाईन आणि माझ्या मनात एवढा संताप साठलाय की मी डझनवारी जर्मन लोकांना ठार मारेन.' मला ठाऊक आहे, की प्रिझाय्गोडा एका भूमिगत चळवळ चालवणाऱ्या गटाचा सभासद आहे.

जुरेक लेडर, माझा एक चांगला मित्र आहे. ज्युईश पोलिसांत काम करतो. तो एक कट्टर पोलिश राष्ट्रप्रेमी आहे. तो म्हणतो, 'माझी फक्त इथून सुटका झाली, तर मी त्या सीमेपलीकडच्या गटांना जाऊन मिळेन, म्हणजे मग मला निदान पोलंडच्या

बाजूने लढता येईल. माझं माझ्या मातृभूमीवर प्रेम आहे आणि अगदी शंभर वर्णद्वेषी पोलिश लोकांनी मी पोलिश नाही असं मला पटवण्याचा प्रयत्न केला, तरी मी त्यांच्यावर मात करेन, शब्दांनी नाही करता आली, तर मग गुद्द्यांनी करेन.' लेडरचे वडील पोलिश सैन्यात कॅप्टन आहेत, सध्या ते रशियात बंदिवान आहेत.

असे बरेच ज्यू आहेत, जे त्यांचं आयुष्य पोलंडसाठी आनंदाने वाहून टाकायला तयार आहेत. ते लोक सध्या भूमिगत कारवायांत गुंतले आहेत. जेव्हा एखादा पोलिश माणूस भिंतीपलीकडून दगड भिरकावतो तेव्हा फक्त दात ओठ चावून गप्प बसणारे आणि शरमेने काळवंडून जाणारेही बरेच ज्यू आहेत. अलीकडेच क्लोदना रस्त्यावर, ट्रकमधून जाणाऱ्या पोलिश लोकांनी दुकानांतल्या शोकेसेसवर आणि खाजगी अपार्टमेंटच्या खिडक्यांवर दगड भिरकावले आणि जाताना उन्मत्तपणे ओरडत गेले.

काही ज्यूंना त्यांचा जन्म पोलंडमध्ये झाला होता, हे कबूल करण्याचीही लाज वाटते. कारण त्या वेळी त्यांना त्यांच्या बरोबरच्या पोलिश नागरिकांनी त्यांना उद्देशून म्हटलेल्या 'ज्यू लोकांनो, पॅलेस्टाईनला परत जा' अशा हेटाळणीच्या शब्दांची आठवण येते. विद्यापीठांत शिकत असतानादेखील केवळ ते ज्यू आहेत म्हणून त्यांना 'घेट्टो बाकांवर' बसावं लागायचं, वेगवेगळ्या गुन्ह्यांची शिकार व्हावं लागायचं. ज्यू नसलेल्या इतर लोकांवर हिटलरच्या प्रचाराचा परिणाम झालाय, ही वस्तुस्थिती आहे. हे कळत असूनदेखील ते व्यक्त करायला लोक घाबरतात, कारण लगेच त्यांच्यावर ज्यू लोकांनी त्यांना विकत घेतलंय असा आरोप होईल, अशी त्यांना भीती वाटते. फक्त काही थोडे लोक उघडपणे बोलतात, जे कामगारवर्गातले आहेत आणि विभक्त गटांसाठी लढत आहेत. आर्यन बाजूचे सगळे पोलिश लोक एकत्र आले आणि घेट्टोमधल्या ज्यूंची मदत करायचं त्यांनी ठरवलं, तर ते बरंच काही करू शकतील, उदाहरणार्थ, ते बऱ्याच ज्यू लोकांना आर्यन प्रमाणपत्रं देऊ शकतील, त्यांच्या घरात आश्रय देऊ शकतील, त्यांना भिंतीपलीकडे पळून जायला मदत करता येईल, आणखी बरंच काही करता येईल; पण त्यापेक्षा घेट्टोत दगड मारणं अधिक सोपं आहे!

मे ६, १९४२

सध्याची दहशतीची परिस्थिती असूनदेखील कम्युनिटीने सहा-सात वर्षांच्या मुलांसाठी काही पब्लिक प्राथमिक शाळा सुरू केल्या आहेत. त्यांना यीडिश भाषेत शिकवण्यात येतं. क्रमिक पुस्तकंही दिली जातात; पण आता ती उपलब्ध होणंदेखील कठीण झालंय. या कार्यक्रमामध्ये वर्ग संपल्यावर देखरेखीखाली खेळही घेण्यात येतात. त्यांच्या शिक्षकांबरोबर हातात हात घालून अभिमानाने जाणारी मुलं पाहणं,

हे एक सुखद दृश्य असतं.

काल प्राध्यापक ग्राइफेनबर्गनी त्यांच्या वर्गातल्या सगळ्या मुलांना कम्युनिटीच्या इमारतीसमोरील छोट्या क्रीडांगणावर नेलं. एका बॉम्बस्फोटात उद्ध्वस्त झालेल्या घराच्या ठिकाणी ही बाग बनवण्यात आली आहे. टोपोरोलच्या माळ्यांनी तिथे हिरवळ केली आहे आणि फुलझाडंही लावली आहेत. आज तिथे हिरवंगार आहे. ज्युईश कारागिरांनी झोपाळे आणि बाकंही लावून दिली आहेत. आमच्या शाळेच्या मुलांनी तिथल्या पूर्वी उद्ध्वस्त करण्यात आलेल्या घराच्या भिंतींवर प्राण्यांची व्यंगचित्रं काढली. घेट्टोतल्या मुलांना स्वातंत्र्याची अनुभूती देण्यासाठी हे सगळं केलं जातं.

आज बागेचं उद्घाटन करण्यात आलं. अध्यक्ष झेरनिआकॉव आणि कम्युनिटीच्या इतर अधिकाऱ्यांनी कार्यक्रमाला हजेरी लावली. हिरवळीवर मोठी मेजं लावण्यात आली होती आणि त्याच्यावर मोलॅसेसपासून घेट्टोत बनवण्यात आलेली कँडी, छोट्या पिशव्यांत ठेवण्यात आली. प्रत्येक मुलाला एक छोटंसं बक्षीस आणि कँडी देण्यात आली. त्यांचे आनंदाचे चीत्कार आणि समूहगीतांचे सूर हवेत गुंजत होते. घेट्टोच्या या छोट्या कैद्यांसाठी ज्या लोकांनी हा कार्यक्रम आयोजित केला होता, त्यांच्यासाठी त्या मुलांचे हसरे, गुलाबी चेहरे हे कदाचित सर्वांत सुंदर बक्षीस होतं!

मे ७, १९४२

एबी, माझ्या आईचा भाऊ, पोलिसांत काम करतो. अलीकडे त्याच्या एका साहसामुळे, त्याचा जीव जवळ जवळ धोक्यात आला होता.

काही दिवसांपूर्वी त्याला क्रॉकमालना रस्त्यावर रात्री गस्त घालण्याची ड्युटी देण्यात आली होती. याच रस्त्यावर बराचसा छुपा व्यापार चालतो. त्याला दिलेलं काम असं होतं, की रस्त्याच्या एका भागाची टेहळणी करायची आणि असे छुपा व्यापार करणारे लोक तिथून जात नाहीत ना, यावर लक्ष ठेवायचं. त्याला बरेचसे ज्यू लोक पिठाच्या, किंवा इतर अन्नपदार्थांच्या पिशव्या भिंतीच्या पलीकडे फेकताना दिसले. या पिशव्यांमुळे घेट्टोत निदान थोडंफार अन्न उपलब्ध झालं असतं आणि पावाची किंमतही खाली आली असती.

एबीची स्वत:चीच परिस्थिती तेवढी चांगली नाही आणि एखादा पौंड पीठ किंवा पावाचा एक मोठा तुकडा, यामुळे त्याच्याही परिस्थितीत नक्कीच फरक पडू शकला असता. अन्नाचा असा छुपा काळाबाजार करणारे लोक ज्यू पोलिसांनी जर त्यांच्या कारवाईकडे सोईस्करपणे डोळेझाक केली किंवा नाझी गार्ड्स येताना दिसल्यावर सावधगिरीचा इशारा दिला तर त्यांना थोडे पैसे किंवा अन्नपदार्थदेखील देऊ करतात.

दुसऱ्या दिवशी काय खायचं याची भ्रांत असलेल्या एबीला एका व्यापाऱ्याने थोडे पैसे देऊ केले. जर अचानक दोन जर्मन शिपाई तिथे टपकले नसते, तर सगळं काही सुरळीत झालं असतं.

अंधारात त्यांना नक्की काय चाललंय ते कळलं नाही तरी त्यांना ही जाणीव नक्कीच झाली की छुपा व्यापार करणारे लोक सक्रिय झालेले दिसतात. त्यांनी बंदुकीच्या फैरी झाडल्या. ते व्यापारी त्यात मारले गेले. एबी जीव वाचवण्यासाठी पळत सुटला. जर्मनांनी त्याची पोलिसी टोपी आणि पट्टा पाहिला आणि ते त्याचा पाठलाग करू लागले. एबी एका दुसऱ्याच रस्त्यात घुसला आणि क्लोदना रस्त्याच्या विषम बाजूने १७ क्रमांकाच्या ज्युईश पोलीस ठाण्याजवळ पोहोचला. रात्रपाळीच्या शिपायाला सावध करण्यासाठीदेखील त्याला वेळ मिळाला नाही. जर जर्मन आले तर त्या चौकीतून क्रॉकमालना रस्त्यावर कोणीही गस्त घालायला गेलं नाही असं सांगायचं होतं. एबीचं गुपित कोणीही फोडलं नाही. जर्मन लोक काही माहिती न मिळताच निघून गेले. त्या अनुभवाच्या धक्क्यातून एबी अद्याप सावरलेला नाही.

शेवटी घेट्टोमधल्या दगाबाज ज्युईश लोकांच्या दफनपेटिकेवर शेवटचा खिळा मारला जाणार असं दिसतंय. काल रात्री कुप्रसिद्ध मिलेक आणि त्याचा साथीदार अँडर्स यांना भूमिगत लोकांनी ठार मारलं, एकाला त्याच्या घरात आणि दुसऱ्याला रस्त्यावर. मिलेकचा एक निकट मित्र जुरेक जावर बॉम, पाविआकमध्ये बंदिवान आहे.

आता गरम व्हायला लागलंय आणि बरेच वेळा मी शाळेत जायच्याऐवजी एक चादर-उशी घेऊन आमच्या गच्चीत सूर्यस्नानासाठी जाते. घेट्टोत ही एक प्रथाच पडली आहे आणि ज्यांच्या घराची छपरं सपाट आहेत, त्यांच्या छपरांना एखाद्या समुद्र-किनाऱ्याचं स्वरूप आलंय.

क्लोदना रस्त्याच्या २० क्रमांकावर गच्चीसारख्या सपाट छतावर जाण्यासाठी एक लोटिस पन्नास ग्रॉसझी द्यावे लागतात. त्या छपरांवर घडीच्या खुर्च्या आहेत, तिथून थंडगार पेयं घेत घेत वॉर्साचं विहंगम दृश्य दिसू शकतं.

आमच्या स्वत:च्या छपरावर मी नेहमी एकटीच असते. तिथे उन्हात पडून राहणं खरंच सुखद वाटतं. तिथून मला भिंतीपलीकडचं जगही दिसतं. चर्चचे पांढरे मनोरे माझ्या अगदी जवळ आहेत. मनोऱ्यांभोवती लिंडनच्या फांद्या आहेत आणि त्या झाडाचा सुरेख सुगंध माझ्या छतापर्यंत पोहोचतो. त्याच्याही पुढे जर्मन लोक आता बराकी म्हणून वापरत असलेली खाजगी घरं आहेत. इथली हवा शुद्ध आहे, इथे मी विशाल जगाचा, दूरवरच्या प्रदेशाचा आणि स्वातंत्र्याचा विचार करत राहते.

जर्मन लोक फोटो काढतात

मे ८, १९४२

घेट्टोमधल्या आयुष्यावर एक चित्रपट बनवायचं जर्मन लोकांनी ठरवलंय. आज सकाळीच त्यांनी एक शक्तिशाली कॅमेरा क्लोदना रस्त्याच्या समोर लावला आणि रस्त्याचे फोटो घेतले. नंतर ते सर्वांत छानपैकी सजवलेल्या अपार्टमेंटमध्ये शिरले आणि त्यांनी पार्लरमध्ये टेबल लावायला फर्मावलं. एका जवळच्या उपाहारगृहातून त्यांनी उत्तमोत्तम पदार्थ उचलून आणले, मटणाच्या डिशेस, केक, फळं... बहुतेक घेट्टोत तेवढीच फळं उपलब्ध होती. मग रस्त्याने जाणाऱ्या सर्वांत चांगल्या पोशाख परिधान केलेल्या स्त्री-पुरुषांना गाठून त्यांना त्या टेबलाभोवती बसण्याची त्यांनी आज्ञा केली. टेबलावर मांडलेल्या पदार्थांचा आस्वाद घेतानाचे त्यांचे फोटो काढून त्यांनी त्या प्रसंगाचं रीळ तयार केलं.

घेट्टोमधल्या लोकांना सगळं मुबलक मिळतंय, अगदी जर्मनीत इतरत्र न मिळणाऱ्या वस्तूदेखील मिळतायत, असं त्यांना बर्लिनला दाखवायचं असेल का?

मी शाळेत गेले तेव्हा तिथेही हीच गडबड चालू होती. खिडक्यांजवळ उभं राहून शिक्षक आणि विद्यार्थी समोरच्या कम्युनिटी बिल्डिंगमध्ये चाललेलं चित्रीकरण बघत होते. प्रखर प्रकाशाचे झोत सोडणारे स्पॉटलाईट लावलेले होते, जमिनीवर सगळीकडे केबल आणि तारांचं जाळं झालं होतं. कॅमेरे सगळीकडे फिरवण्यात येत होते. बरोबर ऑपरेटर होते आणि त्यांच्याभोवती कम्युनिटीचे अधिकारी आणि इतर लोकही होते. नंतर एका जर्मन माणसाने बऱ्याच लोकांचे गट तयार केले. मध्यभागी प्रेसिडेंट झेरनिआकोव्ह आणि इतर वरिष्ठ अधिकाऱ्यांना उभं केलं. काही वेळाने, काही कारणासाठी सगळ्या लोकांना एका हॉलमध्ये एकत्रित करण्यात आलं आणि गुडघे टेकून बसायची आज्ञा केली गेली. अर्थात, रस्त्यावरच्या प्रेतांचे फोटो नसतील. भुकेने कळवळलेल्या मुलांचेदेखील फोटो नसणं साहजिकच होतं.

जर्मन लोक काहीतरी वेगळाच प्रचार करण्याच्या प्रयत्नात आहेत असं दिसतं. अलीकडे त्यांची लढाईबद्दलची वक्तव्यंही बदलेली आहेत. रशियन क्षेत्रांतून 'तात्पुरती माघार' घेण्याबद्दल ते बोलू लागले आहेत. ज्यांना त्याचा गर्भितार्थ कळतो, ते हर्षभरित झाले आहेत.

घेट्टोतल्या रात्री दमट आणि उष्ण होऊ लागल्या आहेत. रात्री सर्वजण आपापल्या खुर्च्या घेऊन बाहेर अंगणात बसतात. माझी बसण्याची आवडती जागा म्हणजे सतरंज्या धोपटण्यासाठी वापरली जाणारी एक लाकडी फ्रेम. कधीतरी मी रात्री गाणंही म्हणते आणि कोणीही रहिवासी त्याबद्दल आक्षेप घेत नाहीत. त्यांना त्यांची दु:खं काही काळ विसरायला आवडतं.

कॅप्टन हर्ट्झ्‌ बरेचदा आमच्याबरोबर अंगणात बसतात; पण ते फारच निराशावादी आहेत, नेहमी भयानक घटना सांगत असतात. ते सांगत होते, *''गाडीतून चाललेल्या एका पोलिसाने गाडीतल्या पेंढ्याखाली काय आहे, हे जर्मन रक्षकाने विचारल्यावर 'काही नाही' असं सांगितलं. त्यामुळे त्याने चालकाला गाडी थांबवायला सांगितलं. मग पेंढा उचकटला. पेंढ्याखाली स्ट्रॉबेरी लपवलेल्या होत्या. चालक आणि पोलिसाला त्या जर्मन रक्षकाने जागेवरच गोळ्या घालून ठार केलं. कॅप्टन हर्ट्झ म्हणतात की लवकरच सगळं संपेल, आम्हा सर्वांना मारून टाकण्यात येईल.''*

पण बऱ्याच लोकांना मात्र वाटतंय, की जे लुब्लिनमध्ये घडलं, ते वॉर्सामध्ये होणार नाही, कारण इथे खूप लोक आहेत. अधिकृत संख्येप्रमाणे घेट्टोत चार लाख पन्नास हजार रहिवासी आहेत; पण खरं म्हणजे ही लोकसंख्या याहून अधिक आहे, कारण त्यात अनधिकृत, नोंद न झालेल्या, जवळपासच्या गावांतून पळून आलेल्या, जर्मनी झेकोस्लोव्हाकिया आणि ऑस्ट्रिया येथून आलेल्या ज्यू लोकांची संख्या धरली गेलेली नाही. खरं म्हणजे ही संख्या पाच लाख पेक्षाही अधिक असावी. एवढ्या लोकांचा निकाल लावणं अशक्यच दिसतंय. तरीही रोज रात्री होणारा नि:पात लक्षात घेता घेट्टोची अर्धीअधिक लोकसंख्या युद्ध संपायच्या आतच निम्मी होईल.

हल्ली मी माझ्या स्नेह्यांना पूर्वीइतकी वरचेवर भेटत नाही, अपवाद फक्त इव्हा पिकमनचा; ती पलीकडेच कोपऱ्यावर राहते.

घेट्टोमध्ये हल्ली दूरवर फिरायला जाणं धोक्याचं आहे. आयुष्य मात्र एका चाकोरीतून चाललंय. दुकानं उघडी आहेत; पण त्यात ठेवण्यासाठी फार कमी पदार्थ आहेत. नाट्यगृहं उघडी आहेत आणि काही चांगली नाटकं सुरू आहेत. कम्युनिटी रोज नवीन नवीन कर लादत आहे.

मे १७, १९४२

कोन-हेलरच्या मध्यस्थीने काही दिवसांपूर्वी लॉड्झ घेट्टोचे मूठभर लोक वॉर्सात

पोहोचण्यात यशस्वी झाले. त्यांना माणशी वीस हजार लोटिस द्यावे लागले. काल सुमारे चार वाजता आमच्या अंधाऱ्या स्वयंपाकघरात मी भांडी विसळत होते. अचानक कोणीतरी खिडकीतून डोकं आत घालून विचारलं, "हे द्वारपालाचं लॉज आहे का?" मग बदललेल्या आवाजात तो ओरडून म्हणाला, "मेरी!"

माझ्या त्या गूढ पाहुण्यासाठी जेव्हा मी दरवाजा उघडला, तेव्हा कळलं, की तो जवळपास ओळखू न येण्याच्या स्थितीतला हेनिएक झिल्बर होता. त्याचा फिक्कट, हिरवट चेहरा दर्शवत होता की बऱ्याच दिवसांत त्याने काही खाल्लेलं नव्हतं. तो एखाद्या सांगाड्यासारखा दिसत होता. त्याचा कोट त्याच्या अंगावर विशोभित दिसत होता. तो लॉड्झच्या बाहेर पडू शकला, याचंच मला आश्चर्य वाटलं. युद्धाच्या सुरुवातीपासून मी हेनिएकला नेहमीच विचित्र परिस्थितीत भेटत आले आहे. माझ्या जन्मगावाच्या दुःखद भवितव्यासंबंधी त्याने मला जे सांगितलं ते असं...

"लॉड्झमध्ये क्षयरोगाने धुमाकूळ घातलाय आणि औषधांचा बिलकूल पत्ता नसल्याने, फार थोडे लोक अधिक काळ तग धरू शकतील. अन्नपण नाही आणि एक पौंड बटाट्याच्या सालींसाठी आठ मार्क्स मोजावे लागतात. पावाचं रेशन एखाद्याची भूक चालवण्याइतकचं म्हणजे फक्त माणशी तीन औंस इतकंच आहे, खाजगीरीत्या अन्न शिजवलं जात नाही आणि अन्नाचा काळा बाजारही होत नाही. दिवसातून एकदा पाण्यासारखं पचकट सूप बनवलं जातं. काही कुटुंबाच्या अंगणात भाज्या लावल्या आहेत; पण उत्पादन मात्र शून्य. कारण त्यांची लागवड करायची ताकदच उरलेली नाही कोणात. रस्त्यावरचे लोक सावल्यांसारखे दिसतात.

"जर्मन लोकांच्या कारखान्यांत उपाशीतापाशी लोकांना वेठीला धरून काम करून घेतलं जातं. जवळ जवळ एक लाख पन्नास हजार लोक असे कामाला आहेत आणि कल्पनाही करू शकणार नाही अशा परिस्थितीत काम करतायत. ठरावीक उत्पादन झालंच पाहिजे, असा जर्मन लोकांचा कटाक्ष असतो आणि त्याप्रमाणे जर काम पूर्ण केलं गेलं नाही, तर कडक दंड ठोठावण्यात येतो.

"भयानक थकल्यामुळे लोक बरेचदा मृत्यू पावतात आणि अशा प्रेतांची विल्हेवाट लावण्याचं कामही त्याच कामगारांकडून करून घेतलं जातं."

एकदा अशाच एका छोट्याशा चुकीबद्दल हेनिएकला त्याच्या दुसऱ्या एका कॉम्रेडबरोबर एका सडलेल्या प्रेताची विल्हेवाट लावण्याचं काम देण्यात आलं.

"ते काम करण्याचं बळ माझ्यात कुठून आलं माहीत नाही; पण आम्ही दोघांनी ती गाडी सांगितलेल्या ठिकाणी पोहोचण्यासाठी कित्येक तास ओढून नेली, या मोहिमेनंतर मी एक आठवडा बिछान्यात पडून होतो.

"तुझे सगळे शाळासोबती खूप कष्ट करतायत. १९४० च्या सुरुवातीला

हायस्कूल चालू होतं; पण आता जर्मन प्रशासनाच्या हुकमावरून ते बंद करण्यात आलं आहे. त्यांनी कसलीतरी साथ आलीय असा खोटाच कांगावा केला.''

लॉड्झ कम्युनिटीचा अध्यक्ष, रूमझोवस्की एखाद्या हुकूमशहासारखा वागतो. लोक म्हणतात की तो वेडा आहे. या म्हाताऱ्याने नुकतंच त्याच्या अठरा वर्षांच्या सेक्रेटरीशी लग्न केलं. घोडेस्वारीचा चाबूक हातात घेऊन तो गावभर भटकतो आणि लोकांशी नाझींच्या पद्धतीने बोलतो. कधी कधी तो लोकांना मारतोदेखील. घेट्टोमध्ये साथी पसरतायत आणि बहुतेकांना त्याची लागण झाली आहे. जर्मन सातत्याने जर्मनीहून नवीन ज्यूंना आणतायत.

हेनिएक म्हणाला, की जेव्हा तो घेट्टोच्या बाहेर पडून आर्यन बाजूला एका ट्रकमध्ये बसून फिरून आला, तेव्हा त्याला माणसांनी फुललेले रस्ते, सर्वसाधारणपणे चालू असलेले काम आणि कामकाजासाठी उघडी असलेली दुकानं बघून जणू काही स्वर्गातच आल्यासारखं वाटलं. एका ठिकाणी त्याला मुळे विकायला ठेवलेले दिसले. चालकाला थांबायला सांगून त्याने ते सगळे मुळे विकत घेतले.

इथे आल्यापासून त्याच्यात अद्याप बाहेर पडायची शक्तीच आली नव्हती. तो म्हणतो, ''एखाद्या लहान मुलासारखा मी आता नव्याने चालायला शिकतोय. नेहमीचं अन्न कित्येक दिवसांत खायला न मिळाल्याने माझ्या पोटाला ते पचवण्याची सवयच राहिलेली नाही. मटण तर मी जवळ जवळ दीड वर्षांत खाल्लेलं नाही, त्यामुळे त्याची चवदेखील मी विसरून गेलोय. १०, क्लोदना रस्त्यावर राहणाऱ्या, माझ्या लॉड्झच्या मित्रांच्या नातेवाइकांना भेटण्यासाठी मी त्यांचे पत्ते शोधत होतो; तेव्हा तू भेटलीस.''

मला तर वाटत होतं, की माझ्यासमोर बसलेला हा हेनिएक खराखुरा आहे की त्याचं भूत? त्याची पत्रं येणं बंद झाल्यावर मी त्याला विसरूनच गेले होते. मला वाटलं तो मरण पावला असावा. जेव्हा जेव्हा मी हेनिएकला भेटले, तेव्हा तेव्हा माझ्या आयुष्यात काहीतरी मोठा बदल घडून यायचा आणि मी त्या ठिकाणाहून दुसरीकडे जायचे. आत्ताही मी इथून दुसरीकडे जाईन का?

पण हे हास्यास्पद आहे. घेट्टो कोणालाच सोडता येत नाही.

मे २७, १९४२

या वर्षीचा मे महिना नेहमीपेक्षा अधिकच उष्ण आहे. माझा वर्ण सूर्यकिरणांनी रापलाय. मी आरशात बघितल्यावर स्वतःला समजावते की मी आत्ताच समुद्र-किनाऱ्यावरून परतलेय.

आमच्या बागेत छोटे छोटे हिरवे टोमॅटो दिसू लागले आहेत. ते लवकरच पिकतील. मुळेपण आले आहेत. छोटे छोटे कांदे तर फारच छान लागतात.

फुलांचाही सुवास फार छान येतो, रंग तर खूपच आकर्षक आहेत.

झायमेक आता कामाला येत नाही... बहुतेक तो आता कधीच येणार नाही. नोकरी जाईल या भीतीने दोन दिवस अंगात ताप असतानादेखील तो कामाला आला आणि परत जाताना वाटेत अशक्तपणामुळे खाली पडला. अंकल एबीला तो नोवोलिपाय रस्त्याच्या जवळ पदपथाच्या कडेला आढळला. त्याच्या अंगात चांगलाच ताप होता.

त्याचा तांबारलेला चेहरा बघून आणि त्याला चालताना होणारा त्रास बघून त्याला ताप येत असल्याचं माझ्या आईच्या लक्षात आलं होतं, म्हणूनच तिने त्याला नेहमीपेक्षा लवकर घरी पाठवलं होतं. एबी त्याला रिक्षाने तो राहत असलेल्या निर्वासितांच्या छावणीकडे घेऊन गेला. तिथे काही तासांनी तो मृत्यू पावला. त्याच्या मृत्यूचं कारण होतं स्कार्लेट फिव्हर. खरं म्हणजे झायमेकला जगायचं होतं.

जून ३, १९४२

गेसिआच्या तुरुंगात नुकत्याच एकशे दहा लोकांना गोळ्या घालण्यात आल्या, त्यामध्ये दहा पोलीस होते. छुप्या कारवाया करणाऱ्यांना दहशत बसावी म्हणून जर्मन लोकांनी हे केलं; पण ज्यांना मारलं गेलं, त्यातले थोडेच लोक स्मगलर होते. बाकीचे काही आर्यन बाजूला गेले म्हणून पकडलेले, किंवा कर चुकवलेले, नाहीतर रस्त्यात भीक मागणारे होते.

त्यांना वाचवण्याचे किंवा त्यांच्यासाठी क्षमायाचना करण्याचे सगळे प्रयत्न निष्फळ ठरले. नाझींनी त्यांच्या या अलीकडच्या बळींची नावं तांबड्या फलकांवर लिहिली आहेत.

त्या बळींना संपवण्याची मोहीम सकाळी सहा वाजता पार पाडण्यात आली. पोलिश पोलिसांवर ही जबाबदारी आधी सोपवण्यात आली होती; पण त्यांनी नकार दिला. तरीही त्या संहाराला उपस्थित राहण्याची त्यांच्यावर सक्ती करण्यात आली. त्या वेळी झेरिन्स्कीदेखील हजर होता. झेरिन्स्की हा ज्युईश पोलिसांचा मुख्य आहे. अध्यक्ष झेरनिआकोव् आणि त्यांचे कम्युनिटी अधिकारीदेखील उपस्थित होते. प्रत्यक्षदर्शी साक्षीदारांपैकी एकाने मला सांगितलं, की पोलिश पोलीस त्या घटनेच्या वेळी अश्रू ढाळत होते. काहींना ते दृश्य पाहणंदेखील शक्य झालं नाही. कम्युनिटी अधिकाऱ्यांपैकी एकाला चक्कर आली. ज्युईश पोलीस तर पार हादरून गेले.

ते लोक मृत्यूला पूर्णपणे शांततेने सामोरे गेले. काहींनी तर डोळ्यांवर पट्ट्या देखील बांधायला नकार दिला. बळींमध्ये बऱ्याच स्त्रियादेखील होत्या. त्यातल्या दोन गरोदर होत्या. हा गुन्हा घडल्यानंतर पिनकिएर्टची प्रेतवाहू गाडी आली आणि ती मृत शरीरं ज्युईश दफनभूमीकडे नेण्यात आली. घेट्टोमध्ये शोकाकुल वातावरण आहे.

जून ९, १९४२

स्विस कमिशनकडून आज आम्हाला असं कळलं, की एका अमेरिकन स्त्रीला तिचा मुलगा आणि पतीसह एका बंदिवानांच्या छावणीकडे जाण्याची परवानगी देण्यात आली.

अलीकडेच ती एका जर्मन माणसाच्या सोबतीने घेट्टो सोडून बार्लिनला गेली. माझी आई निराश आहे, कारण तिने एप्रिलमध्ये तिचं नाव नोंदवलं नाही. तिने कमिशनला पत्र लिहिलं आहे; पण अद्याप आम्हाला काहीच उत्तर आलं नाही. माझ्या आईने आर्यन बाजूच्या अमेरिकन वसाहतीची प्रतिनिधी मिसेस लॉरेन्सलादेखील पत्र लिहिलं आहे. कैद्यांच्या देवाणघेवाणीसंबंधी तिने त्या पत्रात विचारणा केली आहे. तिचं उत्तर आलं, की यादी करण्याचं काम थांबवण्यात आलं असलं, तरी माझ्या आईने लवकरात लवकर कमिशनर निकोलॉसला भेटावं; पण या उच्चाधिकाऱ्याला भेटणं तेवढं सोपं नाही.

जून १५, १९४२

बऱ्याच प्रयत्नांनंतर माझ्या आईला आकस्मिकपणेच निकोलॉसच्या ऑफिसमध्ये जाण्याचा योग आला. कोणा एका मि. झेडची तिने ओळख काढली. तो निकोलॉसच्या डेप्युटीच्या, ऑर्फच्या ऑफिसात काम करत होता.

मि. झेडने माझ्या आईला मदतीचं आश्वासन दिलं. गेस्टापोच्या पंज्यात तो कसा अडकला, हे त्याने माझ्या आईला सांगितलं. बनावट कागदपत्रांच्या आधारे जर्मनीची सीमारेषा ओलांडण्याच्या प्रयत्नांत तो पकडला गेला होता आणि बऱ्याच दीर्घ कालावधीच्या मानसिक छळानंतर गेस्टापोची नोकरी त्याच्यावर लादण्यात आली होती. आता तो पोलिश-जर्मन दुभाष्या म्हणून गेस्टापोच्या अलेजा झूका येथल्या मुख्यालयात काम करतो. लॉड्झच्या एका चांगल्या कुटुंबाचा तो सदस्य आहे. त्याच्या कामाचं स्वरूप असं असूनदेखील तो अजून सभ्यच राहिला आहे. त्याने माझ्या आईचं नाव गेस्टापो कार्यालयात नोंदवून घेतलं आहे आणि घडणाऱ्या घटनांची खबरबात आमच्यापर्यंत पोहोचवण्याचं मान्य केलं आहे.

आमच्यासारखीच आणखी तीन कुटुंबं घेट्टोमध्ये आहेत. त्यांची परिस्थिती आमच्यासारखीच आहे. म्हणजेच स्त्रिया अमेरिकन आहेत आणि त्यांच्या नवऱ्यांचा आणि मुलांचा जन्म पोलंडमध्ये झालाय. माझ्या आईने त्यांनाही मि. झेडकडे पाठवलं. त्यांचीही नोंदणी करण्यात आली.

जून ३०, १९४२

आमच्या घरात आता एक खरीखुरी यात्राच भरायला लागली आहे. लोकांची

सतत रांग लागली आहे. माझ्या आईला त्यांच्या अमेरिकेतल्या नातेवाइकांचे आणि मित्रमंडळींचे पत्ते देण्यासाठी ते येतात. म्हणजे त्यांना मदत होईल अशी त्यांची अपेक्षा आहे. ही अदलाबदल ६ जुलैला होणं अपेक्षित आहे. अमेरिकेतल्या लोकांनी त्यांना इथून सुटका होण्यासाठी मदत करावी, अशी प्रत्येकाची अपेक्षा आहे. 'आणि इथे आम्ही कोणत्या परिस्थितीतून जातोय, त्याची त्यांना कल्पना द्या, आमची मुक्तता होण्याचा क्षण पाहण्यासाठी आम्हाला जगू द्या...' 'तुम्ही अमेरिकेला पोहोचलात की एक मिनिटदेखील वाया घालवू नका...' असं म्हणून सगळेजण माझ्या आईवर त्यांच्या अडचणींचा वर्षाव करतात. त्यांच्याकडे विकायला काहीच उरलेलं नाही, जगण्यासाठी कसला आधार राहिलेला नाही, काही महिन्यांतच ते नष्ट होऊन जातील.

हे सगळं ऐकत राहणं फारच भयंकर आहे, कारण आधीच आम्हाला आमचे त्रास आहेत. माझी आई फार अस्वस्थ आहे, कारण निकोलॉसने फक्त तिचं आणि माझ्या बहिणीचं नाव नोंदवून घेतलंय. तो म्हणतो, की फक्त सोळा वर्षांखालील मुलांनाच आईबरोबर राहता येईल आणि ॲन आहे पंधरा वर्षांची. म्हणजे असं दिसतंय मला आणि माझ्या वडिलांना बहुतेक इथेच राहावं लागेल.

आम्हाला थोडीशीच आशा आहे जाण्याची; पण आमचे स्नेही म्हणतात, की हे सगळं नियमांत बसवलं जाईल आणि सगळ्या कुटुंबाला जाता येईल. त्यांच्यावर माझा विश्वास बसला असता, तर बरं झालं असतं.

आज मी इव्हाकडे असताना आम्ही दोघींनी मिळून बोलाला एक पत्र लिहिलं. पत्राच्या शेवटी मी लिहिलं, की मला लवकरच तिची भेट होण्याची आशा आहे; पण माझ्या लिहिण्यावर माझा स्वत:चाच विश्वास बसत नाही. इव्हा आणि इर्का सारखं हेच म्हणत राहतात, की मी त्यांना लवकरच सोडून जाणार आहे. मलाही ते आताशा खरं वाटायला लागलंय.

झायको रोझेनस्तानने जेव्हा आमच्या खोलीत प्रवेश केला, तेव्हा मी त्याला सांगितलं, "तुला माहीत आहे, मी अमेरिकेला चाललेय!"

"खरंच?" कुत्सित हसत तो म्हणाला, "आणि मी आफ्रिकेला!"

'गोइंग टू अमेरिका!' हे शब्दच किती मनोहारी वाटतात.

जुलै ९, १९४२

आमच्या शाळेत येणाऱ्या मुलांची संख्या रोडावत चाललीय. कारण त्यांना रस्त्यावरून चालायचीही भीती वाटते. फ्रँकेस्टाईन नाझी गार्ड घेट्टोत थैमान घालतोय, एखादा दिवस दहा माणसं, तर दुसऱ्या दिवशी पाच माणसं मारून टाकतो... प्रत्येकाला वाटतं, की त्याचा पुढचा बळी तोच ठरणार. काही दिवसांपूर्वी मीदेखील

नोकरीत असलेल्या कामगारांना तडीपार केलं जाणार नाही, या समजामुळे घेट्टोत सुरू झालेल्या कित्येक वर्कशॉपपैकी एक वर्कशॉप, जिथे नोकरी मिळवण्यासाठी अटीतटीची स्पर्धा होती.

शाळेत जाणं पूर्णपणे बंदच केलं होतं.

उन्हाळा भयानक आहे. सकाळी मी माझ्या दातांच्या उपचारांसाठी डॉक्टर फेलिसिआ मार्कसफेल्डकडे जाते. ती माझी चुलत बहीण आहे. तिचा नवराही डॉक्टर आहे. तो लेस्झ्नो रस्त्यावरच्या हॉस्पिटलमध्ये काम करतो. ते लोक सिएन्ना रस्त्यावर राहतात. आता तिथे जायला झेलाझ्ना रस्त्याकडूनही मार्ग आहे. भरभर चालत गेलं तर क्लोदना रस्त्याने सिएन्ना रस्त्यापर्यंत पोहोचायला अर्धा तास लागतो. मला झेलाझ्ना रस्ता ओलांडताना काटेरी तारांच्या गुंडाळ्याजवळून जावं लागतं. तिथे पावलोपावली शिपायांना उभं केलेलं आहे. मला सारखं वाटतं, की त्यापैकी एखादा मला गोळ्या घालेल, पुढचाच शिपाई फ्रँकेस्टाईन असेल. मी आत शिरण्याच्या मार्गाजवळून जात राहते, म्हणजे जर गोळीबार झालाच, तर आतमध्ये पळता येईल.

घेट्टोमध्ये माणसांना टिपून मारणं चालूच आहे. सगळ्यांनाच तडीपार केलं जाणार आहे, वॉर्साच्या ज्यूंना फक्त चार दिवसच जगण्यासाठी उरले आहेत, अशा भयानक अफवा पसरत आहेत. नक्कीच त्या अफवा जर्मन लोकांनी आमच्यात भीतीचं वातावरण निर्माण करण्यासाठी पसरवल्या आहेत. लेस्झ्नो रस्त्यावरच्या

दुकानांत ज्यू लोक त्यांची नावं नोंदवत आहेत, ही दुकानं म्हणजे जर्मन मिलिटरी गणवेष शिवण्याचे वर्कशॉप आहेत. इथे काम करणाऱ्या लोकांना तडीपार केलं जाणार नाही असं म्हणतात.

अशाही अफवा आहेत, की लवकरच क्रॅकाव् घेट्टो नामशेष करण्यात येणार आहे; पण अद्याप अधिकृतरीत्या तसं काहीच कळलेलं नाही. ज्या ज्यू लोकांनी त्यांचं खरं मूळ गाव लपवून आर्यन बाजूला आसरा घेतला, त्यांना तिथून हाकलून घेट्टोत आणण्यात येतंय. ज्या ट्रकमधून त्यांना आणण्यात येतं, त्यातून त्यांनी बाहेर पाऊल टाकताच त्यांना गोळ्या घालण्यात येतात.

हे सगळं चालू आहे तरीही ज्युईश पोलिसांचे फेमिना येथे होणारे संगीताचे कार्यक्रम नेहमीप्रमाणे होत राहतात. ते खूपच लोकप्रिय आहेत. घेट्टोमधल्या डझनभरापेक्षा अधिक संगीतज्ञ या वाद्यमेळ्यात आहेत.

जुलै १४, १९४२

आज मी शाळेत गेले होते तेव्हा बोलेक पिलबर्गला भेटले. त्याला मी बरेच दिवस भेटले नव्हते. त्याने मला सांगितलं, की त्याला ब्रिटिश नागरिक म्हणून नोंदणी करावी लागली होती; पण आता त्याला अशी भीती वाटत होती, की त्याला त्याच्या आईवडिलांव्यतिरिक्त बंदिवान केलं जाईल.

शाळा सुटल्यावर मी माझ्या रंगमंचाकडे गेले. तिथे खुर्चीत बसलेली असताना मला कबुतरांच्या घुमण्याचा आवाज आला. हा आवाज आर्यन बाजूने येत होता, कारण खिडकी सिएन्ना रस्त्याच्या विरुद्ध दिशेला उघडत होती. माझी चुलतबहीण फेलिसिआ, हातात दात तपासण्याची साधनं घेऊन माझ्या शेजारीच उभी होती, ती मला म्हणाली, "तुला माहीत आहे, मेरी, मला हा कबुतरं घुमण्याचा आवाज अजिबात आवडत नाही, मला नेहमीच ते एक अशुभ चिन्ह वाटतं."

मलाही कळत नाही का ते; पण हा आवाज काहीतरी अप्रिय, नकारात्मक भावना जागवतो.

जुलै १६, १९४२

शाळेतून परतताना मला द्वारपालाची बायको भेटली. तिने सांगितलं, की १७ जुलैला सगळ्या विदेशी नागरिकांनी पाविआक तुरुंगात सकाळीच जमावं, अशी गेस्टापो मुख्यालयातून ऑर्डर आली आहे. मी घाईघाईतच घरी गेले. ही बातमी ऐकल्यावर रात्रीचं जेवण करत असलेल्या माझ्या आईच्या हातून चमचाच खाली पडला. मला तर वाटलं, की तिला चक्करच येते की काय; पण ती उठली आणि त्या आदेशाचा अधिक स्पष्ट अर्थ जाणून घेण्यासाठी मिसेस झेडकडे गेली; पण परत आली ती

काही विशेष माहिती न मिळताच. सगळं काही दुसऱ्या दिवशीच निश्चित होणार होतं.

नंतर कॅप्टन हर्ट्झनेही तीच बातमी आणली. "हे बघा, माझं म्हणणं बरोबरच होतं. इथे काय तयारी केली जाणार आहे ते आपल्याला कळू नये म्हणून विदेशी नागरिकांना हाकलतायत. आपला विनाश आता अटळ आहे."

जुलै १८, १९४२

रात्रीच्या जेवणानंतर आई मिसेस झेडबरोबर गेस्टापोंकडे गेली. ऑर्फने सांगितलं, की ती सगळ्या कुटुंबासह जाऊ शकेल. माझा माझ्या नशिबावर विश्वासच बसत नाही. *खरंच या नरकातून माझी सुटका होईल? आणि माझ्या सगळ्या नातेवाइकांना, स्नेह्यांना, इथेच सोडून जायचं, ही कल्पनादेखील किती भयानक आहे!*

सगळा दिवस मी आमच्या प्रवासासाठी लागणाऱ्या बारीकसारीक वस्तूंची खरेदी करण्यात घालवला. आईने सांगितलं, की आम्ही पाविआकमध्ये फक्त आणखी तीन दिवस राहणार आहोत. नंतर कैद्यांच्या देवाणघेवाणीच्या बोलीवर आम्हाला पाठवण्यात येईल. माझे सगळे स्नेही मला निरोप द्यायला आले. त्या सर्वांना माझ्या नशिबाचा हेवा आणि त्यांच्या नशिबाविषयी निराशा वाटत होती. ब्राँका क्लायनर तर रडत होती. तिने मला तिचा फोटो दिला आणि त्याच्या मागे लिहिलं, 'स्वर्गाचा मार्ग आक्रमताना मला विसरू नकोस.' मी तिला माझं चित्रकलेचं सगळं साहित्य, चित्रं, कागद देऊन टाकले.

रुटका मला दुपारी भेटायला आली आणि आम्ही सगळ्या जणी आमचा एक आठवणीत राहावा असा फोटो काढण्यासाठी फोर्बर्टला गेलो. फोटोग्राफरने छान फोटो काढला. माझा, ॲना, रुटका आणि ब्राँकाचा एक ग्रुप फोटो. तो उद्यापर्यंत मिळेल असं त्याने सांगितलं. तो पाविआकमध्ये पोहोचता केला जाणार होता.

येताना शाळेत थांबून मी काऊन्सेलर पोझनान्स्कीना माझं पदवी परीक्षेचं प्रमाणपत्र द्यायला सांगितलं; पण त्यांना ते शक्य झालं नाही, कारण अध्यक्ष झेरनिआकॉव यांची सही त्याच्यावर आवश्यक होती आणि ते आज खूप कामात होते. माझं प्रमाणपत्र चोवीस तासांत पाविआकला पाठवण्याचं त्यांनी मला वचन दिलं.

संचारबंदी दहा वाजता सुरू होते म्हणून रोमेक मला आठ वाजताच भेटायला आला. मी अमेरिकेला जाण्याच्या कल्पनेवर त्याचा विश्वासच बसेना. कदाचित मी पुन्हा दिसेन की नाही, असं काहीसं विचित्रपणे त्याने माझ्याकडे बघितलं. आम्ही क्लोदना रस्त्यावर फेरी मारली. आज मी धैर्याने माझ्या दंडावरचा पट्टा काढून टाकला. आता मी एक अधिकृत अमेरिकन नागरिक होते. रोमेकने माझा दंड दाबला आणि म्हणत राहिला, *"मला माहीत आहे, तू जाणार नाहीस, हा एक विनोद आहे, हो ना? तू मला एकटं टाकणार नाहीस, तू जाणार नाहीस..."*

रस्त्यावरचे लोक माझ्याकडे कुतूहलाने बघत होते. *'मुलगी अमेरिकेला चाललीय.'* काही लोकांनी मला त्यांच्या अमेरिकेत राहणाऱ्या नातेवाइकांचे पत्ते दिले; त्यांच्या या अभागी बांधवांसाठी जे काही शक्य असेल, ते सगळं करायला सांगितलं.

जवळ जवळ मध्यरात्र होत आली आहे. माझी आई सामानाची बांधाबांध करते आहे. आमच्या घरात सगळा गोंधळ माजलाय. दहा वाजेपर्यंत तर इथे लोकांची गर्दी होती. सगळ्यांचा उद्देश एकच– त्यांच्या अमेरिकेतल्या नातेवाइकांचे पत्ते आम्हाला देणं आणि मदतीची याचना करणं. आलेल्या लोकांत बऱ्याच स्त्रिया अशा होत्या, की ज्यांचे नवरे किंवा जन्मदाते बाप १९३९ च्या जागतिक मेळाव्यासाठी गेल्यावर अमेरिकेतच राहिले होते. त्यांनी बरोबर डझनवारी फोटो आणले होते. तो एक निरोपाचा हृदयद्रावक प्रसंग होता. घरभर लोक हुंदके देऊन रडत होते– अश्रूभरल्या आलिंगनांना आणि मनापासून दिलेल्या शुभेच्छांना जणू काही अंतच नव्हता.

मी घेट्टोचा निरोप घेतेय. सर्वत्र अंधार पसरलाय. शांतही आहे; पण मला असं वाटतंय, की कुठेतरी दुरून हुंदक्यांचा आवाज येतोय. माझ्या डोळ्यांपुढे रोमेकचा चेहरा दिसतोय, मला निरोप देतानाचा. मी त्याला जायला सांगितलं, दोघांच्याही दृष्टीने तेच योग्य होतं; पण त्याने नकार दिला. माझ्याशी त्याने हस्तांदोलनही केलं नाही. तो म्हणाला, "हस्तांदोलन करताना मी म्हणेन, 'सी यू अगेन!' पण मला माहीत आहे, आपण पुन्हा कधीच भेटणार नाही."

मला आश्चर्य वाटलं. मी त्याला डिवचलं, "आपल्या दोन वर्षांच्या मैत्रीनंतर तू मला निरोपदेखील देणार नाहीस?"

संध्याकाळ झाली होती. मावळत्या सूर्यामुळे आकाश अजूनही लालसर होतं. आम्ही एका भिंतीजवळ उभे होतो, कदाचित शेवटचं. त्याचे डोळे चमकत होते, माझं चुंबन घेण्यासाठी तो वाकणार होता असं वाटत असतानाच तो पुन्हा सरळ झाला, "नाही, तू जाणार नाहीस, इथेच राहणार आहेस. माझ्याबरोबर, तुला माझ्यापासून कोणीही हिरावून घेणार नाही." मी त्याचा हात हातात घेतला आणि म्हटलं, "काय मूर्खासारखं बोलतोयस? मी अमेरिकेला जातेय म्हणून तुला आनंद होत नाहीये का? तुला कळत नाही का, मी इतरांनाही वाचवू शकेन? कदाचित तुलादेखील?"

मी आणखी एक मिनिट तिथे थांबले असते, तर मला रडूच कोसळेल असं मला वाटलं. मी माझा चेहरा वळवला आणि माझा हात पुढे केला; पण तो तसाच हवेत राहिला. रोमेकनेही त्याचा चेहरा वळवला आणि सगळं संपल्यासारख्या स्वरात तो म्हणाला, "गुडबाय!"

मी तशीच तिथे खिळल्यासारखी उभी राहिले. मला आशा होती, की तो वळून बघेल; पण तो त्या अंधारातच विलीन होऊन निघून गेला.

खास लोक तुरुंगात

जुलै १९, १९४२

आमच्या पाविआकमधल्या बंदिवासाचा हा केवळ तिसराच दिवस; पण माझा विश्वासच बसत नाही या गोष्टीवर. आमच्या नवीन परिस्थितीशी आम्ही जुळवून घेतलंय आणि आमच्याबरोबर ही खोली सामाईकपणे वापरणारे लोक जणू काही एकाच कुटुंबातले भासतात.

क्लोदना रस्त्यावरची माझी शेवटची रात्र अजून माझ्या स्मृतीत स्पष्ट आहे. गोंधळलेल्या, तणावग्रस्त, मन:स्थितीत असताना मी स्वत:ला पुन्हा पुन्हा तोच प्रश्न करत होते, 'स्वत:ला वाचवण्याचा आणि माझ्या जवळच्या स्नेह्यांना मागे सोडण्याचा मला अधिकार आहे का?'

आम्हाला फक्त एकच सूटकेस बरोबर घ्यायची परवानगी होती. मी काळजीपूर्वक माझं सामान निवडलं आणि माझ्या वह्या, फोटो, माझी रेखाटनं आणि दंडावरचा पट्टा बरोबर घेतला.

अंकल एबी रात्री आमच्याबरोबर राहिले. आमचं फर्निचर ते घेणार आहेत. माझ्या वडिलांनी त्यांचं तॅलिथ आणि धर्मग्रंथाची छोटी प्रत घेतली. एवढं भटकताना अगदी युद्धकाळातही त्यांनी त्या धर्मवचनांना दूर केलं नव्हतं.

आम्ही पहाटे उशिरा झोपी गेलो. गोळीबाराच्या आवाजाने मला जाग आली. धावतच मी खिडकीकडे गेले. आकाश लालभडक दिसत होतं. क्षणभर तर मला वाटलं, की एखाद्या इमारतीला आग लागली असावी; पण तो तर सूर्योदय होता. गेल्या तीन वर्षांत वॉर्सॉच्या रस्त्यांवर सांडल्या गेलेल्या रक्तासारखा लालभडक.

सकाळी सात वाजता दोन ज्युईश पोलीस आम्हाला न्यायला आले. त्यांनी आम्हाला सांगितलं, की जर्मन सैन्याचे गणवेष शिवणाऱ्या एका कामगारांच्या खोलीवर काही भूमिगत सशस्त्र लोकांच्या गटाने हल्ला केला होता. त्यामुळे

त्यांच्यावर गोळीबार करण्यात आला होता.

रोमेकपण या हल्ल्यात सहभागी झाला असेल का? अलीकडे तो भूमिगत कारवायांत बराच सक्रिय होता; पण त्याचा काही तपशील मात्र त्याने मला सांगितला नव्हता.

अश्रुपूर्ण डोळ्यांनी आम्ही आमचं घर सोडलं. क्लोदना रस्त्यावरच्या जवळपासच्या घरांतले लोकही बाहेर आले आणि दुःखाने आमची निघालेली वरात बघत राहिले.

जुलै १७, १९४२ चा रविवार हा एक लख्ख सूर्यप्रकाशाचा दिवस होता. आकाशाचा रंग उजळ निळा होता. सकाळचा लालिमा पूर्णपणे नाहीसा झाला होता. मला घेट्टोच्या रक्ताचे डाग धुऊन टाकलेल्या पदपथांची आठवण झाली. यापूर्वी इतका सुंदर नितळ दिवस घेट्टोत उगवलाच नव्हता, असं मला वाटलं.

आम्हाला ऑर्गोडोवाच्या पोलीसस्टेशनच्या अंगणात नेण्यात आलं. तटस्थ युरोपिअन आणि अमेरिकन देशातले सुमारे सातशे नागरिक तिथे आलेले होते. एका पोलीस कमिशनरनी पटकन आमची कागदपत्रं तपासली. मग एका पोलिसांच्या गटाने दोन रांगा करून आमच्याभोवती एक वर्तुळ केलं आणि आम्हाला चालायचा हुकूम सोडला.

मी एका पोलिसाला ओळखलं. तो जोझेफ स्विएका होता, माझी मैत्रीण इंकाचा वाग्दत्त वर. माझ्याजवळ येऊन त्याने मला प्रवास सुखाचा होण्यासाठी शुभेच्छा दिल्या. ''इंका येऊ शकली नाही याबद्दल तिला वाईट वाटतंय; पण तिनेही तिच्या सदिच्छा पाठवल्या आहेत, मला आशा आहे आपण पुन्हा भेटू.'' त्याने आपसूकच म्हटलं, जणू काही त्याचा स्वतःच्या बोलण्यावर विश्वास होता.

आम्ही जेव्हा रस्त्यावर आलो, तेव्हा शंभर एक लोक रस्त्यावर दुतर्फा उभे होते. एकाएकी 'मेरी, मेरी' अशा संमिश्र आवाजात मारलेल्या हाका ऐकू आल्या. मला इव्हा, रेना, ब्राँका आणि व्हेटा न्यूमन गर्दीतून मार्ग काढत माझ्यापर्यंत येताना दिसल्या. रेनाने माझ्या हातात गोळ्यांचं पाकीट आणि एक पत्र दिलं. ''आम्हाला विसरू नकोस!'' ती म्हणाली. त्या सगळ्याजणी एका हाताने माझ्याकडे बघून हात हलवत होत्या, तर दुसऱ्या हाताने डोळे पुसत होत्या. मिस साला आमच्यामागे हुंदके देत येत होती.

दोन्ही बाजूची गर्दी वाढत चालली होती. प्रत्येकाला ते नशीबवान सातशे नागरिक बघायची उत्सुकता होती. जाण्याचा मार्ग मोकळा करण्यासाठी पोलिसांना त्यांच्या लाठ्यांचा उपयोग करावा लागला. गर्दीतून आवाज उमटत होते, *'या लोकांना घेऊन चाललेयत, ही वाईट खूण आहे!' 'आता ते आपल्याला नष्ट करतील,' 'आपल्यासाठी काही चांगलं निघेल असं वाटत नाही.'*

त्या दिवशी जवळ जवळ घेट्टोतले झाडून सगळे धडधाकट लोक तिथे हजर

झाले होते. स्मोक्झा रस्ता, घेट्टोतला सर्वाधिक गर्दीचा भाग आहे. त्या रस्त्याच्या कोपऱ्याच्या सुरुवातीला पूर्णपणे नाकाबंदी करण्यात आली होती. शेवटी एकदाची आमची मिरवणूक पाविआक गेटच्या समोर चर्चजवळ येऊन थांबली. आमच्यासाठी तिथे थांबलेल्या जर्मन अधिकाऱ्यांनी ज्युईश पोलिसांना निघून जाण्यास सांगितलं.

अंकल एबी, आम्हाला आमचं सामान उचलायला मदत करत होते, पटकन ते सामान आमच्या हातात देऊन माझ्या आईच्या कानांत पुटपुटले, "तुम्ही मला कसं काय सोडून जाता?"

मला रडू कोसळलं. त्या शब्दांचा स्वर हेलावून टाकणारा होता; पण आम्ही काहीच करू शकत नव्हतो. माझ्या आईने त्यांना एक शेवटचं आलिंगन दिलं आणि मीही.

शेवटी आमची नावं जर्मनांनी मुळाक्षरांनुसार उच्चारल्यावर आम्ही पाविआकच्या गेटपर्यंत पोहोचलो. जर्मन लोक आम्हाला मोजत होते. वळणावरच्या कॉरिडॉरमधून जाता जाता शेवटी आम्ही तुरुंगाच्या एका विस्तृत पटांगणात येऊन पोहोचलो. अंगणाच्या एका कोपऱ्यात कैदी काम करत होते.

अंगणात एक टेबल आणि खुर्च्या टाकून जर्मन अधिकारी त्यांच्या याद्या पसरून बसले होते. अमेरिकन आणि ब्रिटिश नागरिकांचा एक गट आणि तटस्थ नागरिकांचा दुसरा गट, असे गट पाडण्याची असिस्टंट कमिशनर ऑर्फने ऑर्डर दिली. आता खरी नोंदणी सुरू झाली होती. प्रत्येक नाव बरेच वेळा पुकारलं जात होतं. मग टेबलापुढे उभं राहून त्यांना प्रश्नांची उत्तरे द्यावी लागत होती.

माझी पाळी आली तेव्हा मला भीतीने ग्रासून टाकलं. मला वाटलं मी आणि माझे वडील, आम्हा दोघांना देवाणघेवाणीसाठी पात्र ठरवलं जाणार नाही. लटपटत्या पायांनी मी टेबलाजवळ पोहोचले. आम्हाला विचारण्यात आलं, की फक्त माझ्या आईचं आणि बहिणीचंच नाव का देण्यात आलं होतं? माझ्या आईने स्पष्टीकरण देताना सांगितलं, की सुरुवातीला कमिशनर निकोलाऊसनी माझं आणि माझ्या वडिलांचं नाव नोंदवून घ्यायला नकार दिला होता; पण नंतर तो हुकूम बदलण्यात आला. यावर जर्मन अधिकाऱ्याने एकही शब्द न बोलता आमची नावं दफ्तरांत नोंदवून घेतली.

नाव नोंदणीनंतर एका स्त्रीने जर्मन अधिकाऱ्यांना विचारलं, "माझा छोटा मुलगा गंभीरपणे आजारी आहे, खूप ताप आहे त्याला, घेट्टो हॉस्पिटलमध्ये आहे तो, त्याचं काय करायचं?" जर्मन अधिकाऱ्याने आज्ञा केली, "त्याला ताबडतोब इथे घेऊन या." आम्हाला आश्चर्य वाटलं. घेट्टोत राहणाऱ्या लोकांबद्दल काहीतरी निर्वाणीची कृती केली जाईल याची ती नांदीच होती.

पुन्हा एकदा आम्हाला वळणावळणाच्या कॉरिडॉरमधून नेण्यात आलं. अमेरिकन

आणि ब्रिटिश नागरिकांना एका एक मजली इमारतीच्या समोर आणलं गेलं. त्या इमारतीत पूर्वी तुरुंगाचे सेवक राहत होते. एका खोलीत दहा, याप्रमाणे आमची काही खोल्यांतून सोय करण्यात आली. इतर नागरिकांना तुरुंगाच्या कोठड्यांत बंद करण्यात आलं. स्त्री-पुरुषांना वेगळं ठेवलं होतं. स्त्रियांच्या कोठड्यांना 'सर्बिया' असं नाव होतं. अशी अफवा आहे, की या विदेशी नागरिकांना आर्यन बाजूला नेण्यात येऊन सोडून देण्यात येईल. त्यांना काहीही सामान नेण्याची परवानगी दिली गेली नाही.

मला दिली गेलेली खोली दुसऱ्या मजल्यावर आहे. एका बाजूला सहा या पद्धतीने गवताच्या गाद्या भिंतीजवळ टाकण्यात आल्या आहेत. दुसरं काहीच फर्निचर नाही. आम्हाला इथे या खोलीत फक्त काही दिवसच काढायचे असं सांगण्यात आलंय; पण कोणाचाही त्यावर विश्वास बसलेला नाही. मला ठाऊक आहे, की माझी मैत्रीण बोला हिला– पाविआकमध्ये चांगले दोन आठवडे काढावे लागले होते. नंतरच तिला लायबेनाऊ छावणीत नेण्यात आलं.

एका खोलीत तेरा बायका आणि एका आठ वर्षांच्या मुलीला ठेवण्यात आलंय. मी, माझी आई आणि बहीण, आमच्या त्या गवताच्या गाद्या एकत्र जोडून त्याच्यावर झोपतो.

या अपार्टमेंटमध्ये बाथरूम, किचन आणि चार खोल्या आहेत. देखरेखीसाठी ठेवलेल्या बाईलाही एक छोटीशी स्वतंत्र खोली देण्यात आली आहे. आम्ही कैदी असलो तरी आम्हाला एका खोलीतून दुसऱ्या खोलीत मोकळेपणाने फिरण्याची मुभा आहे.

आमच्या बंदिवासाच्या पहिल्या रात्री आम्ही जोझेफ पिल्सूडस्कीच्या वीर मरणाबद्दल बोललो. 'द टेन प्रिझनर्स ऑफ द् पाविआक' या एका फार छान पोलिश चित्रपटाची कथा त्या घटनेवरच बेतली होती.

जुलै २०, १९४२

छोट्या अंगणात कैद्यांची पुन्हा एकदा नव्याने नोंदणी करण्यात आली. आम्ही बहुतेकजण दक्षिण अमेरिकन नागरिक आहोत. युनायटेड स्टेट्सचे नागरिक फक्त एकवीस आहेत. दुसरे नागरिक त्यांच्या संख्याबळाप्रमाणे आहेत. पराग्वे, कॉस्टा रिका, निकारागुआ, इक्वाडोर, हाइती, बोलिव्हिआ आणि मेक्सिको या देशांचे लोकही तिथे होते.

आता हे स्पष्ट झालंय, की घेट्टोतल्या बऱ्याच ज्यूंना त्यांच्या दक्षिण अमेरिकन पासपोर्ट्सच्या आधारावर वाचवता येईल. जर्मन लोकांना या पासपोर्टची सत्यता ठाऊक आहे; पण या पासपोर्टधारकांना स्पॅनिश किंवा पोर्तुगीज भाषा बोलता येत

नाहीत. असं दिसतंय, की जर्मन लोकांना देवाण घेवाणीसाठी लोक पाहिजेत, त्यांच्या अमेरिकन रिपब्लिकमधल्या जर्मन कैद्यांना सोडवून आणण्यासाठी. या कागदांच्या तुकड्यांच्या आधाराने मानवी आयुष्यं वाचवता येतील, हे जगाला कोण सांगणार?

उशिरा दुपारी बंदिवानांत भयंकर अस्वस्थता निर्माण झाली. घाबरवून टाकणाऱ्या बातम्या असलेली पत्रं येऊन थडकली होती.

घेट्टोमध्ये सगळा गोंधळ माजलाय. मोठ्या प्रमाणावर लोकांना हद्दपार करण्यात येणार असल्याच्या अफवा पसरतायत. अध्यक्ष झेरनिआकॉव आणि सगळ्या कम्युनिटीच्या पुढाऱ्यांनी लोकांना शांत करण्याचा प्रयत्न केला. जर्मन लोकांनी अधिकृतरीत्या या अफवा नाकारल्याचेही त्यांनी सांगितले.

पण घबराट अधिकच वाढली, कारण ट्रान्सफरस्टेल येथे बऱ्याच मालवाहू गाड्या, ज्यांचा उपयोग गुरंढोरं नेण्यासाठी केला जातो, त्या ज्यूंनी खचाखच भरून घेट्टोतून वेगवेगळ्या लेबर कॅम्पकडे नेण्यात आल्या. ही गोष्ट कर्णोपकर्णी झाली.

घेट्टोत राहणाऱ्या लोकांच्या दृष्टिकोनांतून तडीपार केलं जाणं हे प्रत्यक्ष मृत्यूपेक्षाही भयानक, कारण प्रथम हालहाल करून मग ठार मारण्यात येतं आणि मेल्यानंतर पुरलंदेखील जात नाही. हजारो ज्यू, ज्यांना त्या गाड्यांतून पाठविण्यात आलं, कुठलाही मागमूस न ठेवता नाहीसे झाले.

आमच्या खोलीतली एक तरुण स्त्री तडीपार होण्याच्या भीतीने फारच हादरून गेली आहे. तिचे आईवडील आणि तीन बहिणी घेट्टोत मागे राहिल्या आहेत. तिच्या गादीवर पडून ती काहीतरी असंबद्ध शब्द उच्चारते आहे.

पाविआकमध्ये आम्हाला घेट्टोत काय घडतंय याची सविस्तर माहिती मिळवण्यासाठी आमच्यावर देखरेख करणाऱ्या सुरक्षारक्षकांना चिरीमिरी द्यावी लागते. ते आम्हाला बाहेरची पत्रं आणून देतात आणि आमची पत्रंही नेऊन देतात.

आमच्या इमारतीच्या समोर तुरुंगाची लॉन्ड्री आहे. बऱ्याच बंदिवान स्त्रिया तिथे काम करताना दिसतात. जवळच असलेल्या मुदपाकखान्यात बटाटे सोलणं, बीटरूट, टर्निप आणि गाजरं धुणं, इत्यादी कामं चालतात. मला माझ्या खिडकीतून सगळं निरीक्षण करता येतं. कैदी स्त्रिया लहान लहान स्टुलांवर बसून निरुत्साहाने काम करतात. काहींचे चेहरे बुद्धिमान वाटतात, तर काही दुःखी दिसतात. वेगवेगळ्या वयांच्या, रूपाच्या स्त्रिया. एखादी बाई पटकन हातातल्या गाजराचा तुकडा चावते आणि कोणी बघत तर नाही ना, म्हणून घाबरून इकडेतिकडे बघते. कैदी जेव्हा अंगणात त्यांची नेहमीची फेरी मारतात, तेव्हाही ते मला दिसतात.

दुसऱ्या खिडकीतून मला झिएल्ना रस्ता दिसतो. पोलीस मागेपुढे फेऱ्या घालत असतात. पाविआ आणि झिएल्ना रस्ते वाहतुकीला बंद केल्याने जाणारे-येणारे कोणी दिसत नाहीत. हे रस्ते तुरुंगाच्या इमारतीच्या दोन्ही बाजूंना समांतर आहेत.

वॉर्सा घेट्टोत अन्नधान्याचं एक पोतं चोरून आणताना काही ज्यू लोक

आमच्या खिडकीच्या जवळ कधीतरी आम्हाला त्या मुलांच्या संस्थेजवळ ज्युईश पोलीस दिसतो. झिएल्ना रस्त्यावरच्या २७ ते ३१ क्रमांकाच्या खोल्यांत बरेच लहान बिछाने दिसतात. शांततेच्या वेळी मला तिथे राहणाऱ्या लहान मुलांचे गोड आवाज ऐकू येतात. भोवताली काय चाललंय, याची त्यांना कसलीही कल्पना नाही.

एका तासापूर्वी एका पहारेकऱ्याने सगळ्या ब्रिटिश नागरिकांना आपापलं सामान घेऊन तुरुंगाच्या अंगणात यायला फर्मावलं. त्यांना खरंच पाठवून देणार आहेत किंवा काय, आम्हाला ठाऊक नाही. आमच्या खोलीतली गर्दीही आता बरीच कमी झालीय. एका बाजूला डब्ल्यू कुटुंब आहे, आई, मुलगी रोझा आणि सून एस्थर. विरुद्ध दिशेच्या कोपऱ्यात मिसेस एच, मिसेस आर आणि आम्ही. उरलेल्या गाद्यांवर मिसेस जी., तिची छोटी मुलगी अलुसिआ आणि गुटा इत्यादी.

आम्ही प्रत्येकजण वेगवेगळ्या कामांत व्यग्र असतो; पण विचार मात्र एकच चालू असतो. सतत आमच्या घेट्टोतल्या नातेवाइकांचा, मित्रांचा विचार. त्यांना त्यांच्या डोक्यावर घोंगावणाऱ्या प्राणसंकटापासून वाचवण्यास आम्ही असमर्थ आहोत.

जुलै २१, १९४२

आज साठ बदिवानांना पकडून तुरुंगात आणण्यात आलं. त्यामध्ये कितीतरी मान्यवर, प्रतिष्ठित लोक, फिजिशियन, इंजिनिअर होते. काही विशेष नामोल्लेख

करण्यासारखे लोक म्हणजे इंजिनिअर जॅसझुन्स्की, कम्युनिटीचे शैक्षणिक विभागाचे प्रमुख, अब्रॉम जमेनर, एस. विंटर आणि डॉ. कोन.

घेट्टोमध्ये अजूनही गोंधळाचं वातावरण आहे. काहीतरी संकट वाढून ठेवलंय याची चाहूल लागली आहे. नाझी गार्ड रस्त्यावरून धावत सुटले आहेत आणि काहीही कारण नसताना लोकांना गोळ्या घालतायत. भूक भयंकर वाढली आहे, अन्नच नाहीसं झालंय. एक पौंड पावाला आता बारा लोटिस पडतात. आम्ही पाविआकमधले सगळे बंदिवानही अत्यंत संभ्रमित अवस्थेत आहोत. आमची अक्षरश: उपासमार होते आहे.

इथे मिळणारं अन्न म्हणजे बीटचा किंवा बटाट्याचा तुकडा टाकलेलं थोडंसं उकळलेलं पाणी. हे सूप दुपारचं आणि रात्रीचं जेवण म्हणून दिवसातून दोनदा देण्यात येतं. सकाळी आम्हाला काळ्या पावाचा एक तुकडा आणि कॉफीच्या नावाखाली पाणी देण्यात येतं; पण पाविआकच्या प्रवेशद्वाराच्या बाहेर जे काही घडतंय, त्याच्या तुलनेत हे काहीच नाही.

जुलै २२, १९४२

आज घेट्टोमध्ये रक्तरंजित बुधवार उगवला. ज्या दुर्दैवाची सर्वांना धाकधूक वाटत होती, ते अखेर येऊन ठेपलंच. तडीपार करण्याची कारवाई सुरू झाली आहे. दिवस उगवताच लिथुआनिअन, युक्रेनिअन आणि एलिट गार्ड्सनी घेट्टोला वेढा घातला. प्रत्येक दहा यार्डांवर सशस्त्र पहारेकरी उभे करण्यात आले. जो कोणी गेटकडे जाईल, किंवा खिडकीत दिसेल, त्याला जागेवरच गोळ्या घातल्या जात होत्या. या नरसंहाराच्या मोहिमेत लिथुआनिअन आणि युक्रेनिअन शिपायांनी मोठी हुशारी दाखवली. ते लोक सतरा ते वीसच्या वयोगटातले उंच तरुण होते. त्यांना या कामासाठी जर्मन प्रशिक्षकांनी खास प्रशिक्षण देऊन तयार केलं होतं.

घेट्टोमध्ये असं ऐकू येतंय, की जर्मन गार्ड्सच्याऐवजी आता तरुण युक्रेनिअन आणि लिथुआनिअन शिपायांची भरती करण्यात येणार आहे. विशेषत: वृद्धत्वाकडे झुकलेल्या जर्मन सैनिकांना आधी डच्चू दिला जाणार आहे. पूर्वी या बातमीवर विश्वास बसला नव्हता; पण आता त्याच्यावर अलीकडच्या प्रकारांमुळे शिक्कामोर्तब झालंय.

काल रात्री जर्मन प्रशासनाकडून आम्हाला सांगण्यात आलं, की घेट्टोतल्या सगळ्या लोकांना पूर्वेकडे नेण्यात येईल. बरोबर तीन दिवसांचं अन्नधान्य आणि फक्त हलकंसं सामान ठेवता येईल. आज सकाळी या 'डिपोर्टेशन' कारवाईला प्रारंभ होणार होता. जे ज्यू लोक जर्मनांच्या कारखान्यांत कामाला होते त्यांना आणि घेट्टोच्या वेगवेगळ्या संस्थांत काम करणाऱ्या अधिकाऱ्यांना फक्त त्या यादीतून वगळण्यात आलं होतं. त्यांच्या कुटुंबीयांनाही सूट देण्यात आली होती.

ही मोहीम राबवण्याची जबाबदारी ज्युईश पोलिसांना देण्यात आली होती. जे लोक शरण यायला नकार देतील, त्यांच्याविरुद्ध बळाचा वापर करण्याचीही पोलिसांना आज्ञा करण्यात आली होती.

या मोहिमेचा एकवटलेला केंद्रबिंदू ठरवण्यात आला होता– उमश्लाग्प्लाट्झ, स्टावकी रस्त्यावरचं ठिकाण.

घेट्टोमध्ये माजलेला गोंधळ वर्णनाच्या पलीकडचा आहे. हातांत सामानाची गाठोडी घेऊन लोक या रस्त्यावरून त्या रस्त्याकडे सैरावैरा पळतायत, काय करावं त्यांना ठाऊक नाही. कोणी शेवटच्या क्षणी पैशांची लाच देऊन जर्मन कारखान्यांत नोकरी मिळवण्याचा प्रयत्न करतायत, तर कोणी स्वतःच जर्मन लोकांसाठी वस्तूंचं उत्पादन करण्याचा प्रयत्न करतायत.

आज ज्युईश पोलिसांनी सगळ्या भिकाऱ्यांना एकत्र केलं आणि निर्वासितांसाठी उभारलेल्या छावण्या रिकाम्या केल्या. त्यांना मालवाहू गाड्यांत बसवून ब्रेद्कच्या दिशेने मार्गस्थ केलं; पण ते कधी काळी तिथे पोहोचतील का?

ना खायला अन्न, ना प्यायला पाणी, अशा परिस्थितीत ते तिथे जिवंतपणी पोहोचतील हे शंकास्पद आहे. त्या कुलूपबंद मालवाहू गाड्यांतच त्यांची अखेर ओढवेल.

एकेका गाडीत शंभरएक माणसं कोंबून भरली आहेत. ज्या पोलिश शिपायाने आम्हाला ही माहिती दिली, त्याच्या डोळ्यांत पाणी आलं होतं. तो स्टावकी रस्त्याच्या जवळच राहतो आणि लोकांना चाबकाने मारत एखाद्या गाईगुरांसारखं गाडीत बसायला भाग पाडल्याचं सगळं दृश्य त्याने पाहिलंय.

आज आम्हाला अंकल एबीकडून खाद्यपदार्थांचं एक पाकीट आणि बरोबर एक चिठ्ठीही आली. ते पोलिसांत असल्याने त्यांना झिएल्ना रस्त्यावर प्रवेश आहे. त्यांच्या त्या छोट्या पत्रात निराशा होती. ते एका विचित्र कात्रीत सापडले होते. एक पोलीस म्हणून तडीपार मोहिमेत त्यांना भाग घ्यावा लागणार होता आणि राजीनामा दिला तर तडीपार होण्यापासून संरक्षण मिळालं नसतं. आमची याबाबतची प्रतिक्रिया त्यांना जाणून घ्यायची होती.

कॉर्कझॅकच्या मुलांच्या संस्थेत काहीतरी अघटित घडतंय, असं मला खिडकीतून दिसत होतं. कोणीना कोणी सारखं त्या घरात जातं आणि एखाद्या मुलाला बाहेर घेऊन येतं. ते लोक बहुतेक त्या मुलांचे पालक असावेत. त्यांना या दुःखद क्षणी त्यांच्या बरोबर राहायचं असावं. मुलं स्वच्छ दिसतायत आणि कपडेपण साधेच असले, तरी नीटनेटके आहेत.

स्मोकझा रस्त्याच्या कोपऱ्यावर भयंकर गोंधळ माजलाय. झपाटल्यासारखे लोक हातांत गाठोडी घेऊन इतस्ततः धावत सुटले आहेत.

झिएल्ना रस्ता बहुतेक वाहतुकीसाठी खुला केलेला दिसतोय. कारण आत्तापर्यंत रिकाम्या असलेल्या त्या रस्त्यावर बरेच पादचारी दिसायला लागले आहेत. बरेचदा सगळं कुटुंबच्या कुटुंब रस्त्यावर आलेलं दिसतंय. वडील, आई, लहान मुलं, मोठी मुलं. दुसरा काही पर्याय नसल्याने लपून राहण्याची शक्यता मावळल्यामुळे बहुतेक बरेचसे ज्यू स्वत:हून तडीपार व्हायचा निर्णय घेत असावेत. जर्मन लोक त्यांना प्रत्येकी एक किलो पाव आणि काम करायला चांगली परिस्थिती असल्याचं आश्वासनही देतात.

पण हे निकराला आलेले लोक रोजचा तीन हजार लोकांचा कोटा पुरा करू शकत नाहीत. कमी पडणारी संख्या भरून काढण्यासाठी पोलिसांना बळाचा वापर करावा लागणार आहे. त्यांच्या बळींना ते घरांतून खेचून बाहेर काढतात किंवा रस्त्यावर कोंडीत पकडतात.

मुलं फिरायला जातात...

जुलै २४, १९४२

काल रात्री म्हणजेच २३ जुलैला अध्यक्ष ॲडम झेरनिआकॉव् यांनी आत्महत्या केली आहे. त्यांच्यावरचं भयानक ओझं त्यांना सहन झालं नाही. आमच्यापर्यंत पोहोचलेल्या अफवांप्रमाणे, जेव्हा जर्मन लोकांनी त्यांना तडीपार केल्या जाणाऱ्या लोकांची संख्या वाढवायला सांगितली, तेव्हा त्यांनी हे दुःखद पाऊल उचललं. हे भयंकर जग सोडण्यावाचून त्यांना दुसरा पर्याय दिसला नाही. त्यांच्या निकटच्या सहकाऱ्यांनी सांगितलं, की शेवटच्या क्षणापर्यंत त्यांनी अतुलनीय धैर्य आणि उत्साह दाखवला.

त्यांच्या जागेवर कम्युनिटीने नवीन अध्यक्षांची निवड केली आहे. ते आहेत वयोवृद्ध लिक्टेनबाऊम, ज्यांचा इंजिनिअर मुलगा कम्युनिटीच्या बांधकाम कार्यालयाचा निर्देशक आहे.

आज पाविआकमध्ये काही नवीन लोकांना बंदी म्हणून आणण्यात आलं.

झेरिन्स्की यांना पुन्हा एकदा घेट्टो पोलिसांचं प्रमुख करण्यात आलंय, गेल्या फेब्रुवारीत जर्मनांनी त्यांनाच पकडलं होतं. सुरक्षा एवढी वाढलेली असतानादेखील चांगल्या मोठ्या संख्येने ज्यू लोक आर्यन बाजूला जाण्यात यशस्वी झाले आहेत. शस्त्रधारी ज्यूंच्या एका भूमिगत गटाने एका जर्मन पहारेकऱ्याला संपवून ज्यूंना प्रवेशद्वार ओलांडून पलीकडे जाण्याचा मार्ग मोकळा केला होता.

ऑगस्ट, १९४२

पाविआकच्या गेटच्या मागे आम्ही घेट्टोतलाच भीतिदायकपणा अनुभवतोय. गेल्या काही रात्री आम्ही झोपू शकलो नाही. गोळीबाराचे आवाज, मदतीचा ओरडा आम्हाला वेडं करून टाकतोय. या ओळी लिहिण्यासाठी मला माझं सगळं बळ

एकवटावं लागतंय. मला दिवसांचं भान उरलेलं नाही आणि आज कोणता दिवस आहे, हेदेखील ठाऊक नाही; पण त्यामुळे काय फरक पडतो? रक्ताच्या समुद्रातल्या एका छोट्या बेटावर आम्ही राहतो आहोत. सगळं घेट्टो रक्तरंजित झालं आहे. आम्हाला ते ताजं मानवी रक्त दिसतंय, त्याचा दर्प येतोय. बाहेरच्या जगाला याबद्दल काही माहीत आहे का? आमच्या मदतीसाठी कोणीच कसं येत नाही? जगणं अशक्य आहे; माझी ताकद संपून गेलीय, आम्हाला आणखी किती काळ हे सगळं बघण्यासाठी इथे ठेवण्यात येणार आहे?

काही दिवसांपूर्वी, एका तटस्थ गटाला पाविआकमधून बाहेर काढण्यात आलं. सकृतदर्शनी जर्मनांना त्यांचा पर्याय म्हणून काहीच उपयोग होण्यासारखा नव्हता. माझ्या खिडकीतून मी लोकांनी भरलेले ट्रक जाताना त्यात कोणी ओळखीचे चेहरे दिसतात का ते बघत होते. काही वेळाने तुरुंग रक्षक धापा टाकत आमच्याकडे आला. तटस्थ युरोपियन देशातल्या ज्यू लोकांना नुकतंच उमश्लाग्प्लाट्झ येथे तडीपार करून नेण्यात आलं होतं. म्हणजे लवकरच आमचीही पाळी येणार होती. मी आशा करत होते, की हे लवकर घडू दे. हे वाट पाहणं मृत्यूपेक्षाही अधिक वाईट होतं.

जर्मनांनी घेट्टोमधले सगळे रस्ते रोखून धरले आहेत. त्यांच्या आग्रहानुसार दररोज दहा हजार लोक त्यांच्याकडे हजेरी लावू न शकल्याने नाझी लोक आता बळाचा वापर करत आहेत. दररोज ते एकेका रस्त्याचा मार्ग बंद करून बाहेर जाण्याचे सगळे मार्ग अडवून टाकतात.

अपार्टमेंटमध्ये शिरून ते लेबरकार्ड तपासतात. ज्या लोकांकडे आवश्यक कागदपत्रं नसतात, किंवा जे लोक जर्मनांच्या अंदाजाप्रमाणे कामासाठी अयोग्य ठरतात, त्यांना लगेचच घेऊन जाण्यात येतं. जे लोक प्रतिकार करतात, त्यांना त्याच ठिकाणी गोळ्या घालण्यात येतात.

आत्ता या क्षणी जेव्हा मी हे लिहितेय तेव्हा आमच्या तुरुंगापासून फक्त काही अंतरावरच, नोवोलिपाय रस्त्यावर अशा प्रकारची मोहीम चालू आहे. रस्ता पूर्णपणे बंद करण्यात आला आहे आणि फक्त ज्युईश पोलिसांनाच तो वापरायची परवानगी आहे.

घेट्टोतल्या जर्मन लोकांच्या कारखान्यांत काम करणाऱ्या स्त्रिया आणि मुलांना या तडीपार होण्यातून सूट आहे; पण ती फक्त कागदोपत्रीच. वस्तुस्थिती अशी आहे, की एखाद्या कामावरून परतणाऱ्या पुरुषाला त्याचं सगळं कुटुंब नाहीसं झालेलं आढळतं. तो निराश होऊन स्टावकी रस्त्याकडे त्याची माणसं शोधायला धावतो; पण त्यांना सोडवणं शक्य व्हायच्या ऐवजी, त्यालाच गाईगुरांच्या गाडीत ढकललं जातं.

घेट्टोतले जर्मन कारखाने आता दररोज फक्त एक तास विश्रांती घेऊन बारा तास चालतात. कामगारांना दिवसाला चतकोर पाव आणि वाटीभर पातळ सूप दिलं जातं; पण त्यांच्या या भूक आणि गुलामगिरीतही ते घेट्टोमधले सुदैवी लोक आहेत, कारण त्यांच्या नोकऱ्यांमुळे निदान ते तडीपार होण्यापासून वाचले आहेत.

डॉक्टर जानुस्झ कोर्कझाक यांची मुलांची संस्था आता रिकामी आहे. काही दिवसांपूर्वी आम्ही सगळेजण खिडक्यांत उभं राहून जर्मन लोकांनी घरांना वेढा घातल्याचं पाहत होतो. एकमेकांचे छोटे छोटे हात धरून मुलं रांगेने घरातून बाहेर पडत होती. काही मुलं अगदी छोटी, जेमतेम दोन-तीन वर्षांची होती, तर सर्वांत मोठी तेरा वर्षांच्या आसपास होती. प्रत्येक मुलाच्या हातात एक छोटंसं गाठोडं होतं. सर्वांनी पांढरे ॲप्रन चढवले होते. दोघा-दोघांच्या रांगांत, शांतपणे, अगदी स्मितहास्य करतही ती चालत होती. त्यांच्या भवितव्याची त्यांना बिलकूल कल्पना नव्हती. या रांगांच्या शेवटी डॉ. कॉर्कझॅक चालत होते. मुलं रस्ता सोडून खाली उतरणार नाहीत, याची ते काळजी घेत होते. वरचेवर ते वडलांच्या मायेने एखाद्या मुलाच्या डोक्यावर किंवा दंडावर थोपटल्यासारखं करून त्यांची रांग सरळ ठेवत होते. त्यांनी उंच टाचांचे बूट घालून त्यांची पँट त्याच्यात खोचली होती. अंगावर अल्पाक कोट आणि डोक्यावर नेव्ही-ब्ल्यू टोपी. त्या टोपीला आम्ही मॅसीजोव्का टोपी म्हणायचो. ते धीरगंभीरपणे दमदार पावलं टाकत होते. त्यांच्या सोबतीला बालसदनाचे डॉक्टर होते. त्यांनी अंगावर शुभ्र झगा घातला होता.

ही दु:खद मिरवणूक झिएल्ना आणि सिमोक्झा रस्त्यांच्या कोपऱ्यावर दिसेनाशी झाली. ते सगळेजण गोसिआ रस्त्याच्या दिशेने दफनभूमीकडे गेले. तिथे त्या सगळ्या मुलांना गोळ्या घालून ठार करण्यात आलं. आमच्या खबऱ्याने आम्हाला हेही सांगितलं, की डॉ. कॉर्कझॅकना हा संहार बघण्यासाठी भाग पाडण्यात आलं आणि नंतर त्यांनाही गोळ्या घातल्या गेल्या.

अशा प्रकारे एका उच्च नीतिमत्तेच्या, सात्त्विक माणसाचा मृत्यू झाला. ते घेट्टोचं गौरवस्थान होते. त्यांच्या त्या मुलांच्या आदर्श संस्थेसाठी आणि त्या तत्त्वनिष्ठ माणसासाठी आम्ही आमच्या तुटपुंज्या साधनसामग्रीतून यथाशक्ती मदत करत होतो.

वॉर्साच्या गरीब मुलांसाठी त्यांनी त्यांचं सगळं आयुष्य वाहिलं होतं. शेवटच्या क्षणीही त्यांनी त्या मुलांपासून दूर जाण्यास नकार दिला.

ते घर आता रिकामं पडलंय, फक्त काही सुरक्षारक्षक ठार मारलेल्या मुलांच्या खोल्या अजूनही साफ करतायत.

काल मला युक्रेनिअन आणि 'शाकालिस्ट' किंवा लिथुआनिअन लोकांची सशस्त्र तुकडी, डोक्यावर हेल्मेट घालून झिएल्ना रस्त्यावर पळत जाताना दिसली. एकाएकी मी बुटांची ठकठक ऐकली. ते लोक जणू काही संगिनी रोखून हल्ला

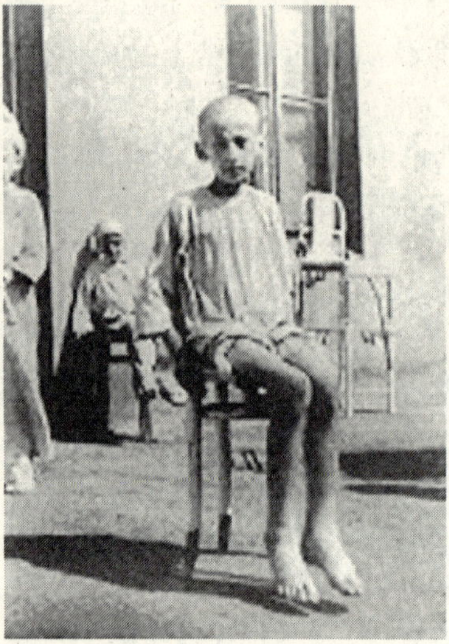

स्लिस्का रस्त्यावर असलेल्या बेरसन अॅन्ड बाऊमन ज्युईश मुलांच्या रुग्णालयात उपचार घेणाऱ्या, उपासमारीचे बळी असलेल्या अनेक मुलांपैकी एक मूल.

करण्यासाठी धावत होते. त्या तुकडीच्या मागे हातात हातोड्या घेतलेले लोक होते. या हातोड्या कडीकुलपांत बंदिस्त केलेल्या अपार्टमेंट्सना तोडण्यासाठी वापरतात तशा होत्या. हे रानटी लोक बरेचदा त्या हातोड्या माणसांसाठीही वापरतात. लिथुआनिअन लोक तर सर्वांत वाईट आहेत.

गेल्या दोन आठवड्यांत, एक लाखापेक्षा अधिक लोकांना घेट्टोतून तडीपार करण्यात आलंय. ज्यांना मारून टाकण्यात आलंय, त्यांचीही संख्या बरीच मोठी आहे. प्रत्येकजण जर्मन कारखान्यात नोकरी मिळवण्याच्या प्रयत्नात आहे. या फॅक्टऱ्या टोबेन्स, शूल्ट्ज, हॉलमान यांच्या आहेत. लेबरकार्ड मिळवण्यासाठी मोठ्या रकमा देऊ करण्यात येतायत.

पाविआकमधलं आमचं बंदिवानांचं कुटुंब आता चौसष्ट लोकांचं आहे. आमच्या समान अनिश्चित भवितव्याने एकत्र बांधले गेलेलो आम्ही, आमच्या दुःखी, गडद आयुष्यात सुसूत्रपणा आणण्याचा प्रयत्न करत होतो. मिस्टर एस. ना आम्ही आमचा प्रतिनिधी केलंय. ते वेळोवेळी कमिशनर निकोलाऊसबरोबर आमच्याबद्दल चर्चा करतात. हे मिस्टर एस. कॉस्टारिकाचे नागरिक आहेत. ते अस्खलित जर्मन बोलतात आणि कमिशनर निकोलाऊसना कसं हाताळावं, हे त्यांना चागंलं ठाऊक होतं. आठवड्यातून दोनदा आम्हाला तुरुंगातच टेलिफोन वापरण्याची परवानगी आहे. अलेजा झूका यांना येथल्या गेस्टापो मुख्यालयाशी संपर्क साधता येतो.

नेमेट्झ, निकोलाऊसचा डेप्युटी ऑफिसर, आम्हाला वरचेवर भेट देतो. त्याला

खिडकीतून बघितलं, की आम्ही घाईघाईत आमच्या वस्तू नीट ठेवायला लागतो. मिस्टर एस. पटकन आमच्या विनंत्या लिहून घेतात आणि नेमेट्झ आले की त्यांची यादी तयार असते.

आमच्याबरोबर संबंध येणाऱ्या इतर जर्मन अधिकाऱ्यांप्रमाणे नेमेट्झ एखाद्या सभ्य गृहस्थाची भूमिका पार पाडतात. ते नेहमीच आम्हाला वचनं देतात; पण तसं कधीच करत नाहीत. आमच्या विनंत्या अगदी किरकोळ पण आवश्यक असतात, उदाहरणार्थ गादीमधलं गवत बदलून मिळावं, साबण, जेवण आणि खोल्या निर्जंतुक करून देण्यात याव्या, इत्यादी.

पण नेमेट्झ फक्त आदबशीरपणे वागून, मिस्टर एस. शी हस्तांदोलन करून, काही दिवसांनी पुन्हा येतो असं सांगून निघून जातात.

असेच आठवडे उलटतायत. तुरुंगाच्या अंगणात दिवसातून फक्त एकदाच जाण्याची आम्हाला परवानगी आहे. लॉंड्री आणि आमची इमारत, या दरम्यान आम्ही फेरी मारतो आणि तेव्हाही आमच्यावर दोन युक्रेनिअन लोकांचा पहारा असतो. एकजण गेटच्या जवळ असतो. त्या गेटने आम्हाला 'सर्बिया' किंवा स्त्रियांच्या तुरुंगापासून विभक्त ठेवलं जातं. दुसरा युक्रेनिअन बहुतेक आमच्या बरोबर चालत आमचं संभाषण ऐकत राहतो.

युक्रेनिअन रक्षकांना आमच्याशी सभ्यपणे वागण्याच्या सूचना दिलेल्या दिसतात. त्यांच्या आमच्याशी आणि इतरांशी वागण्याच्या पद्धतीत लक्षात येण्याजोगा फरक आहे. इतर कैद्यांना ते शेलक्या शिव्या घालतात, रक्त येईपर्यंत बदडतात. आमच्याकडे बघून मात्र ही जनावरं चक्क हसतात.

रोजची फेरी संध्याकाळी पाचला सुरू होते. सहा वाजता, एखादा विनोदी युक्रेनिअन जर्मन शब्दबंबाळ भाषेत जाहीर करायचा, 'फिरणं संपलं!' मग आम्ही आमच्या गाद्यांकडे परतायचो.

कालची रात्र भयानक आणि एरवीपेक्षा उष्ण, घुसमटवून टाकणारी होती. आम्ही आमच्या गाद्यांवर विवस्त्र अवस्थेत पडून राहिलो. वातावरण एवढं भरून आलं होतं, की जणू काही त्याला सुरीने छेदता यावं. खिडकीतून आकाशाचा निळा तुकडा आणि काही तारे दिसत होते. रस्त्यावरून कोणताही आवाज येत नव्हता. आमच्यापैकी कोणीही झोपू शकलं नाही.

सुमारे अकरा वाजता, एकाएकी आम्हाला तुरुंगाचे दरवाजे उघडण्यासाठी कुलूप काढल्याची खरखर ऐकू आली. दोन माणसं गेटच्या बाहेर पडली. पावलांच्या आवाजात सैनिकांची जड बुटांची दमदार पावलं आणि एका स्त्रीची लहान पावलं, यातला फरक कळत होता. ती पावलं सावकाश आमच्या खिडकीच्या जवळ आली. मग आम्हाला एका स्त्रीचा अश्रुभरला स्वर आणि काही जर्मन-यीडिश उच्चारांतले

शब्द ऐकू आले 'लिबेर हेर लिबेर हेर...'

पण एकाएकी हे शब्द पिस्तुलाच्या आवाजात विरून गेले. पहिला शॉट हवेत, नंतरचा आणखी खालून आणि तिसरा पदपथाच्या जवळ. जणू काही तो सैनिक त्या दुर्दैवी स्त्रीवर ती जमिनीवर पडल्यावर गोळ्या झाडत होता. मग आम्ही दबलेले आवाज ऐकले, त्या लाथा असाव्यात आणि शेवटी सगळं शांत झालं.

खिडकीशेजारी पडलेल्या एस्थर डब्ल्यू. ने सावधपणे बाहेर रस्त्याकडे डोकावून पाहिलं. ती स्त्री पदपथाच्या कडेला पडली होती. जर्मन सैनिक जलद गतीने गेटच्या समोर तैनातीला असलेल्या पोलिश पोलिसाकडे गेला, त्याच्याशी बोलला आणि निघून गेला. पोलिश पोलिसाने येरझारा घालायला सुरुवात केली आणि धीर एकवटण्यासाठी त्याने एकच धून शिट्टीवर वाजवायला सुरुवात केली. त्या रिकाम्या रस्त्यावर त्या शिट्टीचा आवाज विचित्र आणि दु:खी भासत होता.

सुमारे पाऊण तासाने पिनिकिएर्टच्या दफनभूमी व्यवस्थेकडून एक गाडी आली आणि पेटीत मृत शरीर फेकल्याचा दबका आवाज ऐकला. मग दगडी पदपथावर गाडीची चाकं फिरली. पोलिश पोलीस बराच वेळ तीच दु:खद शीळ घालत राहिला. ऑगस्ट महिन्याच्या त्या अंधाऱ्या रात्री फक्त तोच एक आवाज होता. आमच्या खोलीतलं कोणीही एक शब्दही बोललं नाही.

रस्त्यावरून येणारे गोळीबाराचे आणि ओरडण्याचे आवाज आम्हाला हळूहळू वेडं करून टाकत होते. रात्री भयानक आहेत. काल रात्री जवळजवळ चाळीस लोकांना आमच्या खिडकीखाली गोळ्या घालून ठार मारण्यात आलं. ते सगळेजण पुरुष होते. हा नरसंहार दोन तासांपेक्षा अधिक काळ चालला. त्या खुन्यांनी शेवटी त्यांना लाथा-बुक्क्यांनी आणि बंदुकीच्या टोकांनी ढोसून त्यांचा शेवट केला.

पिनिकीअर्टच्या गाडीने बऱ्याच फेऱ्या मारल्या. सकाळी आम्हाला तुरुंगाच्या समोरच्या घराची देखभाल करणारा माणूस रबरी नळीने पाणी मारून पदपथाजवळची फरशी घासून साफ करताना दिसला. रक्ताचे डाग गडद होते आणि एवढा वेळ घासूनदेखील अजूनही फरशीला पिवळसर छटा आहे.

अजूनही हे प्रकार चालूच आहेत. रस्ते अजून रोखून धरण्यात येत आहेत. खुनशी नाझींचं अजूनही समाधान होत नाही.

पाविआकच्या अंगणातला संहारही चालूच आहे. रात्र होताच या प्रकारांना सुरुवात होते. पूर्वीचा तुरुंगाचा कमांडंट आणि त्याचा डेप्युटी बुरकेल, हे दोघं नाझी पशूंमधले सर्वाधिक वाईट पशू आहेत. बुरकेलला सगळे बंदिवान चांगलेच ओळखून आहेत. तो कधीकधी आमच्याकडेही येतो. एका खोलीवरून दुसऱ्या खोलीकडे सावकाश फेऱ्या मारताना आमच्याकडे बघून हसत राहतो. तो जास्त काही बोलत नाही; पण त्याच्या तीक्ष्ण नजरेने आमच्या काळजाचं पाणी पाणी करतो.

एकदा मिसेस डब्ल्यू. तिला आलेल्या मज्जातंतूसंबंधित आजाराच्या झटक्याने आमच्या खोलीत बेशुद्ध पडलेली असताना तो तिथे आला. त्याने तिच्याशी बोलायला सुरुवात केली; पण ती गप्पच राहिल्याने त्याने थैमान घातलं. त्या स्त्रीने तरीही उत्तर दिलं नाही. मग तो शांत झाला. मग त्याने आमच्यासमोर ज्युईश लोकांच्या प्रयत्नांबद्दल, राजकीय परिस्थितीबद्दल, तत्त्ववेत्त्याच्या थाटात भाषणबाजी करायला सुरुवात केली. भिंतीवर बोटाने सीमारेषा काढत तो म्हणाला, "जर्मनी खूप छोटा देश आहे" आणि मग हवेत मोठा गोलाकार दाखवत म्हणाला, "आणि अमेरिका केवढी मोठी! पण जर्मन लोक अमेरिकादेखील पादाक्रांत करतील, तुमच्याआधी तिथे पोहोचतील, तुमची देवाणघेवाण व्हायच्या आधीच!"

आमच्यापैकी कोणीही त्याला उत्तर दिलं नाही. त्याच्या प्रत्येक शब्दाबरोबर तो त्याच्या चमकत्या बुटांवर त्याची घोडेस्वारीची काठी आपटत होता. वरचेवर तो चाबकाने हवेतल्या हवेत वारही करत होता आणि मला असं वाटत होतं, की त्याला कोणालातरी मारायचंय; पण त्याने स्वत:वर नियंत्रण ठेवलं आणि फक्त हवेत चाबूक फिरवत राहिला. त्याला आमच्यासमोर त्याच्या शक्तीचं प्रदर्शन करायचं होतं, यात काही संशय नाही.

आज सकाळी तो आमच्याकडे येण्यापूर्वी आम्ही त्याला आमच्या खिडकीतून पाहिलं होतं. पूर्वीच्या त्या मुलांच्या संस्थेतल्या बागेत तो एका छोट्याशा मांजरीचा पाठलाग करत होता. एखाद्या वेड्यासारखा तो झुडपांत तिला शोधत धावत होता. ती एकाएकी दिसेनाशी झाली होती. त्याने त्याचं पिस्तुल काढलं आणि अंदाधुंद गोळीबार केला.

झिएल्ना रस्ता आता मोकळा नाही. कामगारांचे थवे त्यांच्या मुकादमांबरोबर वेगवेगळ्या लेबर कॅम्पना सारखे जात असतात. कॉर्कझॅकच्या मुलांच्या संस्थेचं रूपांतर आता गोदामात करण्यात आलंय. त्यामध्ये वेगवेगळं सामान आणि फर्निचर भरून ठेवण्यात आलंय. बूट आणि कपडेलत्तेही आणण्यात आले आहेत. ते कपडे बहुतेक ठार केलेल्या लोकांचे असावेत.

ज्या घरांतून जर्मन लोकांनी ज्यूंना बाहेर ओढून काढलंय, ती घरं ते पद्धतशीरपणे रिकामी करतायत. लुटून आणलेल्या मालाची वर्गवारी करण्यासाठी बऱ्याच लोकांना कामाला लावलंय. काल आम्ही डझनावारी बायकांना त्या घराच्या खोल्या घासूनपुसून साफ करताना पाहिलं. तिसऱ्या मजल्यावरच्या पुढच्या बाजूला एका मधल्या खोलीत त्यांनी वर्गवारीवर देखरेख करणाऱ्या जर्मन माणसाचं कार्यालय थाटून दिलंय. तिथे फर्निचर ठेवलेलं मी बघितलं. टेबलावर एक फुलदाणीही ठेवण्यात आली.

फरशी पुसणाऱ्या बायकांत मी अचानक एडझिआला ओळखलं आणि मी

तडीपार करण्यासाठी उमश्लागप्लाट्झ येथे थांबलेल्या एका रेल्वेगाडीत चढण्यासाठी प्रतीक्षा करणारे वॉर्सा घेट्टोतील ज्यू.

जवळ जवळ बेभानच झाले. काही वेळानंतर झेलिग झायलबरबर्गला मी तिच्याशी बोलताना बघितलं. त्यांनीही मला पाहिलं आणि त्यांचा जर्मन ओव्हरसिअर खोलीतून बाहेर जाताच त्यांनी माझ्याशी बोलायला सुरुवात केली. त्यांनी मला सांगितलं, की त्यांचं लग्न होऊन दोन आठवडे उलटले आहेत. त्यांच्या लग्नाला बरीच मित्रमंडळी उपस्थितही होती. त्यांचं लग्न झालं तेव्हा निझ्का रस्ता नाझींनी रोखून धरला होता, विवाहविधींसाठी राब्बाई मिळणंही मुष्कील झालं होतं, एडझिआने मला ओरडून सांगितलं, ''झेलिग आता ओव्हरसिअर म्हणून काम करतोय.'' या नोकरीमुळे ते तडीपार होण्यापासून वाचले आहेत.

मध्येमध्ये खंड पडत असूनही मी तिच्याशी काही तास संवाद करू शकले. तिने मला सांगितलं, की तडीपार करण्याच्या प्रक्रियेच्या पहिल्याच दिवशी एडेक वॉल्कोविक्झला उमश्लागप्लाट्झ येथे गोळ्या घालून ठार करण्यात आलं, कारण त्याने गुरांच्या गाडीत बसायला नकार दिला. ओला मूस्झकीविक्झला तिच्या आईसह तडीपार केलं गेलं. जर्मनांनी धडधाकट पुरुष आणि स्त्रिया यांना प्रौढ लोक, मुलं, यांच्यापासून वेगळं काढलं आणि बंदिस्त गाड्यांतून त्यांना अज्ञात दिशेने पाठवून देण्यात आलं.

ओला काम करू शकेल असं वाटलं; पण तिने तिच्या आईपासून वेगळं होण्यास नकार दिला आणि आईबरोबर जाण्यासाठी ती धावतच त्या बंदिस्त गाडीकडे गेली. मारीसिआ आयसेनस्टाडट् तिच्या आईवडिलांबरोबर जाण्यासाठी

गुरांच्या गाडीत चढण्याचा प्रयत्न करत होती म्हणून तिला गोळ्या घालून ठार करण्यात आलं. 'घेट्टोची नाइटिंगेल' आता कायमची शांत झाली आहे.

रोमेक जिवंत आहे, त्याची प्रकृतीही चांगली आहे. घेट्टोच्या भिंतींच्या बांधकामावर तो अजूनही ओव्हरसिअर म्हणून काम करतो. निझका रस्त्यावर राहणाऱ्या झेलिग आणि एडनाचा तो शेजारी आहे. झेलिगने त्याच्याकडून लवकरच एक पत्र मला आणून देण्याचं वचन दिलंय. हे सोपं नाही, कारण रस्त्यावर मोकळेपणाने फिरण्याची परवानगी कोणालाही नाही. ज्या विभागात कामगार काम करतात, त्याच विभागात राहणं त्यांना बंधनकारक आहे. सकाळी साडेसात वाजता, सगळा गट एका विशिष्ट ठिकाणी एकत्र जमून तिथून निघतो आणि संध्याकाळी सात वाजता पुन्हा तिथेच परततो. दुसऱ्या विभागात राहणाऱ्या कोणालाही भेटणं कठीणच असतं; पण झेलिगला तो ओव्हरसिअर असल्याने जास्त स्वातंत्र्य आहे. तरीही सतत गोळीबार चालू असल्याने तो बाहेर कमीच पडतो.

समोरच्या रस्त्यावर काम करणाऱ्या लोकांत मला काही परिचित लोक आढळले. एडझिआ पिआस्कोनस्काचा भाऊ बऱ्याच कामगारांवर देखरेख करतो. झेलिग झिएल्ना रस्त्यावरच्या आमच्या शेजारच्याच इमारतीत तो ओव्हरसिअर आहे.

झिएल्ना रस्त्यावरच्या २७ आणि ३१ क्रमांकांच्या गल्लीतल्या इमारतीच्या तळमजल्यावर औषधांची वर्गवारी चालू आहे. तिथे काम करणाऱ्या लोकांत मी माझ्या पूर्वीच्या ग्राफिक डिझाईन शिकवणाऱ्या शिक्षकांना ओळखलं. ते वरचेवर माझ्याकडे बघून कडवटपणे हसतात. काय विचार येत असतील त्यांच्या मनात? त्यांची शिष्या तुरुंगाच्या गजांआड आहे आणि ते नाझींच्या चाबकाखाली काम करतायत.

आमच्यापैकी काही बंदिवानांना घेट्टोतून त्यांच्या कुटुंबाकडून पाकिटं मिळतात. तुरुंगाच्या प्रवेशद्वाराजवळ ते लोक ती घेऊन येतात. सर्वांत जास्त पाकिटं गुटाईला येतात. तिची आई एका ओळखीच्या पोलिसामार्फत ती पाकिटं पाठवते. प्रत्येक पाकिटात एक मोठं पत्रदेखील असतं. मिस्टर झेड. तिचे एक जवळचे मित्र तिला ते पत्र पाठवतात. घेट्टोत काय चाललंय याची सगळी खबरबात त्यात असते. अशा प्रकारे आम्हाला बरीच सविस्तर माहिती मिळते. आम्हाला बरीचशी पत्रं येत नाहीत, असा एकही दिवस जात नाही.

सप्टेंबर १९, १९४२

माझी आई दिवसभर गादीवरच पडून असते. तिची एवढी उपासमार झालेली आहे की तिला हालचालही करता येत नाही. ॲन एखाद्या सावलीसारखी झालीय आणि माझे वडील इतके कृश झाले आहेत की त्यांची फक्त त्वचा आणि हाडे उरली

आहेत. इतरांपेक्षा मी भूक अधिक सहन करू शकते. पोटात भुकेने गुरगुरायला लागलं की मी माझे दात कराकरा खाते. रात्री मी, जेव्हा आम्हाला पावाचे तुकडे आणि कॉफीच्या नावाखाली कडवट पाणी देण्यात येतं त्या दुसऱ्या दिवसाची वाट बघायला लागते. मग मी दुपारच्या जेवणाची वाट बघायला सुरुवात करते. आम्हाला मिळणारं सूप म्हणजे गरम पाणी आणि धान्याचे थोडे दाणे, असा प्रकार असतो. मग रात्री आम्हाला पुन्हा गरम पाण्यात एखादा बटाट्याचा नाहीतर बीटचा तुकडा टाकून सूप दिलं जातं.

दिवस संपता संपत नाहीत आणि रात्री तर अधिकच वाईट, दुःस्वप्नांनी भरलेल्या असतात. गोळीबार चालूच आहे, हजारो लोकांना रोज नष्ट केलं जातंय. घेट्टो रक्तात न्हाऊन निघतंय. लोक सारखे झिएल्ना रस्त्यावरून स्टावकी रस्त्यावरच्या उमश्लागप्लाट्झकडे जात आहेत. नोकरी किंवा काम असणं हे आता सुरक्षिततेचं कवच राहिलेलं नाही. अलीकडे तर ज्यांना नोकऱ्या आहेत, त्यांच्या कुटुंबीयांनादेखील हाकलून देण्यात आलं, विशेषतः स्त्रिया आणि मुलांना.

काही आठवड्यांपूर्वी टोबेन्स आणि शूल्टझ येथे काम करणाऱ्या पुरुषांच्या बायकांना आणि मुलांना नाझींनी वेगळं काढायला सुरुवात केली. जे लोक कामावर नव्हते, त्यांना निष्ठुरपणे ओढून नेण्यात आलं. पालक आता मुलांना कामाला जाताना आपल्याबरोबर घेऊन जातात, नाहीतर त्यांना कुठेतरी खबदाडीत लपवून ठेवतात.

घेट्टोत आता अन्न स्वस्त झालंय. अलीकडेच एक किलो पावाला चाळीस लोटिस पडत होते; पण आता त्याला फक्त वीस लोटिस लागतात. कारण सरळ आहे, आता खाणारी तोंडं कमी झाली आहेत.

सप्टेंबर २०, १९४२

आज गोळीबार जरा कमी होता. प्रतिकार कमी होतोय. उपासमार झालेल्या थकून गेलेल्या लोकांचा लोंढा अजूनही उमश्लागप्लाट्झकडे वाहतोय.

आज इंजिनिअर लिखटेनबाम आणि त्यांचे उच्च पदावरचे अधिकारी मित्र फर्स्ट, त्यांच्या पाविआकमधल्या मित्रांना भेटायला गाडीने आले. आम्हाला भेटायची त्यांना विशेष परवानगी मिळाली होती. त्यांच्याकडून आम्हाला तडीपार मोहिमेचे बरेच तपशील समजले.

वॉर्सामधली मोठी मोहीम जशी थंडावायला लागली, तशी जर्मन लोकांनी राजधानीच्या परिसरातल्या छोट्या गावांत कत्तल सुरू केली. काल त्यांनी ऑरनॉकमधली मोहीम पूर्ण केली. तिथे कोणालाही हद्दपार करण्यात आलं नाही. काही ज्यू आजूबाजूच्या जंगलांत पळून गेले. तिथे ते अजूनही लपून बसले आहेत. रात्र

पडल्यावर ते जवळच्या गावात अन्न मागण्यासाठी जातात.

इंजिनिअर लिखटेनबामनी मिसेस डब्ल्यू. ला विचारलं, की तिला कोणी तुरुंग अधिकाऱ्याने वॉर्सा घेट्टोत नाझींची काय करण्याची योजना आहे हे सांगितलं आहे का? एका उच्चाधिकाऱ्याने आम्हाला हे विचारणं किती हास्यास्पद आहे! आमच्या डोळ्यांपुढे घडणाऱ्या एवढ्या घटनांनंतर संशयाला काही जागा तरी आहे का; पण एखादा आशादायक शब्द कानांवर पडेल या अपेक्षेने प्रत्येकजण दुसऱ्याला विचारतो.

लिखटेनबामच्या म्हणण्यानुसार दोन लाखांपेक्षा अधिक ज्यूंना तडीपार करण्यात आलंय आणि दहा हजारांपेक्षा अधिक ज्यू मारले गेले आहेत. अजूनही दोन लाख लोक उरले आहेत.

भूमिगत कारवाया कधी नव्हत्या एवढ्या सक्रिय झाल्या आहेत. नाझी युक्रेनिअन, लिथुआनिअन एवढंच नव्हे तर ज्या थोड्या ज्यू लोकांनी नाझींच्या हातचं खेळणं बनून रक्तपातात भाग घेतला, त्या सर्वांना मृत्युदंडाची शिक्षा देण्यात आली.

कर्नल झेरिन्स्की आणि बरेचसे कम्युनिटी अधिकारी आता काळ्या यादीत आहेत. त्यांनाही हे ठाऊक असल्याने सशस्त्र अंगरक्षक बरोबर असल्याखेरीज ते रस्त्यावर बाहेर पडण्याचं धाडस करू शकत नाहीत.

ज्यांचा काही उपयोग राहिला नाही, त्या सर्वांची जर्मन लोक वासलात लावून टाकत आहेत. कोणत्याही सोपस्कारांशिवाय ते त्यांना गोळ्या घालतात आणि त्यांची शरीरं बरेचदा रस्त्यांवर आढळून येतात. अलीकडेच एरलिच् आणि मार्कोविक्झ या गेस्टापो एजंटांनी तसंच कोन आणि हेलर या घेट्टो स्थापन करणाऱ्यांनी त्यांच्या या करिअरचा समारोप केला.

या नरसंहारामुळे भूमिगत, छुप्या नेत्यांना आणखीनच प्रतिकारक्षम बनवलंय. अवैध कागदपत्रं वाढत चालली आहेत, काही तर इथे पाविआकमध्ये आमच्यापर्यंत पोहोचली आहेत. त्याच्यात युद्धासंबंधीचे चांगले रिपोर्ट असतात. मित्रराष्ट्रांनी इजिप्तमध्ये विजय मिळवलाय आणि रशियन लोक शत्रूला मॉस्कोत मागे ढकलत आहेत. त्या कागदांतून तडीपार केलं जाण्याचा आणि तडीपार ज्यूंच्या भवितव्याचा अर्थ स्पष्ट होतो. लोकांना हातांत शस्त्रं घेऊन प्रतिकार करण्यासाठी प्रवृत्त केलं जात आहे. आपली हार होईल किंवा नाझींसमोर आम्ही पूर्णपणे हतबल आहोत, असे विचारदेखील मनात येऊ द्यायचे नाहीत, अशी सूचना देण्यात आली आहे.

'टू आर्म्स!' या एका पत्रकात असं म्हटलंय, की आपण वीरमरण पत्करू या, मेंढरांसारखं मरायचं नाही आपल्याला.

ऑगस्टच्या शेवटच्या काही दिवसांत परिस्थितीत थोडी सुधारणा झाली आणि काही लोकांनी भविष्याबद्दलचा आशावादी दृष्टिकोन स्वीकारायला सुरुवात केली; पण ही फक्त वादळापूर्वीची शांतता होती. ३ आणि ४ सप्टेंबरला जर्मन लोकांनी

कम्युनिटीचे वर्कशॉप बंद करायला सुरुवात केली. त्यांनी वर्कशॉपमध्ये शिरून डझनावारी लोकांना बाहेर काढलं आणि आम्हाला कुशल कारागिरांची गरज आहे असा आव आणला. या हजारापेक्षा अधिक कामगारांना स्टावकी रस्त्याने नेऊन ट्रेब्लिंका छावणीकडे हद्दपार करण्यात आलं.

सर्वसाधारणपणे हे ज्ञातच आहे, की या तडीपार लोकांना ट्रेब्लिंकाला एका यंत्राच्या साहाय्याने ठार मारण्यात येतं. जर्मन लोक युद्धासाठी त्या यंत्राचा वापर करण्यापूर्वी प्रयोग करत आहेत; पण त्याचा तपशील कोणाला माहीत नाही.

५ सप्टेंबरला, टोबेन्स आणि हॉलमनच्या कारखान्यांना टाळं ठोकण्यात आलं आणि बऱ्याच कामगारांना तडीपार केलं गेलं.

रविवारी, ६ सप्टेंबरला, ज्युईश पोलीस तुकड्यांना दुसऱ्या एका मोहिमेसाठी तयारी करण्याच्या सूचना देण्यात आल्या. एक निवेदनही प्रसारित करण्यात आलं. स्मोकझा, गेसिआ, झामेनहॉफ, झेस्लिवा रस्त्यांवर, म्हणजेच 'बिग् घेट्टोत' राहणाऱ्या सगळ्या रहिवाशांना ५ सप्टेंबरला नावनोंदणीसाठी हजर होण्यासाठी बजावलं गेलं होतं. त्यातल्या मसुद्याप्रमाणे दोन दिवस पुरेल एवढं अन्न बरोबर आणायचं होतं आणि आपली अपार्टमेंट कुलूपबंद करायची नाही, असा इशारा देण्यात आला होता. *'जे लोक वेळेवर येणार नाहीत, त्यांना गोळ्या घालण्यात येतील.'* असं त्या आदेशाचा समारोप करताना म्हटलं होतं.

संपूर्ण परिसर काटेरी तारा आणि जाडजूड दोरखंडाच्या साहाय्याने बंदिस्त करण्यात आला. दुसरं उमश्लागप्लाट्झच जणू काही निर्माण केलं गेलं. त्या दिवशी सकाळी सुरू करण्यात आलेली नावनोंदणी तब्बल एक आठवडा चालली.

या नावनोंदणीचा उद्देश सरळ होता. लपलेल्या लोकांची माहिती काढणं आणि कोणाचे आईवडील अद्याप घेट्टोच्या कारखान्यांत कामाला आहेत, हे शोधणं. बऱ्याच लोकांनी आपल्या अपार्टमेंटमध्ये स्वत:ला बंदिस्त करून घेतलं. घरांत मरण पत्करणं त्यांना छावणीत ठार होण्यापेक्षा अधिक श्रेयस्कर वाटत होतं.

लिथुआनिअन गार्डनी त्या अपार्टमेंटमध्ये जाऊन मिळतील त्या सर्वांना टिपून मारून टाकलं. काही ज्यूंनी तळघरांत आश्रय घेतला. तिथे त्यांनी अन्नपाण्याचा साठा दडवून ठेवला होता. घेट्टोच्या रस्त्यांखाली लांबलचक भुयारं खणण्यात आली आहेत. एक खरंखुरं, जमिनीच्या खालचं घेट्टो तयार झालंय. काही ज्यू बॉम्बहल्ल्यात उद्ध्वस्त झालेल्या घरांत लपून बसले. त्यांना वाटलं, की त्या भग्नावशेषात शोध घेण्याचा विचार जर्मन लोकांना सुचणार नाही. एका आठवड्यापेक्षा जास्त काळ गोळीबार चालला. त्या कालावधीत पन्नास हजारपेक्षा अधिक स्त्री-पुरुष आणि मुलांना ट्रेब्लिंकाला नेण्यात आलं.

ज्युईश पोलिसांनी ओस्ट्रोवस्का आणि वोलिन्स्का रस्त्यांवर एक पूर्ण विभाग अडवलाय. सगळ्या ज्युईश पोलिसांना त्यांची अपार्टमेंट सोडून आता रिकाम्या

पडलेल्या घरांत राहायला सांगण्यात आलंय. याचा अर्थ जर्मन लोकांना ज्युईश पोलीस एका ठिकाणी एकवटलेले पाहिजेत. अशाही अफवा आहेत, की लवकरच ज्युईश पोलिसांच्या संख्येत मोठी घट करण्यात येईल.

कित्येक दिवस आम्हाला अंकल एबीची काहीच खबरबात नव्हती. खरं म्हणजे ते आमच्यापासून अगदी जवळच, वॉलिन्स्का रस्त्यावर राहतात, पाविआकपासून काही पावलांवर. एडझिआ आता पूर्वीच्या मुलांच्या संस्थेत कामाला नाही. काय झालं असेल त्यांचं?

ज्युईश पोलिसांचा शेवट

सप्टेंबर २२, १९४२

कालचा दिवस होता 'अटोनमेंट'चा आणि या पवित्र दिवशी नाझींनी त्यांच्या रिवाजानुसार ऑस्ट्रानस्का आणि वॉलिन्सका रस्ते रोखून धरले. अडीच हजार पोलिसांतून त्यांनी तीनशे ऐंशी लोक वेगळे काढले, त्यांची नोकरी कायम ठेवली. बाकीच्या दोन हजारपेक्षा अधिक लोकांना त्यांनी त्यांच्या कुटुंबीयांसह पाठवून दिलं.

या दिवशी वॉर्सावर रशियन विमानांनी पूर्वीपेक्षा अधिक जोमाने हल्ला केला हे आम्हाला वैशिष्ट्यपूर्ण वाटलं.

पुरुषांच्या खोलीत एक तात्पुरतं सिनॅगॉग करण्यात आलं. आम्हाला नाझी येतायत किंवा काय याची सावधगिरीची सूचना देण्यासाठी पहारेकरी होते. त्यांना दर पाऊण तासाने बदलण्यात येत होतं. स्त्रियांनी पुरुषांबरोबर प्रार्थना केली. वॉर्साच्या प्रतिष्ठित धर्मगुरुंच्या पत्नी मॅडम एसएच वेदीपाशी उभ्या होत्या. त्यांनी अगदी हृदयस्पर्शी स्वरांत प्रार्थना केली. त्या वारंवार आपल्या हातांची पिळल्याप्रमाणे हालचाल करत होत्या आणि त्यांचे डोळे अश्रूंनी भरून आले होते. नंतर त्यांनी एकाएकी मोठमोठ्याने हुंदके द्यायला सुरुवात केली. तिथे उपस्थित असलेले लोकही त्यांच्याबरोबर रडू लागले.

एका छोट्या टेबलावर पांढऱ्या कापडाचं आच्छादन होतं आणि दोन मेणबत्त्या एका उपड्या घातलेल्या पत्र्याच्या ताटलीवर लावल्या होत्या. फक्त थोड्याच लोकांनी त्यांचे 'तालिथ' धारण केले होते; पण बाकीचेही मनापासून प्रार्थना करत होते. सुरुवातीला प्रार्थनेचे शब्द ऐकू येत होते पण लवकरच ते शब्द एका दुःखद विव्हळण्यात आणि हुंदक्यांत रूपांतरित झाले.

आठ वाजता आम्ही आमच्या खोल्यांकडे परत गेलो कारण रक्षक आम्हाला रात्रीसाठी कुलूपबंद करण्यासाठी हजर झाले.

आमच्या प्रार्थना चालू असताना मी एकाएकी गोळीबाराचे आणि ओरडण्याचे

आवाज ऐकले. अकरा वाजले होते. नुकतीच नाझींनी पोलीस आणि त्यांच्या कुटुंबीयांना त्यांच्या राहत्या ठिकाणी रोखायला सुरुवात केली होती. मला अंकल एबी आणि त्यांच्या पत्नीची आठवण झाली. कोणीतरी एकाएकी समोरच्या चर्चमधून ज्वाळा निघत असल्याचं आमच्या खिडकीतून पाहिलं. काही वेळात आग विझवण्याच्या लोकांना घेऊन गाड्या आल्या. आग विझवण्यात आली.

आम्ही रात्री गावात बऱ्याच ठिकाणी आगी लागलेल्या पाहिल्या, हवाईहल्ल्यांची सूचना द्यायला कारखान्याचे धोक्याची सूचना देणारे भोंगे मोठ्याने वाजायला लागले, लवकरच बंदुकीचे, बॉम्बस्फोटांचे आवाजही ऐकू यायला लागले. एवढे कानठळ्या बसवणारे आवाज आम्ही बऱ्याच दिवसांत ऐकले नव्हते. रात्रीच्या अंधारात रॉकेट्स भेदून जात होती. हजारो बॉम्ब फुटत होते. तुरुंगाची सगळी इमारत हादरत होती आणि माझ्या आईला आणि ॲनला घट्ट बिलगून मीही हादरत होते. त्या विमानांचा रोख तुरुंगावरच असावा. जवळच्या रस्त्यांवर बॉम्ब पडत असल्याचे आवाज येत होते. नोवोलिपाय्, नोवोलिपिकाय्, नालेवकि, गेसिया हे ते रस्ते होते. एक बॉम्ब तर तुरुंगाच्या अंगणातच पडला आणि त्याच्या स्फोटांनी भिंती एवढ्या जोराने हादरल्या की आम्हाला असं वाटलं की त्या जमीनदोस्तच होतायत की काय.

हिटलरच्या शत्रूंच्या बॉम्बने इथे ठार होणं किती भयानक असेल! तरीही मला एका गोष्टीचं समाधान वाटलं, की ज्या दिवशी नाझींनी ज्यूंविरुद्ध रक्तपिपासू मोहीम उघडली, त्याच दिवशी त्यांच्यावर बॉम्बहल्ले झाले.

रात्रभर बॉम्बहल्ले होतच राहिले. बॉम्बचा साठा घेऊन नवीन नवीन विमानं येतच राहिली. पाच वाजेपर्यंत 'सर्व ठीक' चा सायरन वाजला नाही.

नोवी कुर्जेर-वारझावस्कीमध्ये आज हवाईहल्ल्याबद्दल फक्त काही ओळीच छापून आल्या. नाझी वर्तमानपत्रांनुसार कोणत्याही लष्करी ठाण्यांवर हल्ले झाले नाहीत; पण खरं म्हणजे आम्हाला माहिती मिळाली, की बऱ्याचशा लष्करी ठाण्यांना नामशेष करण्यात आलं, घेट्टोमध्ये लेसझ्नो रस्त्यावर कोर्टाच्या इमारतीला आणि हॉस्पिटलला नुकसान पोहोचलं, पाविआकच्या परिसरातील कित्येक घरंही नष्ट झाली. बरेचसे बॉम्ब वॉर्साच्या आसपास असलेल्या हवाईअड्ड्यांवर आणि मुख्य रेल्वेस्थानकावर पडले.

सप्टेंबर २९, १९४२

घेट्टोचा परिसर खूपच कमी झालाय. आता घेट्टोच्या सीमारेषा स्मोकझ्झा, गेसिआ, फ्रांझिसझ्कान्स्का, बोनीफ्रॅटेरस्का, मुरानोवस्का, पोकोरर्ना, स्टावकी, झीका आणि झेस्लिवा रस्ते तसंच पॅरीसोवस्की चौकापुरत्या सीमित झाल्या आहेत. सगळ्या सामाजिक संस्थांना आणि उरलेल्या वर्कशॉप्सना नवीन ठिकाणी हलवण्याच्या

आज्ञा देण्यात आल्या. जर्मन प्रशासनाच्या या आज्ञापत्रकावर २७ सप्टेंबर ही तारीख आहे. नवीन ठिकाणाभोवती उभारण्यात येणाऱ्या भिंती नऊ फूट उंच असतील. हलवाहलवी होताना ज्युईश पोलिसांना शिस्त राखण्याचं काम करावं लागेल. ज्या कारखान्यांना हलवता येणार नाही, त्यांच्याभोवती खास भिंती उभारण्यात येतील आणि कामगारांना शेजारच्या इमारतीत राहावं लागेल. या कामावर वर्कशूट्झची देखरेख असेल, त्यात पूर्वी ज्युईश पोलिस म्हणून काम केलेल्या लोकांचा समावेश असेल.

ज्युईश कामगार असलेले बरेचसे कारखाने अद्याप घेट्टोच्या बाहेर टिकून राहिलेत. लेस्झ्नो, कार्मेलिका, नोवोलिपकी, स्मोकझा, नोवोलिपाय् आणि झेलाझ्ना रस्त्यांवर हे कारखाने आहेत. शूल्झ, रोरिच, हॉफमन इत्यादींचे हे कारखाने आहेत. प्रॉस्टा, सेगलाना रस्त्यांवरही काही कारखाने उरले आहेत. काही कारखानदारांनी त्यांच्या कामगारांना हलवलं जाऊ नये, ते वेगळे ओळखले जावेत, म्हणून त्यांच्यावर शिक्के मारले आहेत. त्यांच्या शरीरावर विविध ठिकाणी हे शिक्के मारण्यात आले आहेत. म्हणजे नाझी नरपिपासू कोणतीही चूक करणार नाहीत.

हे शिक्के मारून घेण्यासाठी कामगारांकडून माणशी तीन लोटिसचा कर वसूल केला जातो. त्यांच्या पगारातून तो परस्पर कापण्यात येतो. याव्यतिरिक्त कारखान्यात मिळणाऱ्या जेवणासाठी त्यांना दररोज दोन लोटिस द्यावे लागतात. प्रत्येक कामगारावर आता एक आकडा आणि त्याच्या कारखान्याचा बिल्ला लावण्याच्या सूचना देण्यात आल्या आहेत. या सगळ्या कारखान्यांत सुमारे तीस हजार ज्युईश गुलाम कामगार आहेत. कम्युनिटीमध्ये अंदाजे तीन हजार लोक काम करतात.

प्रत्येक दिवशी नाझी एक नवीन मागणी घेऊन येतात. कोणत्याही वस्तू मागतात, उदाहरणार्थ कॉफी, चॉकलेट आणि आमच्याकडे नसलेले दुर्मीळ महागडे खाद्यपदार्थ.

ऑक्टोबर १, १९४२

आता घेट्टो म्हणजे एक मोठी काम करायची छावणी झाली आहे. दिवसा तर रस्ते जवळजवळ निर्मनुष्यच असतात. फक्त सकाळी सहा वाजता लोक कामाला जातात तेव्हा थोडी वाहतूक असते.

आमच्या खिडकीतून आम्हाला पुरुष आणि स्त्रिया त्यांच्या घरांतून घाईघाईने एकत्र जमायच्या वेगवेगळ्या ठिकाणांकडे जाताना दिसतात. तिथून त्यांना सैनिकी पद्धतीने संचलन करत कारखान्याकडे जावं लागतं. चार-चार जणांच्या रांगा करून वर्कशूटझ आणि जर्मन पर्यवेक्षकांच्या सोबतीने नेण्यात येतं. सकाळचे आठ वाजल्यानंतर घेट्टोच्या रस्त्यावर माणूस दृष्टीस पडणं दुर्मीळच. बारा ते एकपर्यंत

जेवणाची सुट्टी असते. एक मोठ्ठं घमेलं कारखान्याच्या अंगणात आणण्यात येतं आणि कामगार ते पातळ सूप घेण्यासाठी हातात बाऊल घेऊन रांगेत उभे राहतात.

संध्याकाळी सातनंतर कामगार पुन्हा एकदा रस्त्यावरून घाईघाईने त्यांच्या राहण्याच्या ठिकाणांकडे जाताना दिसतात. त्यानंतर कोणाचीही बाहेर पडायची हिंमत होत नाही, कारण सगळीकडे जर्मन लोकांचा पहारा असतो.

आता घेट्टोमधलं आयुष्य असं आहे. आमचे लोक मृत्यूच्या छायेत जगतायत आणि तरीदेखील त्यांना असं वाटतं, की या सगळ्याला तोंड देऊन ते जगतील. कुठल्यातरी चमत्कारानेच, ही त्यांच्या हृदयांत रुजलेली आशा त्यांना अद्याप जगवतेय, नाहीतर केव्हाच उरलेल्या ज्यूंनी सामूहिक आत्महत्या केली असती.

प्रत्येक रात्री सोव्हिएत विमानं बॉम्ब टाकतच आहेत. पाविआकच्या भिंती त्या स्फोटांनी हादरून जातात. या बॉम्बस्फोटांची आम्हाला आता इतकी सवय झालीय, की आम्ही आतुरतेने त्यांची वाट बघत राहतो. जणू काही ती विमानं एका स्वतंत्र जगाचा शुभसंदेशच घेऊन येतात. रोज रात्री अकराच्या सुमाराला ती विमानं येतात आणि पहाटे दोन वाजेपर्यंत बॉम्ब पडत राहतात. त्यानंतरच 'ऑल क्लिअर'चा भोंगा वाजतो.

पण सगळ्यात भयानक आहे ते रात्रभर चालणारं एलिट गार्डचं शिट्टी वाजवणं आणि गोळ्या घालणं. कारण घेट्टोतली मानवी शिकार अजून चालूच आहे. त्याचंच ते निदर्शक असतं.

ऑक्टोबर २, १९४२

आज मी खिडकीतून माझ्या मैत्रिणीला, एडझिआला बघितलं. बहुतेक ती तिच्या पूर्वीच्याच मुलांच्या संस्थेत काम करतेय. आज जेवणाच्या वेळेला झ्लॅगने, तिच्या नवऱ्याने, रोमेकचं एक पत्र माझ्याकडे भिरकावलं. पोलिश पोलीस आणि पाविआकमध्ये गस्त घालणारे जर्मन रक्षक विएझिएन्ना रस्त्यावर वळले होते, ही संधी साधून त्याने हे केलं. थरथरत्या हातांनी मी ते पत्र उघडलं, चार महिन्यांनंतर प्रथमच त्याची बातमी कळत होती.

त्याने लिहिलं होतं, मी अद्याप वॉर्सामध्येच आहे, हे त्याला ठाऊक नव्हतं. मला पूर्वीच दुसरीकडे हलवण्यात आलं असावं असं त्याला वाटलं होतं. त्याची आई आणि बहीण जिवंत होत्या आणि एका वर्कशॉपमध्ये काम करत होत्या. तो त्याच्या कुटुंबाऐवजी त्याच्या चुलतभावाबरोबर राहत होता. एक तरुण मुलगीही बरोबर राहत होती.

सुरुवातीला मला ते वाचून जरा चमत्कारिकच वाटलं; पण पुढे त्याने खुलासाही केला होता. हजारो लोक घेट्टोमध्ये आपापल्या आप्तस्वकीयांपासून दुरावले होते

आणि जिथे आसरा मिळेल तिथे राहत होते. पूर्वी एकमेकांशी पूर्णपणे अपरिचित असलेले लोक आता अगदी जवळच्या नातलगांसारखे एकत्र राहत होते. बऱ्याच लोकांना जवळचे लोक दुरावल्याने एकटेपणा जाणवत होता आणि इतर व्यक्तींबरोबर राहून ते लोक तो घालवण्याचा प्रयत्न करीत होते.

एक स्त्रीच एखाद्या पुरुषाचं आयुष्य सुसह्य करू शकते, तसंच दोन लोक एकत्र राहून भीतिदायक वातावरणाला तोंड देताना अधिक सुरक्षिततेची भावना उपभोगू शकतात. अपघातानेच एकत्र आलेले लोक एकमेकाला दिलासा देण्याचा प्रयत्न करू लागतात.

रोमेकने असंही लिहिलं होतं, की रविवारी सुट्टी असते तेव्हा तो ताडिक झाजेर आणि इतर मित्रांना भेटतो. आम्हा दोघांनाही परिचित असलेले लोक आता घेट्टोत उरलेच नाहीत. डोलेक ॲमस्टरडॅम आर्यन बाजूला कुठेतरी राहतो. तो त्याच्या काकांबरोबर पळून गेला, तो '१३' नंबरच्या गटाचा नेता होता. रुटका जिवंत आहे.

'पुन्हा शक्य असेल तेव्हा तुला पत्र लिहीन,' रोमेकने पत्र पूर्ण करताना लिहिलं होतं, 'तू याच माध्यमातून उत्तर पाठवू शकतेस, सदैव तुझाच, रोमेक.'

ऑक्टोबर ४, १९४२

आज अंकल एबी अनपेक्षितपणे आमच्या खिडकीसमोर आले. आम्हाला त्यांची काहीच बातमी कळली नव्हती आणि असं वाटत होतं, की ते आता घेट्टोमध्ये नाहीत. त्यांना बघितल्यावर आमच्या आनंदाला पारावार राहिला नाही; पण त्यांच्या अंगावर पोलिसांचा गणवेष नव्हता आणि ते भयानक दिसत होते. त्यांनी आम्हाला सांगितलं, की त्या सगळ्या धामधुमीत ते त्यांच्या बायकोबरोबर घेट्टोच्या दुसऱ्या भागात पळून जाण्यात यशस्वी झाले होते; तिचं नाव ल्युसिआ. ते आता नवीन सीमारेषेच्या पलीकडल्या एका कारखान्यात काम करतायत. शर्टाची बाही वर करून त्यांनी त्यांच्या कृश दंडावर मारलेला एक मोठा निळा शिक्का दाखवला. म्हणजेच ते काही निवडक शिक्के मारलेल्या नशीबवान गुलामांपैकी होते.

'मी तुरुंगाच्या समोरच्या घरात काम करण्यासाठी बदली करून घेण्याचा प्रयत्न करतोय, म्हणजे मला तुम्ही दिसू शकाल, ते म्हणाले, 'झेलिग मला मदत करतोय आणि मला असं सांगितलंय की माझी बदली उद्यापर्यंत होईल.'

ऑक्टोबर ५, १९४२

आज सकाळी आम्ही सात वाजता उठलो आणि रस्ता न्याहाळत असताना आम्हाला अंकल एबी दिसले. ते इतर लोकांबरोबर पूर्वीच्या मुलांच्या संस्थेत काम करण्यासाठी आले होते. संस्थेच्या प्रवेशद्वारापाशी पर्यवेक्षक कामगारांची मोजणी

करत होता. झेलिगने आमच्याकडे बघून हात हलवला आणि अंकल एबीकडे निर्देश केला; पण बहुतेक अंकल एबीचं आमच्याकडे वळून अभिवादन करण्याचं धाडस झालं नाही. नंतर आम्ही त्यांना घराच्या खिडकीतून पाहिलं आणि त्यांनाही आमच्याकडे बघून खूप आनंद झाला.

कामगारांमध्ये मला आमच्या सिएन्ना स्ट्रीटवरच्या युवक मंडळाचे पूर्वीचे अध्यक्ष मानफ्रेड रूबिन दिसले. आमच्या शिल्लक राहिलेल्या सगळ्या मित्रांना एकत्र एका गटात आणण्याचे जे काही प्रयत्न करण्यासारखे होते ते झेलिगने केले आहेत. मानफ्रेड रूबिननी जेव्हा मला पाविआकच्या गजांआड पाहिलं, तेव्हा सकृतदर्शनी त्यांचा त्यांच्या डोळ्यांवर विश्वास बसला नाही असं दिसलं. त्यांनी माझ्याकडे टक लावून पाहिलं. नंतर त्यांनी मला सांगितलं, की त्यांचे आईवडील आणि गिकीला तडीपार करण्यात आलं होतं. ते एकटेच मागे राहिले होते. मला आज एडझिआने सांगितलं की स्टेफा मस्झ्काटलाही हाकलून देण्यात आलं आहे.

आज ज्यूंच्या आर्यन बाजूला पकडण्यात आलेल्या एका मोठ्या गटाला पाविआकमध्ये आणण्यात आलं. आम्हाला आठवड्यातून एकदा निर्जंतुक करण्यासाठी अंघोळीसाठी नेलं जायचं. या अंघोळीच्या वेळीच आम्ही त्यांना पाहिलं. अंघोळीच्या वेळीदेखील आम्हाला इतर ज्यू महिला कैद्यांपासून वेगळं काढण्यात यायचं; पण प्रवेशद्वारापाशी आणि बाहेर पडताना, कपडे चढवताना, आम्ही त्यांच्याशी मोकळेपणाने बोलू शकत होतो. देखरेख करण्यासाठी नेमलेल्या बाईला आम्ही पूर्वीच चिरीमिरी देऊन ठेवल्याने, ती काहीच दिसलं नाही, असं भासवते.

अंघोळ करून परत फिरताना आमची मिसेस पी आणि तिच्या मुलीशी गाठ पडली. त्या दोघी एका विशेष जंतुविरहित करण्याच्या कक्षातून बाहेर पडत होत्या. तो कक्ष त्वचाविकार असलेल्यांना स्नान घालण्यासाठी होता. ती छोटी मुलगी, सुमारे पाच वर्षांची असावी, तुरुंगाच्या अंगणात मोकळेपणाने बागडत होती. तिला परिस्थितीची जाणीव नसल्याने ती हसतखेळत होती आणि प्रत्येकाचं लक्ष वेधून घेत होती. तिच्या छोट्याशा सुंदर चेहऱ्याकडे बघून मला शर्ली टेंपल या बालनटीची आठवण झाली. आमच्यापैकी बऱ्याच जणांनी या साम्याबद्दल शेरे मारले. तिच्या आईला परिचित असलेली एक बाई बंदिवानांमध्ये होती. तिचं नाव होतं लुसिया डब्ल्यू. आम्हाला असं कळलं, की त्या मायलेकी दुसरंच नाव धारण करून आर्यन बाजूला लपल्या होत्या आणि एका पोलिश शेजाऱ्याने त्यांचं बिंग फोडलं होतं.

आता तिचं आणि तिच्या मुलीचं भवितव्य अंधकारमय आहे. त्या छोट्या मुलीने तिचं नवीन नाव तोंडपाठ केलंय आणि कोणी तिला त्या नावाने हाक मारली की ती लगेच 'ओ' देते.

आम्हाला अशाच परिस्थितीत असलेली आणखी एक मायलेकींची जोडी

भेटली. त्यांची कर्मकथा सांगताना त्या स्त्रिया केविलवाण्या रडत होत्या, तर मुलं मात्र त्यांच्या जवळच खेळत होती.

जिथे आम्ही रोज फिरतो, त्या अंगणात आता आगामी महिन्यांची तयारी म्हणून टर्निप आणि बीटचे ढीग लावले आहेत. आम्हाला आता थोड्याशा बदललेल्या मेन्यूप्रमाणे बीटचं सूप देण्यात येतं.

युक्रेनिअन रक्षकाचं लक्ष जरासंदेखील विचलित होण्याची खोटी, आम्ही लगेच टर्निपच्या ढिगाकडे धावत जातो आणि एखादं मोठं पिवळसर टर्निप पळवतो. ती कच्चीदेखील चांगली लागतात आणि तुमचं पोटही दिवसभर भरलेलं राहतं. बरेचदा आम्ही थोडी बीटंही पळवण्यात यशस्वी होतो. जेव्हा तो युक्रेनिअन रक्षक एका मिनिटासाठी गेटच्या मागे जातो, तेव्हा आम्ही भुकेलेल्या लांडग्यासारखे भांड्याकडे धावतो.

काही वेळा ज्या भांड्यांत गाजरं स्वच्छ करायला ठेवलेली असतात तिथून खाली पडलेली असतात. गाजरं छानच लागतात; पण आम्हाला आमच्या सूपमध्ये फक्त रविवारी आणि सुटीच्या दिवशी गाजराचा तुकडा मिळतो.

अंगणात फिरताना आम्ही आमच्या अनिश्चित भवितव्याबद्दल बोलतो. आज आम्ही पाविआकच्या तीन मोठ्या वृक्षांखाली सावलीसाठी उभे होतो. फेलिसिया के.ने, मोठे राब्बाई आणि त्यांची पत्नी मादाम एस.एच. यांच्या मुलीने आम्हाला सांगितलं, की जर आम्हाला उमश्लागप्लट्झला पाठविण्यात आलं, तर आम्ही विष खाऊन जीव देणंच योग्य ठरेल. तिने आम्हाला विश्वास वाटण्यासाठी सांगितलं, की लवकरच ती या कामासाठी विशेष गोळ्या मिळवणार आहे. हे शब्द ऐकूनच मला कापरं भरलं आणि विचित्र गोष्ट ही, की त्या क्षणी माझी जगण्याची इच्छा पूर्वी कधी नव्हती, एवढी बलवत्तर होती.

आम्हाला कधीतरी भेट देणाऱ्या कमिशनरनी आज आम्हाला सांगितलं, की या महिन्याच्या २३ तारखेला आम्हाला जर्मनीत असलेल्या अमेरिकन लोकांच्या छावणीत नेण्यात येईल. बायकांना कॉन्स्टन्स तलावाच्या शेजारच्या लायबेनाऊ येथे, तर पुरुषांना लाऊफेनला पाठवलं जाईल. त्याच्या या बातमीत कितपत सत्य आहे, मला माहीत नाही. आमच्या प्रतिनिधीने त्याला इंग्लिश आणि तटस्थ नागरिकांना कोणत्या ठिकाणी बंदिवान म्हणून ठेवलं आहे ते विचारलं. तेव्हा त्याने सांगितलं, की सोइनोविएकच्या शेजारच्या छावणीत ते आहेत. हे खोटं आहे. कारण आम्हाला माहीत आहे, सोइनोविएकच्या जवळ कोणत्याच छावण्या नाहीत. आम्हाला हेही ठाऊक आहे की या लोकांना एका मृत्युछावणीत घेट्टोच्या इतर रहिवाशांबरोबर तडीपार करून ठार मारण्यात आलं आहे. नाझींची प्रतिक्रिया काय होते, हे पाहण्यासाठीच फक्त मिस्टर एस. नी हा प्रश्न त्यांना विचारला होता.

ज्यू लोकांची लुटलेली मालमत्ता ठेवण्यासाठी उभारलेल्या कोठारांमध्ये रोज गाड्या भरभरून फर्निचर आणि इतर वस्तू आणल्या जातात. ही कोठारं तुरुंगाच्या समोर झील्ना रस्त्यावरच्या घरांत उभारलेली आहेत. काही बंदिवानांनी त्या गाड्यांतून आलेलं त्यांचं फर्निचरही ओळखलं आहे. या गाड्यांचे चालकदेखील परिचयाचे निघतात, कोणी डॉक्टर, कोणी इंजिनिअर, कोणी पूर्वीचा सधन व्यापारी किंवा वकील असतो. हे सत्य भयानक आहे. बौद्धिक काम करणाऱ्या लोकांना नाझी खडतर शारीरिक काम करण्यासाठी खड्यासारखे वेचून काढतात.

एका गाडीवर मी आमच्या श्रेष्ठ पियानोवादकाला ओळखलं. त्याचं नाव लाडिस्लॉ स्पिएलमन. त्याचा अवतार बघून माझ्या अंगावर काटा आला. तो कृश झाला होता आणि थकून गेला होता. त्याच्या अंगावरचा कोट एखाद्या थैलीसारखा लोंबकळत होता. त्याच्या कोटाच्या बाह्या ठिगळांनी भरून गेल्या होत्या आणि कॉलर फाटून गेली होती. खांद्यावर काही पाव असलेली एक थैली लटकत होती. त्याचे डोळे खोल गेले होते आणि श्वासोच्छ्वास थांबल्यासारखा वाटत होता.

आमच्या खिडक्यांसमोरून गाड्या एका मोठ्या रांगेने जातात. सामान उतरवायला चालकासोबत मदतीसाठी दोन माणसं असतात. स्पिएलमनची पाळी आल्यावर प्रत्येक वेळी जड वस्तू उचलत असताना त्याला धाप लागत होती. त्याला आणि त्याच्या दोन मदतनिसांना एक मोठा पियानो उतरवण्यासाठी बरेच कष्ट पडत होते. प्रत्येक वेळी तो पियानो त्याला बांधलेल्या दोऱ्यांसकट पुन्हा गाडीतच पडायचा. एकाएकी हे बघत असलेला एक जर्मन धावत आला आणि त्याची निर्भत्सना करू लागला. स्पिएलमनने त्याच्या कृतीचं समर्थन करण्याचा प्रयत्न केला आणि पियानोचे जड पाय त्याला दाखवले; पण उत्तरादाखल त्याच्या श्रीमुखात एक सणसणीत चपराक बसली.

एका क्षणी तो पियानोवादक आमच्याकडे वळला. बहुतेक त्याला आम्ही त्याच्याकडे टक लावून बघतोय ते कळलं असावं. कडवटपणे हसून त्याने डोकं खाली केलं. त्याने त्याचे ओळखीचे लोक, त्याच्या संगीताच्या कार्यक्रमांचे उत्साही श्रोते ओळखले. गोंधळलेला, शरमलेला असा तो वळला आणि त्याच्या कामाला त्याने पुन्हा सुरुवात केली. अर्ध्या तासानंतर गाडी रिकामी झाली. लॉडिसलॉ स्पिएलमन पुन्हा त्याच्या जागेवर चढून बसला आणि त्याने त्याच्या हाताने कपाळावरचा घाम पुसला. त्याने लगाम खेचले आणि घोडे चालायला लागले.

ऑक्टोबर ८, १९४२

रुटकाने आम्हाला झेलिगमार्फत एक पत्र पाठवलं आहे. त्यात तिने तडीपार होण्यापासून ती जवळ जवळ चमत्कारानेच कशी वाचली, ते लिहिलं आहे, ‘आम्ही

एका लांबलचक रांगेत उभे होतो,' ती लिहिते, 'अस्कमानच्या कारखान्यातले आम्ही सगळे मजूर त्यात होतो. माझे वडील त्याच कारखान्यात मुख्य मुकादमाचं काम बघतात. वॉर्साच्या तडीपार मोहिमेचा मुख्य, ब्रॉड्ट जवळच उभा राहून कोणत्या लोकांना ट्रेब्लिंकाला पाठवायचं, त्याचा निर्देश करत होता. एका क्षणी त्याने माझ्या आईकडे खूण करून तिला रांग सोडायला सांगितलं. मी धावतच तिच्याकडे गेले आणि म्हटलं, की मी पण तिच्याबरोबर जाणार. ब्रॉड्टने माझ्याकडे पाहिलं आणि एकाएकी तो हसायला लागला. मला तर वाटलं होतं, की तो मला जागेवरच गोळ्या घालेल; पण आश्चर्य म्हणजे त्याने मला आणि माझ्या आईला पुन्हा त्या रांगेत परत जायला सांगितलं.

त्या रांगेतल्या लोकांनी कारखान्यात काम करणं पुढे चालू ठेवायचं होतं. मला तर सुरुवातीला वाटलं की तो गंमत करतोय; पण त्याने खरोखरच तसं सांगितलं होतं. त्या अनुभवाने मी इतकी हादरून गेले, की आजारीच पडले आणि दोन आठवडे मला बिछान्यात पडून राहावं लागलं. काही दिवसांपूर्वी मी बिछान्यातून उठले; पण अजूनही माझे सगळे सांधे दुखतायत, मला माझे कोणतेही स्नेही दिसत नाहीत, बऱ्याच जणांना एकतर तडीपार तरी करण्यात आलं होतं किंवा मारून टाकण्यात आलं होतं.

दिवसभर आम्ही राब राब राबतो. घरी आल्यावर एखाद्या मेलेल्या माणसासारखे झोपतो आणि दुसऱ्या दिवशी सकाळी सहा वाजता आम्हाला पुन्हा एकदा उठावं लागतं. बऱ्याच पुरुषांनी मला त्यांच्याबरोबर राहायला सांगितलं. या गोष्टीचं तुम्हाला आश्चर्य वाटायला नको, सगळ्या मुली हेच करतायत. घेट्टोमध्ये फारच थोड्या स्त्रिया उरल्या आहेत आणि तरुण मुलींना दररोज पुरुषांकडून त्यांना त्यांच्याबरोबर राहायचे प्रस्ताव येतात. त्या पुरुषांना नोकऱ्या असतात आणि कारखान्याच्या जवळच राहण्यासाठी खोल्याही आहेत; पण सध्यातरी मी माझा उदरनिर्वाह चालवू शकते. थोड्याच दिवसांत मी अंकल एबीबरोबर झिएल्ना रस्त्यावर तुला भेटायला येण्याचा प्रयत्न करते.'

ऑक्टोबर १०, १९४२

आज माझा वाढदिवस आहे. सगळा दिवस मी गादीवर पडून काढला. प्रत्येकजण माझं अभिनंदन करायला आले; पण मी त्यांना उत्तरच दिलं नाही. त्या रात्री माझ्या बहिणीने तीन टर्निप पळवून आणली आणि आम्ही वाढदिवस साजरा करण्यासाठी एक मस्त मेजवानीच झोडली.

ऑक्टोबर १२, १९४२

आर्यन बाजूच्या सगळ्या अमेरिकन स्त्रियांना पाविआकला नेण्यात आलंय. बहुतेक आम्हालाही देवाणघेवाणीसाठी नेण्यात येईल, असं दिसतंय. त्या बायकांना सर्बियात ठेवण्यात आलंय. तिथेच वाऊमधून पाठवण्यात आलेल्या अमेरिकन बायकादेखील आहेत. जागेच्या टंचाईमुळे काहींना चर्चमध्ये ठेवण्यात आलं आणि काही मातांना त्यांच्या मुलांबरोबर आमच्या इमारतीच्या तळमजल्यावर दोन लहान खोल्यांत ठेवलंय.

आम्ही त्यांना अंघोळीच्या वेळी भेटलो. तिथून चर्च काही फार दूर नाही. त्यातल्या काही स्त्रिया ज्युईश आहेत आणि त्यांनी आम्हाला सांगितलं की बंदिवानांमध्ये देखील वर्णद्वेषी भावना आहेत. त्या स्त्रियांना सारखं असं जाणवून देण्यात येतं, की त्या उपऱ्या आहेत. फक्त नन्सच त्यांचं संरक्षण करतात आणि काही विशिष्ट स्त्रियांनी जर वर्णद्वेषी शेरे मारले, तर त्यांची निर्भत्सना करतात. ज्यू आणि इतर असा भेदभाव न करता या नन्स सगळ्या मुलांची सारखीच काळजी घेतात. खरंच त्यांच्या या वर्तनातून त्यांचा प्रेमभाव आणि ख्रिश्चन उदारता प्रतीत होते. प्रत्येकजण त्यांचा आदर करतात.

ऑक्टोबर १७, १९४२

आज आम्हाला आमच्या ज्यू नसलेल्या एका मैत्रिणीकडून, झोफिआ के. कडून एक पार्सल आलं. काही दिवसांपूर्वीच माझ्या आईने तिच्याकडे काही अन्नपदार्थ पाठवण्यासंबंधी पत्र लिहिलं होतं आणि तिने त्याचं तत्परतेने उत्तर दिलं होतं. दु:खाच्या या समुद्रात अशी सहृदय व्यक्ती भेटल्याने खरोखरच दिलासा मिळतो. युद्धकाळात झोफिया के आणि तिच्या नवऱ्याने आम्हाला खूपच दयाळूपणाची वागणूक दिली आणि आम्ही त्याबद्दल त्यांचे अतिशय ऋणी आहोत. तिच्या नवऱ्याने तर स्वत:चा जीव धोक्यात घालून आम्हाला लॉड्झहून वॉर्सॉला आणलं. काही काळ त्याने मला आणि माझ्या बहिणीला त्याच्या घरात ठेवलं. या कृतीमुळे तो भयानक संकटात सापडण्याची शक्यता होती.

मिसेस के.ने लिहिलंय, की ती अंकल एबीला मदत करायचा प्रयत्न करेल आणि लवकरच आम्हाला आणखी काही खाद्यपदार्थही पाठवेल.

सोव्हिएट बॉम्बहल्ले आता वरचेवर होत आहेत. त्या बॉम्बस्फोटांच्या आवाजांमुळे रात्री झोपणं कठीण झालंय. भरीस भर म्हणून कीटकांचंही प्रमाण वाढलंय. आम्ही इतके महिने इथे राहतोय, आमच्या बिछान्यांतलं गवत आता एका कठीण गोळ्यांत रूपांतरित झालंय. भिंतीवरचा कागद फाटून गेलाय आणि त्याच्याआड ढेकणांनी आपलं बस्तान बसवलंय. आमच्या अंगावर सर्वत्र लाल ठिपके उठले आहेत. पिसवा

तर अधिकच भयानक आहेत. कुठल्याही कीटकनाशकांचा काहीही उपयोग होत नाही.

आमच्याकडे आता तीन नवीन बंदिवानांची भर पडलीय. वॉर्साच्या जवळ कुठेतरी राहत असलेली, ॲडॅम एल. या अमेरिकन नागरिकाची पत्नी आणि घेट्टोतल्या दोन बायका– गुटा इ.ची आई आणि लिली, हाइतीच्या नागरिकाची लिऑन एम.ची पत्नी. ते नुकतेच ज्या अनुभवांतून गेले आहेत, त्यामुळे त्यांच्या मनावर एक न पुसता येण्यासारखा ठसा उमटलाय.

मिसेस लिली एम. आमच्या खोलीत राहायला आलीय. ती बावीस वर्षांची आहे. तिचे आईवडील आणि भाऊ घेट्टोत मागे राहिले. काही रात्रींपूर्वी, एका फारच जोरदार हवाईहल्ल्याच्या वेळी, आम्ही सगळेजण आपापल्या बिछान्यात ताडकन उठून बसलो; पण लिली एम. मात्र जिथे होती तिथेच पडून राहिली. कोणीतरी तिला उठवायचा प्रयत्न केला; पण ती भिंतीकडे वळून म्हणाली, 'मला नाही पर्वा, कोणताच हवाईहल्ला मला घाबरवू शकत नाही. माझ्यावर एखादा बॉम्ब पडला, तर बरं होईल. तशीही मला जीवनाची काही किंमत नाही.'

आम्ही बाकीचे लोक आमचं नीतिधैर्य शाबूत ठेवण्याचा प्रयत्न करत आहोत, प्रत्येक संध्याकाळी आम्ही एखाद्या खोलीत जमून वेगवेगळ्या विषयांवर चर्चा करतो. चोरून आणलेल्या टर्निपवर आम्ही आमची मेजवानी करतो, त्याच वेळी प्रत्येकजण आपापले अनुभव सांगतो.

बहुतेक वेळा आम्ही गुटा इ.च्या खोलीत बसतो आणि बोलिव्हिअन नागरिक असलेली तिची आई, मरिसिआ एस.एच. हीदेखील त्या खोलीत असते. तिचा नवरा आता बोलिव्हिआत आहे. तिला त्या दक्षिण अमेरिकन देशाचे फोटो आम्हाला दाखवायला आवडतं. मरिसिआ ही एक विनोदी स्त्री आहे, छोटीशी, स्थूल आणि सोनेरी केसांची. भुकेलेलं राहावं लागतंय, याबद्दल ती तक्रार करत नाही, उलट तिचं वजन घटतंय याबद्दल ती खूष आहे.

सर्वांत मनोरंजक आहे डब्ल्यू. कुटुंब– आई, तिच्या तीन मुली, नोएमी, तुसिया आणि डिटा असं हे कुटुंब आहे. डिटाला आता तीन वर्षांची मुलगी आहे, क्रिसिआ. सर्वांत धाकटी आहे नोएमी, सुंदर, सोनेरी केसांची तरुणी. ती अल्पावधीतच प्रत्येकाची लाडकी झाली. तुसिआला, तिच्या मोठ्या बहिणीला, विनोदाची चांगली जाण आहे. नोएमी आणि तुसिआ, दोघींनी १९४० मध्ये दंडावर खुणेच्या पट्ट्या न बांधल्याने पाविआकमध्ये तीन महिने काढले, आमच्या तुरुंगाच्या सेविकेच्या त्या दोघी चांगल्या ओळखीच्या आहेत आणि तिला चिरीमिरी देण्यात त्यांना काहीच अडचण नाही.

हे देखरेख करणारे लोकच आमच्या घेट्टोशी आणि आर्यन बाजूशी संवाद

साधण्याचं मुख्य माध्यम आहे. दिवसभराच्या कामानंतर त्या आर्यन बाजूच्या घरी परततात आणि घेट्टोवरून जाताना आमची पत्रं तिथल्या लोकांना देतात, तसंच आमच्या मित्रमैत्रिणींची आणि नातेवाइकांची पत्रं आमच्यासाठी आणतात.

नोएमी ही एक जन्मजात अभिनेत्री आहे आणि ती फारच छान वाचन करते. तिने झेलवेरोविक्झच्या अभिनयाचं प्रशिक्षण देणाऱ्या संस्थेत एक वर्ष अभ्यास केलाय आणि घेट्टोच्या फेमिना थिएटरमध्ये कित्येक नाटकांतून भूमिका केल्या आहेत. आज तिने टूविमची 'पिक-पॅक' ही सुंदर कविता म्हटली. जेव्हा तिची कविता पूर्ण झाली, तेव्हा आम्हा सर्वांच्या डोळ्यांत अश्रू उभे होते. ही कविता इतकी समर्पक आहे, की जणू काही आजच लिहिली गेलीय. नोएमी तिच्यावरच्या ताणाने एवढी दमून गेली, की गळून गेल्यासारखी जाऊन बसली. मरिसिआने धावत जाऊन तिला टर्निपचा एक तुकडा खायला दिला.

नवीन आलेल्या पाविआकच्या कैद्यांत एक मिस्टर डी. म्हणून स्विस नागरिक आले आहेत; त्यांना आर्यन बाजूला अटक करण्यात आली. ते गुटा इ.चे चांगले मित्र आहेत. त्यांनी आम्हाला सांगितलं, की पोलंडमध्ये ज्यूंना तडीपार करण्यात येतंय आणि विशेषत: लुब्लिन भागात त्यांना प्रतिकार होतोय. जिथे ते आहेत, तिथे मृत्यू आलेला बरा, असं त्यांना वाटतंय. मृत्यूच्या छावण्यांकडे पाठवलं जाण्यापेक्षा हे नक्कीच चांगलं असं त्यांचं मत आहे. त्यांच्यातले तरुण लोक जंगलांकडे पळून जाऊन गोरिलांबरोबर हातमिळवणी करतायत.

ऑक्टोबर २०, १९४२

लायकिन, ज्युईश पोलीस कमिशनर आणि कम्युनिटीच्या बांधकाम विभागात काम करणारे मिस्टर फर्स्ट, या दोघांना भूमिगत हस्तकांनी ठार केलंय.

पाविआकच्या बऱ्याच कैद्यांना ऑसविसिमच्या छावणीत पाठवण्यात येतंय. तिथून कोणीच परत येत नाही. सगळ्यांना आता ठाऊक झालंय, की तोदेखील एक ट्रेब्लिंकासारखाच 'डेथ कॅम्प' आहे, फरक एवढाच, की बळी मुख्यत्वे पोलिश असतात.

आर्यन बाजूलादेखील तणाव वाढतोय. हजारो पोलिश लोकांना प्रुशिया किंवा मध्य जर्मनीत गुलाम कामगार म्हणून पाठवण्यात येतंय. वेठबिगारी ही आता सगळ्या पोलिश लोकांसाठी एक अविभाज्य गोष्ट झाली आहे. लेबर कार्ड देण्याचीही प्रथा पाडण्यात आलीय. कोणत्याही निमित्ताने, किंवा निमित्त न देतादेखील, धरपकड करण्यात येते. बहुतेक पकडले गेलेले लोक बुद्धिजीवी असतात. काल तुरुंगाच्या लाँड्री विभागात मी प्रसिद्ध पोलिश नाटककार मिना स्विएर स्झेझवस्काला इतर कैद्यांबरोबर पाहिलं.

आज पुन्हा कमिशनर निकोलाऊस भेटीला आले आणि शंभराव्या वेळेला त्यांनी आम्हाला सांगितलं, की येत्या शुक्रवारी, २३ ऑक्टोबरला, सकाळी ठीक दहा वाजता, सगळ्या अमेरिकन नागरिकांना पाठवून देण्यात येईल. आमचा जरी त्यांच्यावर विश्वास बसला नाही, तरी सगळेजण कमालीचे अस्वस्थ झाले आहेत. दक्षिण अमेरिकन देशांतून आलेल्या लोकांना काहीच कळेनासं झालंय. त्यांच्यापैकी काही निराशावादी लोकांना वाटतंय, की कदाचित त्यांना ट्रेब्लिंकाला पाठवलं जाईल. मला याचा विचारदेखील करायचा नाही. आम्ही त्यांच्याबरोबर इतके महिने आहोत. एका समान दैवाने आम्ही एकत्र बांधले गेलेलो आहोत आणि आता आम्हाला विभक्त व्हावं लागतंय.

ऑक्टोबर २२, १९४२

ही रात्र आमची पाविआकमधली खरंच शेवटची रात्र आहे का? उद्या आम्ही इथून निघणं शक्य आहे का? रात्र पडायच्या आधी आम्ही पुरुष बंदिवानांच्या खोलीमध्ये एक निरोपाचं जेवण दिलं. आम्ही टर्निप खाल्ली आणि मिस्टर एस. यांनी, आमच्या प्रतिनिधीने एकवीस अमेरिकन नागरिकांसमोर भाषण केलं. माझ्या सूटकेसमध्ये मी आठवण म्हणून ठेवलेले दोन छोटे अमेरिकन ध्वज आम्ही टेबलावर ठेवले. आमचा 'मूड' उत्तेजित होता. नोएमी डब्ल्यूने एक रेशमी वस्त्र परिधान केलं होतं. ते एखाद्या सुंदर इव्हिनिंग गाऊनसारखं दिसत होतं. तिने कवितावाचन केलं आणि गाणी म्हटली. मीपण बरीच इंग्लिश गाणी म्हटली. आमच्या पर्यवेक्षिका आम्हाला बघत होत्या आणि मला वाटतं त्यांना आमच्याबद्दल असूया वाटत होती.

ऑक्टोबर २३, १९४२

आम्ही फार दुःखी आणि निराश आहोत. सकाळी दहा वाजता, आम्ही सुमारे दीडशे जण, ज्यू आणि इतर, निघण्याच्या तयारीत तुरुंगाच्या अंगणात उभे राहिलो. एकाएकी बुरकेल आणि पाविआकचे कमांडंट तिकडे हजर झाले आणि रागीट आवाजात सगळ्या बंदिवान पुरुषांना त्यांनी दोन मिनिटांत गेटच्या समोर यायला फर्मावलं. या आज्ञेमुळे भयंकर गोंधळ माजला, कारण दक्षिण अमेरिकन नागरिकांना पाठवून दिलं जाण्याची अपेक्षा नव्हती. ते वेड्यासारखे त्यांच्या बॅगा आणायला धावतच गेले आणि उशीर होऊ नये म्हणून त्या बंद न करताच तसेच प्रवेशद्वाराजवळ पळत आले.

थोड्या वेळाने कमिशनर निकोलाऊस हजर झाले. त्यांनी सांगितलं, की गाडीमध्ये स्त्रियांसाठी जागा नाही आणि त्या उद्या निघणार आहेत. मग पुरुषांना

ट्रकमध्ये कोंबून नेण्यात आलं. बायकांना त्यांच्या नवऱ्यांना 'गुडबाय' म्हणायलाही वेळ मिळाला नाही. मी जेमतेम माझ्या वडिलांचं चुंबन घेतलं आणि आम्ही एकमेकांशी एकाही शब्दाची देवाण घेवाण करू शकलो नाही. माझी आई पार गोंधळून गेली होती. आम्ही आमच्या खोलीत परत गेलो आणि मी माझ्या गादीवर अंगावरच्या कोटासकट, डोक्यावरची हॅट तशीच ठेवून अंग टाकून दिलं.

तासाभरानंतर, सगळे दक्षिण अमेरिकन नागरिक परत आले. असं कळलं, की ती आज्ञा फक्त अमेरिकन नागरिकांनाच लागू होती; पण बुरकेलने मुद्दामहून गोंधळ माजविण्यासाठीच ती आज्ञा केली होती.

आमचे वडील जाऊ शकले याचा आम्हाला आनंदच झाला. त्यांच्याकडे कोणतेच कागदपत्र नव्हते. ते खरं म्हणजे पोलिश नागरिक आहेत आणि इथे त्यांना सतत ट्रेब्लिंकाला पाठवलं जाण्याची भीती होती.

छावणीत निदान त्यांना स्विस एक्सचेंजच्या देखरेखीखाली ठेवण्यात येईल. मि. एस.एच आणि मिस्टर जी. माझ्या वडिलांच्याच परिस्थितीत आहेत. ते अमेरिकन स्त्रियांचे नवरे आहेत.

माझे वडील या वेळेपर्यंत ट्रेनमध्ये असतील, आम्ही त्यांना पुन्हा बघू शकू का?

ऑक्टोबर ३०, १९४२

कमिशनर निकोलाउसच्या फर्मानाप्रमाणे, तुरुंगाच्या वैद्यकीय तज्ज्ञाने आमची सर्वांची तपासणी केली आहे. आमच्यापैकी जे आजारी आहेत, त्यांना आर्यन बाजूला पाठविण्यात येणार आहे. वैद्यकीय तज्ज्ञ जर्मन पोलिश आहे आणि तपासणीसाठी तो जर्मन पद्धती वापरतो. त्याच्या नजरेतून सगळेचजण निरोगी होते. तरीही त्याने मिसेस एस.एच. ला मुक्त केलं, जिला डोळ्यांचा एक गुंतागुंतीचा रोग जडला होता. त्याचबरोबर मिसेस के आणि तिचे तीन नातू, सातव्या महिन्यात गरोदर असलेली एक बाई, मिसेस डिटा डब्ल्यू आणि त्वचारोग असलेली तिची मुलगी क्रिसिआ, मिसेस एस. सांधे सुजलेली आमच्या प्रतिनिधींची पत्नी, हे सगळेजण त्याच्या दृष्टीने निरोगी होते.

या सगळ्या लोकांना आर्यन बाजूला जाऊन राहण्याची परवानगी देण्यात आली आहे.

पुन्हा एकदा रक्तरंजित दिवस...

नोव्हेंबर १९, १९४२

घेट्टोमध्ये पुन्हा रक्तरंजित दिवस आले आहेत. ९ तारखेपासून १२ तारखेपर्यंत दुसरा एक रक्तपिपासू शोध चालला होता. या खेपेस जर्मन लोकांनी मोठ्या प्रमाणावर शिंप्यांच्या आणि पादत्राणं बनविणाऱ्यांच्या दुकानांतून कारागिरांची मागणी केली. निदान उरलेल्या चाळीस हजार इतर लोकांना नाझी त्रास देणार नाहीत अशी आम्हाला आशा होती. नरसंहाराच्या पहिल्या दिवशी मी खिडकीतून पाहिलं तेव्हा मला बरेचसे प्रौढ ज्युईश पोलीस रिक्षातून जाताना दिसले. त्यांच्यामध्ये मी कमिशनर हर्ट्झना ओळखलं. त्यांनी माझ्याकडे पाहिलं तेव्हा प्रथम ते हलकंसं हसले, त्यांनी मला हात हलवून अभिवादन केलं आणि मग मान खाली घालून पुढे गेले.

ज्यांनी पूर्वी घेट्टोमधल्या विदेशी नागरिकांची नावनोंदणी केली होती, ते ब्रांड्ट आणि ऑर्फ मोहिमेचे प्रमुख होते. ऑर्फने काही काळासाठी आमच्यावर पाविआकमध्ये देखरेखही केली होती. जर्मन लोकांत अपवादात्मक असलेला हा उंचापुरा, देखणा, सोनेरी केसांचा पुरुष नेहमीच सभ्यपणे वागला होता. त्याच्याबद्दलचं सर्वसाधारण मत तर असंच होतं, की तो माणसांना इजा पोहोचवू शकत नव्हता.

आता हे उघड झालंय, की हाच ऑर्फ, या नरसंहाराचा मुख्य हस्तक होता, जो सध्या जर्मनीत रजेवर आहे. अतिशय वाईट अशा निर्दय अत्याचारांना जबाबदार असलेल्या ऑर्फने हसत हसत गोळ्या झाडून अगदी थंड रक्ताने ज्यूंची हत्या केली होती. आमच्या खिडकीखाली काही स्त्रियांशी अगदी आदबशीरपणे गप्पा मारत असताना आम्ही त्याला पाहिलं होतं. लोकांना घेट्टोमधून हलवण्याच्या मोहिमेत उत्तम कामगिरी केल्याबद्दल बक्षीस म्हणून त्याला सुटी देण्यात आली होती. या दोन आठवड्यांच्या सुटीत तो जर्मनीत त्याच्या बायकोबरोबर होता. नुकत्याच जन्मलेल्या त्याच्या मुलाला तो आपल्या त्याच ज्यू लोकांच्या रंगलेल्या हाताने कुरवाळत असेल!

आज ज्यू पोलिसांनी बऱ्याचशा गाई पाविआकमध्ये आणल्या. बहुतेक त्या ज्युईश गोशाळांतून घेण्यात आल्या असाव्यात. कदाचित घेट्टोमधल्या या शेवटच्या गाई. पाविआकमधल्या नाझी अधिकाऱ्यांना आता छान जेवण मिळेल.

आमच्या प्रस्थानाविषयी कमिशनर निकोलॉस नवनवीन आश्वासनं देत राहतो. आता आम्हाला १६ डिसेंबर ही तारीख देण्यात आली आहे; पण त्यांचं म्हणणं कोणी गांभीर्याने घेत नाही.

थंडी वाढत चालली आहे. बर्फकणांनी भरलेला वारा वाहतोय. हिमवर्षावदेखील होतोय. तुरुंगातल्या भटारखान्यातून आम्हाला आमच्या चुलींसाठी रोज थोडासा कोळसा देण्यात येतो; पण तो आम्हाला फक्त एखाददुसरा तासच पुरतो.

अजूनही अन्नाची पाकिटं येत राहतात; पण जे नागरिक केव्हाच इथून गेलेले असतात त्यांच्या नावाने ती पाठवलेली असतात. मि. एस. ही पाकिटं ताब्यात घेतात आणि ज्यांना त्याची गरज आहे त्यांना वाटतात. या पाकिटांत बरेच वेळा बटाटे, गाजरं आणि दुसऱ्या भाज्या असतात. आम्ही आमच्या चुलीवर अन्न शिजवू शकतो.

आमची मैत्रीण झोफिया के. आम्हाला प्रत्येक आठवड्याला पाव, बटाटे आणि कांद्यांचं पाकीट पाठवते. अशी पाकिटं प्रकृती अस्वास्थ्यामुळे आर्यन बाजूच्या एका हॉटेलात ठेवण्यात आलेल्या काही स्त्रियांसाठीही पाठवण्यात येतात. पाविआकमध्ये बंदिवान करून ठेवण्यात आलेल्या काही कुटुंबीयांचे नातेवाईक तिथे गुप्तपणे राहत आहेत. काही गेस्टापो अधिकाऱ्यांना बरीचशी रक्कम लाच देऊन डीटा डब्ल्यूने मिसेस पी आणि तिच्या छोट्या मुलीला सोडवलंय. आता मिसेस पी.वरचं संकट टळलंय.

डीटा डब्ल्यूने अलीकडेच तुसिया, नोएमी, मिसेस एस आणि तिचा सोळा वर्षांचा मुलगा मार्टिन, साठ वर्षांची वृद्ध स्त्री मिसेस आर, मि. के आणि त्यांच्या बायका-मुलांनादेखील सोडवलं.

आमच्या इमारतीत असलेल्या मिस्टर डी. यांच्यासाठी पॅराग्वायन पासपोर्ट आलाय. पाविआकच्या कैद्यांच्या कोठड्यांत काय घडलंय त्याच्या भयानक कथा त्याने आम्हाला सांगितल्या.

बुरकेल हा दुसऱ्याला पीडा देण्यात आनंद उपभोगणारा माणूस स्वतःच लोकांना यमसदनाला पाठवण्याचं काम करतो. ज्या कोठडीत डझनावारी कैदी असतात, तिथे तो प्रथम एखाद्या कैद्याला हालहाल करून इतर कैद्यांसमोरच फासावर चढवतो. नंतर त्यांना त्याचा मृतदेह शीतगृहांत नेऊन टाकण्याबद्दल फर्मावतो. ते शीतगृह आता शिगोशीग भरून गेलंय. नंतर तो एकामागून एक सर्वांचा निकाल लावून ती कोठडी रिकामी करतो. कैद्यांना तो देत असलेल्या भयंकर

वेदनांबद्दलही आम्हाला मिस्टर डी.ने सांगितलं. कैद्यांना पीडा देण्यासाठी तो वेगवेगळ्या युक्त्या शोधून काढतो. त्यांच्या अंगांचे विविध भाग भाजून काढणे, पिना टोचणे, हे त्यातले काही प्रकार.

डिसेंबर १, १९४२

आज रुटका अंकल एबी आणि त्यांच्या बायकोबरोबर पाविआकमधल्या आमच्या खिडकीकडे आली. रुटका एवढी वाईट दिसत नाही. नेहमीप्रमाणे तिच्या चेहऱ्यावर हास्य विलसत असतं. जेवणाच्या वेळी ते तुरुंगासमोरच्या त्यांच्या घराच्या दरवाज्यातून बाहेर आले आणि तिथल्या जर्मन रक्षकाला त्यांनी त्यांच्या बंदिवान नातेवाइकांबरोबर बोलण्याची परवानगी मागितली. हा जर्मन रक्षक वयस्कर होता. त्याने परवानगी तर दिलीच, शिवाय दुसरा जर्मन रक्षक तिथे आल्यास त्यांनी इशारा देण्यासाठी लक्षही ठेवलं.

त्यांना एकत्र बघून आणि त्यांच्याशी बोलून आम्हाला आनंद झाला. रुटकाने आम्हाला सांगितलं, की तिचे वडील अजूनही मुख्य पर्यवेक्षक म्हणून आस्कमानच्या कारखान्यात काम करीत होते. तिला, अंकल एबीला आणि त्यांच्या बायकोला कामावर परत यायचं असल्याने तिला तिथे जास्त काळ थांबता आलं नाही. कामानंतर त्यांना शिस्तीने रांगेत जाताना मी बघितलं. रुटका आमच्याकडे बघून हसली आणि बर्फाच्छादित रस्त्याच्या कोपऱ्यावर अदृश्य झाली.

त्यांच्या कामावर देखरेख करणारा जर्मन माणूस कामगारांचा छळवाद करतो. जमिनीवर वीस-वीस वेळा पडायची शिक्षादेखील फर्मावतो. या शिक्षेचा बळी ठरलेल्या व्यक्तीने धुळीत नाहीतर बर्फात तोंडावर पडायचं असतं. त्याला भीतीच्या दडपणाखाली ठेवण्यासाठी तो जर्मन स्वत:चं पिस्तूल त्यांच्याकडे रोखलेलं ठेवतो. काम करून दमलेल्या लोकांना घरी परत जाऊ देण्याऐवजी हा जर्मन त्यांना थंडीत थांबवून ठेवतो.

समोरच्या घरातले आणि तुरुंगाच्या शेजारच्या इमारतीतले कामगार सगळ्या बंदिवानांशी परिचित आहेत. त्यांचे पर्यवेक्षक जेव्हा थोड्या वेळासाठी अनुपस्थित असतात, तेव्हा ते आमच्याशी दोन शब्द बोलतात. आम्ही अमेरिकेला केव्हा जाणार आणि इथे काय चाललंय ते जगाला केव्हा सांगणार, असं ते आम्हाला विचारतात. आम्ही त्यांच्यासाठी काही करू न शकल्याने हताशपणे बघत राहतो.

आर्यन बाजूला राहणारा आमचा प्रतिनिधी मिस्टर एस. खूप धडपड्या आहे. घेट्टोतून ज्यू लोकांची सुटका करण्यासाठी तो तऱ्हेतऱ्हेने झटतो. आता हा हरहुन्नरी माणूस घेट्टोतील तरुण-तरुणींचे विवाह जमविण्याच्या खटपटीत आहे, म्हणजे त्या तरुणींना त्यांच्या विवाहाच्या प्रमाणपत्रांच्या आधारावर बंदिवान असं दाखवता येईल. बंदिवान असलेल्या तरुणींनाही तो विवाहास प्रवृत्त करतोय, म्हणजे त्यांच्याबरोबरच काही तरुणांचीही सुटका व्हावी.

आमच्या प्रस्थानाची तारीख १६ डिसेंबर हीच ठरलेली आहे; पण माझा त्यावर अजूनही विश्वास नाही. आमच्या बऱ्याच स्नेह्यांची सुटका झाली आहे. संध्याकाळी शांतता असते, तेव्हा आम्ही पुस्तकं वाचतो. काही दिवसांपूर्वी घेट्टोतून पुस्तकांचं एक पार्सल आलं. ते मिस्टर एस. नी पाठवलं होतं.

अन्नावर तुटून पडावं, तसं आम्ही त्या पुस्तकांवर उड्या मारल्या. त्या पुस्तकात ॲड्रियन थॉमसच्या 'कॅथरिन, द् वर्ल्ड इज अफ्लेम!' हा 'कॅथरिन बिकम्स अ सोल्जर' या पुस्तकाचा दुसरा भाग बघून मला अतीव आनंद झाला. त्या पुस्तकाची मी कितीतरी पारायणं केली असतील; पण पुन्हा एकदा त्याच उत्साहाने मी ते पुस्तक पुन्हा वाचायला घेतलं. कॅथरिनच्या कहाणीतून मी खूप काही शिकलेय, माझी ही आवडती नायिका अद्यापही मला आदर्श आहे.

या पुस्तकाने माझ्या भूतकाळाचा एक भाग माझ्यासमोर आणला. १९३८ मध्ये म्युनिच कॉन्फरन्स चालू असताना युद्धाला तोंड फुटेल असं वाटत होतं. लॉड्झच्या अशांत रस्त्यांवर निदर्शनं, मोर्चे चालू होते आणि मला कळू नये अशा बेताने माझे आईवडील एकमेकांशी एका वेगळ्याच पद्धतीने कुजबुजत होते.

हेमंत ऋतूतल्या एका रात्री, आकाशात खूप ढग जमून आलेले असताना आणि माझ्या खिडकीवर पावसाने यांत्रिकपणे ताल धरलेला असातना, मी माझ्या उबदार, प्रकाशित खोलीत, एका खुर्चीत आरामात बसून या कादंबरीची पानंच्या पानं वाचण्याचा सपाटा लावला होता. सगळं वास्तव विसरून मी कॅथरिनच्या जगात जगत होते. तिच्या डोळ्यांतून दिसणाऱ्या जगावर मी प्रेम करत होते.

त्या रात्री उशिरा जेव्हा मी पुस्तकाचं शेवटचं पान उलटलं तेव्हा मला असा भास झाला, की माझं नाव कॅथरिन आहे. नंतर मी कॅथरिनइतकी मोठी झाल्यावरची कितीतरी स्वप्नं रंगवली. युद्ध सुरू झालं तर माझ्याकडेही ल्युसिएन कवार्यरिन असेल, गोळीबार-बॉम्बहल्ले होतील आणि युद्धात जखमी झालेल्या सैनिकांनी भरलेल्या न संपणाऱ्या गाड्या असतील. कदाचित मीही मेट्झ स्थानकावर जखमी योद्ध्यांना अन्न देण्यासाठी प्रयत्नशील असेन... माझाही ल्युसिएन पडेल आणि त्याच्यामागे मी... पण नाही, मला मरायचं नव्हतं.

दुसऱ्या दिवशी सकाळी मी निराश मन:स्थितीत उठले. शाळेतदेखील सर्वांनी याच पुस्तकाचा 'वाचलंच पाहिजे'च्या यादीत समावेश केला होता. माझी एकच इच्छा होती. मीही एक दिवस अशी कादंबरी लिहावी.

१९३९ साली, युद्ध सुरू होण्याच्या जरा आधी, मी ते पुस्तक पुन्हा वाचलं. आम्हाला घेट्टोत बंद केलं होतं तेव्हा मी ते शोधण्याचा प्रयत्न केला; पण ते मिळालं नव्हतं

आता जणू काही चमत्कारच घडला होता आणि ते इथे पाविआकमध्ये होतं.

मला जेव्हा ते पुस्तक मिळालं, तेव्हा माझा तो घाणेरडा बिछाना, त्यातल्या त्या पिसवा, माझी तहान-भूक, याची मला जाणीव उरली नाही. मी कॅथरिनचं आयुष्य वाचत होते. कॅथरिन ही अवघड परिस्थितीत अतुलनीय धैर्याने वागणारी एक खरी नायिका होती.

डिसेंबर १०, १९४२

भाषा शिकण्यात आम्ही बराच वेळ घालवतोय. मेरीसिआ एस आणि गुटा इत्यादी स्पॅनिश शिकतायत. डब्ल्यू. कुटुंब, ॲडम, रोझ, एस्थर आणि मी इंग्लिशचा अभ्यास करतोय.

या सगळ्या दुःस्वप्नांत आम्हाला काही मनोरंजनदेखील मिळतंय. तडिल्युस्झ आर., जो एक प्रसिद्ध डिझायनर आहे, त्याने काही विनोदी पत्रकं तयार केली आहेत. पुरुष बंदिवानांच्या खोल्यांत ती लावलेली आहेत. ॲडम डब्ल्यू आणि मी, आम्ही दोघांनी मिळून आमच्या जीवनाचं वर्णन करणारी काही विडंबनात्मक गाणी रचली आहेत. स्वयंपाकघरात भांडणाऱ्या स्त्रिया, हवाईहल्ल्यांबद्दलच्या आमच्या प्रतिक्रिया आणि अमेरिकेशी आमची देशभक्तिपर बांधीलकी या सगळ्यांचा त्यात समावेश आहे. आम्ही एक राष्ट्रगीतही लिहिलंय.

हे राष्ट्रगीत आमच्या बंदिवानांच्या राष्ट्राच्या सन्मानार्थ आम्ही लिहिलं. या राष्ट्रात वेगवेगळ्या दूरदूरच्या देशांतले नागरिक आहेत, ज्यांनी एकमेकांचे देश पाहिलेलेदेखील नाहीत.

ॲडम डब्ल्यू. ने लिहिलेलं हे राष्ट्रगीत असं आहे–

'पाविआकमध्ये आहे एक नवं कोरं राष्ट्र,
वेगळ्या देशांचे आणि वेगळ्या शहरांचे,
नागरिक नांदतात इथे एकोप्याने
थंडी वाऱ्यात आणि उपासमारीत.
बरेचसे लोक आहेत त्या धरतीचे
जी आहे पाराग्वेच्याजवळ,
तिथे आयुष्य आहे विशेष चांगलं,
पक्ष्यांसाठी आणि धुळीतल्या कीटकांसाठी.
राजेशाही लोक येतात कॉस्टारिका येथून,
त्यांच्यात आहे ब्लॅकबिअर्ड.
जो आहे आमचा नेता
बॉलिव्हियाच्या नागरिकाची आहे एक भावी वधू

जिला बिलकूल नाही ठाऊक काय अपेक्षा करायची,
तिच्या भावी वैवाहिक आयुष्याकडून
आणि आमच्या एकुलत्या एक मेक्सिकनसाठी,
आले आहेत अगणित प्रस्ताव
या दुर्मीळ माणसाला आपलंसं करायला.
दोघी आहेत काळ्या केसांच्या मुली,
निकारागुआच्या.
एक आहे शांत तर दुसरी बोलभांड,
एक नम्र तर दुसरी गर्विष्ठ,
पण दोघीही भांडतायत वेड्यासारख्या.
एक प्रौढा आणि तिची नात,
बऱ्याचशा पिशव्या आणि जड बोचकी,
त्यांच्या इकुआडोरचं स्वप्नं बघतात.
ज्यांच्या ध्वजावर आहेत तारे आणि पट्ट्या,
ते आहेत सर्वांत अभिमानी,
जरी असले कुलूपबंद या भिंतींच्या मागे,
ते आहेत सरदार आणि स्वामी.

'या राष्ट्रगीताच्या लेखकाने बहुसंख्य असलेल्या पाराग्वेचा उल्लेख केला आहे. ब्लॅक बिअर्ड हे आमच्या प्रतिनिधीचं टोपणनाव. मेरिसिआ एस. ला आम्ही खोडसाळपणे तिच्या बोलिव्हिआन नवऱ्याच्या संभाव्य अप्रमाणिकपणाबद्दल चिडवत असतो. अमेरिकेचे नागरिक 'स्वामी' म्हणून उल्लेखलेले आहेत, कारण ते खरेखुरे विदेशी नागरिक आहेत, कारण त्यांचे पासपोर्ट अलीकडचे आहेत.'

डिसेंबर १७, १९४२

आमचं प्रस्थान या वेळेला पुन्हा पुढल्या वर्षापर्यंत पुढे ढकलण्यात आलंय. आमच्या खोल्यांत भयानक गर्दी झाली आहे. ज्या लोकांना बरं नव्हतं म्हणून सोडून देण्यात आलं होतं. ते सर्वजण त्यांचे सामान घेऊन परत आले आहेत. तुरुंगाच्या कमांडंटला आम्हाला बळेबळे दोन खोल्या आणखीन द्याव्या लागल्या आहेत. कारण दुसऱ्या ठिकाणाहून नवीन बंदिवान येथे आणण्यात आले आहेत. त्यांच्यामध्ये काहीजण डब्ल्यू. कुटुंबाचे आहेत आणि पिंकझाकचे धर्मगुरू राब्बाई आर. त्यांच्या कुटुंबाबरोबर आले आहेत. त्यांचे सर्वांचे पासपोर्ट्स दक्षिण अमेरिकेचे आहेत. ट्रेब्लिंकाला जाणाऱ्या वाहनांतून त्यांना अखेरच्या क्षणी काढून टाकण्यात आलं.

जेव्हा पाविआक कमिशनरने त्यांना अंगणातून आणलं, तेव्हा ते भयानक दिसत होते. मळकट कपड्यांच्या चिंध्या अंगावर आणि चेहऱ्यावर मृत्यूची छाया पसरलेली.

राब्बाई प्रथम आले, नंतर त्यांची पत्नी, त्यांच्या दोन अविवाहित मुली, दुसरी एक मुलगी आणि तिचा नवरा, त्यांचा मुलगा, सून आणि मुलाचं सहा महिन्यांचं बाळ असे सगळेजण आले.

ही सगळी वरात भीतिदायक होती. मला तर असं वाटलं, की जणू काही ते अंत्यविधीसाठी चालले आहेत. नवीन आलेल्या स्त्रियांना आमच्या खोल्यांत ठेवण्यात आलं. त्यांनी जेव्हा प्रवेश केला, तेव्हा मला अश्रू अनावर झाले आणि मला माझ्या काकांची, पर्सी आणि एबीची आठवण आली. आम्ही का नाही वाचवू शकलो त्यांना? मी चटईवर अंग टाकलं आणि बराच वेळ रडत राहिले.

काल आलेल्या नवीन स्त्रियांपैकी डिटा डब्ल्यू. ने रात्री आम्हाला ट्रेब्लिंकाच्या छावणीबद्दल तिने काय ऐकलं होतं ते सांगितलं. अलेजा झुका येथल्या गेस्टापो मुख्यालयात तिचं वरचेवर जाणं व्हायचं, त्यामुळे तिची एका जर्मन माणसाशी ओळख झाली, जो या मृत्यू छावणीत एक अधिकारी होता. डिटा ज्यू आहे हे त्याच्या लक्षात आलं नाही, त्यामुळे त्याने मोठ्या खुशीत तिला सांगितलं, की स्थलांतरित ज्यूंना तिथे ठार मारण्यात आलं, तिला पुढे असंही आश्वासन दिलं, की जर्मन लोक शेवटी सगळ्या ज्यूंना नामशेष करून टाकणार आहेत.

उमश्लागप्लाट्झ येथे गाई-म्हशींची वाहतूक करणाऱ्या गाड्यांतून प्रत्येकी दीडशे लोक भरण्यात आले आहेत. त्या गाडीत प्रथम चुन्याचा एक जाड थर टाकण्यात आला आहे. या गाड्यांना खिडक्या नाहीत, किंवा त्या कुठेही उघड्या नाहीत. लोक एकमेकांवर पडलेले असतात आणि त्यांना श्वासोच्छ्वास करण्याइतकीही हवा नसते, अन्न-पाणीदेखील दिलं जात नाही.

या गाड्या बरेचदा स्टावकी स्थानकावर दोन-तीन दिवस थांबवून ठेवल्या जातात. अशा वेळी आतल्या लोकांना त्यांचे नैसर्गिक विधी गाड्यांतच उरकावे लागतात. त्यामुळे चुन्याचा थर विरघळतो आणि विषारी वायूंनी गाड्या भरून जातात. त्यातून वाचलेल्या लोकांना ट्रेब्लिंकाला उतरवण्यात येतं आणि त्यांच्या व्यवसायानुसार त्यांची वर्गवारी करण्यात येते. चर्मकार, शिंपी इत्यादींना वेगळ्या गटांत काढण्यात येतं. त्यांना कारखान्यात काम मिळणार आहे यावर त्यांचा विश्वास बसावा असं वातावरण तयार केलं जातं. खरा उद्देश असा असतो, की त्यांनी अधिक आज्ञाधारकपणे आपल्या मृत्यूकडे जावं. स्त्रियांना पुरुषांपासून वेगळं काढण्यात येतं.

ट्रेब्लिंकाचा मृत्यूचा सापळा एका दाट जंगलात केलेला आहे. ट्रकमधून लोकांना तिथल्या इमारतीत नेलं जातं आणि त्यांना पूर्णपणे विवस्त्र व्हायला फर्मावलं जातं. प्रत्येकाला एक साबणाची वडी देण्यात येते आणि सांगण्यात येतं,

की लेबर कॅम्पला जायच्या आधी त्यांनी अंघोळ केलीच पाहिजे. या नग्न लोकांना, पुरुष, स्त्रिया आणि मुलं अशी वर्गवारी करून एका न्हाणीघराकडे नेलं जातं. त्या न्हाणीघराच्या पायाखालच्या फरशा निसरड्या असतात. आत शिरताच लोक त्याच्यावर घसरून पडतात. प्रत्येक लहान कंपार्टमेंट एवढं छोटं असतं, की त्यांना पुन्हा एकमेकांवर पडावं लागतं. स्नानगृह लोकांनी पूर्ण भरून गेल्यावर अतिशय उष्ण अशी वाफ खिडक्यांतून आत सोडण्यात येते. काही मिनिटांतच लोक असह्य यातनांनी घुसमटू लागतात.

त्यांचा निकाल लागल्यानंतर ज्यू लोकांनाच हे मृतदेह बाहेर काढावे लागतात. नाझी लोक या कामासाठी सर्वांत तरुण आणि कामाला वाघ असणाऱ्या लोकांचीच निवड करतात.

दुसऱ्या ज्यूंना बळींचे कपडे आणि पादत्राणं यांची प्रतवारी करण्याचं काम देण्यात येतं. अशा प्रत्येक मोहिमेनंतर मृतांना गाडण्याचं किंवा त्यांच्या वस्तूंची प्रतवारी करण्याचं काम केलेल्या ज्यूंना दुसरे लोक मोकळं करतात. एका आठवड्यापेक्षा अधिक काळ त्यांच्याकडून हे काम होऊ शकत नाही. त्यातल्या बऱ्याच लोकांच्या डोक्यावर परिणाम होतो आणि मग त्यांना गोळ्या घालून ठार केलं जातं.

युक्रेनिअन आणि जर्मन कामगारांनाही बदललं जातं, कारण वयोवृद्ध जर्मन सैनिक त्यांच्या कामाबद्दल तक्रार करायला लागतात. फक्त मुख्य जर्मन अधिकारी तेच राहतात.

ट्रेब्लिंकाहून सुटका अशक्यच आहे; पण दोन तरुण ज्यूंनी ही अशक्य गोष्ट शक्य केली. जंगलात दूरवर भटकल्यानंतर ते वॉर्साला पोहोचले आणि सगळा तपशील त्यांनी कथन केला. त्यांच्या म्हणण्यानुसार जर्मन लोक काही विशिष्ट मृत्युघरांत वेगवेगळे वायू आणि वीज यांचा वापर करतात. ठार मारलेल्या प्रचंड संख्येतील लोकांना पुरण्यासाठी जर्मन लोकांनी थडगी खणण्याचं एक विशेष मशीन तयार केलं आहे.

गाडीतून ट्रेब्लिंकावरून जाताना येणारी दुर्गंधी एवढी विषारी आणि असह्य असते, की त्या प्रवाशांना नाकांवर घट्ट हात धरावा लागतो.

डिटाच्या या वर्णनानंतर आम्हाला झोप लागली नाही. तिच्याकडून आम्ही आर्यन बाजूला लपलेल्या ज्यूंच्या यातनांच्या दुःखद कहाण्या ऐकल्या. पोलंडच्या ज्यू लोकांच्या रक्ताच्या महासागरात तिथली जनता बुडूनदेखील अजूनही वर्णविद्वेष कमी झालेला नाही.

काही पोलिश लोक, विशेषतः कामगार आणि सुधारणावादी वैचारिक लोक खूपदा ज्यूंना वाचवण्यासाठी त्यांचं आयुष्यदेखील धोक्यात घालतात; पण वॉर्सामध्ये काही लज्जास्पद दृष्टिकोन बाळगण्याच्या घटनादेखील वरचेवर घडतात. डिटा

डब्ल्यू. ने आम्हाला सांगितलं, की बऱ्याच पोलिश घरमालकांनी तर तिला जागा भाड्याने द्यायला नकार दिला. काही पोलिश लोकांनी तिला सांगितलं, की ज्यूंना जागा भाड्याने द्यायची त्यांना मनाई करण्यात आली आहे, तर इतरांनी तिला शिवीगाळ केली आणि तिच्या तोंडावर घराचं दार जोरात आपटून बंद केलं. शेवटी तिने तिच्या युद्धापूर्वी परिचित असलेल्या काही पोलिश स्नेह्यांकडे आश्रय मिळवला.

काही काळ ती तिथे राहिली आणि ते पोलिश लोक तिच्याशी अतिशय दयाळूपणे वागले; पण नंतर मात्र घाईघाईतच तिला तिथून बस्तान हलवावं लागलं, कारण त्यांच्या पोलिश शेजाऱ्याने गेस्टापोंकडे चुगली केली. अमेरिकन नागरिक असल्यामुळे डिटा डब्ल्यू. ला आर्यन बाजूला राहण्याचा हक्क होता; पण तिच्या मित्रांना अडचणीचं होऊ नये म्हणून ती हॉटेलमध्ये राहायला गेली.

आर्यन बाजूला राहून तिथून परतलेल्या बंदिवान ज्यूंनी अशाच प्रकारच्या दु:खद कथा सांगितल्या आहेत. तिथे बरेच ज्यू लोक लपून राहिलेले आहेत; पण ते सतत भीतीच्या छायेखाली वावरत आहेत. ज्या पोलिश लोकांकडे ते राहतात, त्यांच्याकडून त्यांना ब्लॅकमेल केलं जातं. त्यांच्याकडचे सगळे पैसे, दागदागिने लुबाडले गेल्यावर त्यांचे हे पोलिश यजमान त्यांना जर्मन लोकांच्या हवाली करून टाकतात. पोलिश लोकांची स्वत:चीही परवड होत असतानाही ते ज्यू लोकांशी या पद्धतीने वागतात. पोलिश लोकांना मोठ्या प्रमाणात सातत्याने पूर्व प्रुशिया आणि मध्य जर्मनीत पाठवण्यात येतं. आर्यन बाजूला राहणारे लोकदेखील रस्त्यावर जायला घाबरतात, कारण दररोज होणारी मानवी शिकार.

पदपथांवर बर्फाचा जाड थर साचला आहे; पण मी हे विसरू शकत नाही, की या स्वच्छ पांढऱ्या चादरीखाली मानवी रक्ताने माखलेले दगड आहेत. दररोज मी पलीकडच्या रस्त्यावरच्या घरांतल्या कामगारांना माझ्या खिडकीखालून जाताना पाहते. रुटका हसते आणि अंकल एबी हात हलवतात. कधीकधी वयस्कर जर्मन कामावर असेल तेव्हा अंकल एबी माझ्याकडे एखादं पत्र भिरकावतात. काल त्यांनी माझ्याकडे एक पाकीट फेकलं. त्या पाकिटात ब्रेडचा तुकडा, मधाची बाटली आणि बरीचशी पत्रं होती. आजही अंकल एबीने कालचीच पुनरावृत्ती केली; पण रोमेकचं काय झालं कळत नाही, त्याच्याकडून काहीच बातमी नाही. ज्यू नसलेल्या इतर स्त्रियांना सर्बियातून आमच्याकडे हलवण्यात आलं आहे. मुलं असलेल्या बायकांना सोडून देण्यात आलं आहे.

आमच्यावर एका नवीन पर्यवेक्षिकेला नेमण्यात आलंय. नुकतीच विशी गाठलेली ही तरुण स्त्री उघड उघड ज्युईश बंदिवानांशी भेदभावाने वागते. आम्हाला अंघोळीसाठी नेताना ती आवाज देते, 'ज्यू नसलेले लोक आधी!' जर आमच्यापैकी कोणी तिला तुरुंगाच्या कार्यालयाकडे घेऊन जाण्याची विनंती केली, तर ती नेहमीच उत्तरते,

'मला वेळ नाही. ज्यू लोक मला नेहमीच सतावत असतात.'

राडोमहून अमेरिकन नागरिकांचा एक नवीन गट आलाय. त्यांना आमच्या राहण्याच्या ठिकाणी पहिल्या खोलीत ठेवण्यात आलंय. त्या खोलीत पूर्वी मिसेस एसएच, तिची मुलगी आणि नातू राहत होते.

डिसेंबर २८, १९४२

आमचं प्रस्थान आता अगदी जवळ येऊन ठेपलंय, असं दिसतंय. आमच्या मनावर ते बिंबवण्याचा नाझी लोक खूप प्रयत्न करतायत.

ख्रिसमसच्या आधी एक दिवस सगळ्या बंदिवानांचे क्वार्टर चांगले धुवून लख्ख करण्यात आले. ज्यूंना दिलेल्या खोल्यादेखील धुण्यात आल्या. ख्रिसमसच्या दिवशी आम्हाला विशेष चांगलं जेवण देण्यात आलं. त्या जेवणात एक दाटसर वाटाण्यांचं सूप होतं. बटाटे होते, पाव होता.

संध्याकाळी उशिरा नऊ वाजता कमिशनर निकोलास, त्यांचे सहकारी जोपके आणि फ्लेक यांच्याबरोबर तीन गणवेषधारी अशा एस. एस. माणसांना घेऊन आमच्या खोलीत प्रवेशले. त्यांनी आम्हाला सलाम ठोकला आणि निक्षून सांगितलं, की लवकरच आम्हाला इथून पाठवण्यात येईल.

आज सकाळी बुरकेल, फाशी देणारा मांग आम्हाला त्याचा गणवेष वगैरे घालून भेटायला आला. बहुतेक सुटी असल्यामुळे त्याचं साहित्य त्याच्याबरोबर नव्हतं. त्याने चांगलीच दारू ढोसली होती आणि त्याचा मूड चांगलाच हलकाफुलका होता. राब्बाई आर. शी हस्तांदोलन करून त्याने गदगदून हसत त्यांना ख्रिसमसच्या शुभेच्छा दिल्या. 'आम्ही जर्मन लोकदेखील दयाळू असतो बरं!' आमच्या खोलीतून हेलकावे खात बाहेर पडताना तो थट्टेखोरपणे म्हणाला.

डिसेंबर ३१, १९४२

१९४२ सालचा हा शेवटचा दिवस. इथे अगदी ओकंबोकं, उदास वाटतंय. झेलिगने हळूच सरकवलेलं रोमेकचं पत्र मी पुन्हापुन्हा वाचलं. एका वर्षापूर्वी मी त्याच्याबरोबर होते. अगदी आत्तासारखंच. बर्फाळ, ढगाळ अंधारलेलं वातावरण होतं.

रोमेक लिहितो,

'माझ्याकडून इतके दिवस काहीच खबरबात नाही म्हणून तुला आश्चर्य वाटलं असेल; पण मी जणू काही एका दुसऱ्याच जगात जगतोय. १४ डिसेंबरला मी माझ्या कामगारांना त्यांचं रोजचं घरांचे भग्नावशेष हलवण्याचं काम करण्यासाठी घेऊन चाललो होतो. एका क्षणी मी काम कसं काय चाललंय ते पाहण्यासाठी एका

घराच्या तिसऱ्या मजल्यावर चढून गेलो. एकाएकी भिंती हादरायला लागल्या आणि काही क्षणातच मी दगडमातीच्या ढिगाऱ्यात गाडला गेलो. माझं डोकं आणि एक हात बाहेर राहिला, हा एक चमत्कारच. मी पूर्णपणे शुद्धीवर होतो आणि मदतीसाठी आवाज देत होतो. माझे कामगार धावतच आले आणि त्यांनी दगडाविटांच्या ढिगाऱ्याखालून मला बाहेर काढण्यासाठी तो हलवायला सुरुवात केली. मी जवळजवळ मोकळा झालो होते तेवढ्यात कामगार पळू लागले. मी डोकं वर करून पाहतोय तो काय, एक दगडविटांचा ढीग लादलेली क्रेन माझ्या डोक्यावरच घोंगावत होती.

'मला वाटलं आता माझी अखेर जवळ आलीय. ही स्थिती किती वेळ टिकली, मला ठाऊक नाही, कारण मी बेशुद्ध झालो. जेव्हा मी शुद्धीवर आलो तेव्हा क्रेन हवेतच थांबलेली होती. मग कामगार परतले आणि त्यांनी मला बाहेर काढलं. मी माझ्या पायांवर उभा राहू शकत नव्हतो; पण कामावर राहणं तर आवश्यकच होतं, नाहीतर जर्मन रक्षकांनी मला ट्रेब्लिंकाला दुसऱ्याच क्षणी पाठवून दिलं असतं. माझ्या दोन कामगारांना त्या रात्री तिथे पाठवलं गेलं. दुसऱ्या दिवशी मी उठू शकलो नाही. माझ्या आईने मला डॉक्टरांकडे नेलं. माझ्या संपूर्ण शरीराला फार वाईट मुका मार लागला होता. काही दिवसांनंतर माझ्या गुडघ्यांत पाणी व्हायला लागलं. सध्या मी माझे पाय फळ्यांमध्ये ठेवलेल्या अवस्थेत लपून पडून आहे, मला जर जर्मन लोकांनी इथे शोधून काढलं, तर ते ताबडतोब माझा निकाल लावतील. मला कामावर लवकरात लवकर परत जाता यावं त्यासाठी मी देवाची प्रार्थना करतो आहे. जर जगलो वाचलो तर तुला पुन्हा पत्र लिहिण्याचा मी प्रयत्न करेन.'

आमच्या वडिलांकडूनही त्याच वेळी आम्हाला दोन पत्रं आली. लाऊफेनपासून बारा मैलांवर टिटमोनिंग येथे अमेरिकन नागरिक बंदिवानांच्या छावणीत आहेत आणि ठीक आहेत. रेड क्रॉसकडून त्यांना अन्न मिळतं आणि दयाळूपणाने वागवलं जातं. ते लोक एका शहरापासून दूर निसर्गरम्य ठिकाणच्या जुन्या किल्ल्यात राहतात. ते पुढे लिहितात, की गेल्या काही वर्षांत ते ज्या परिस्थितीतून गेले, त्या तुलनेने त्यांना आता जणू काही स्वर्गातच असल्यासारखं वाटतंय.

जानेवारी १, १९४३

नवीन वर्षाची पूर्वसंध्या माझ्यासाठी एखाद्या दुःस्वप्नासारखी होती. मी झोपेतून बरेच वेळा उठले, कारण मला भयानक स्वप्नं पडत होती. युद्धकाळात मी गेल्या काही वर्षांत पाहिलेली सगळी दृश्य मी पुन्हा एकदा जगले. जानुस्झ कोरझॅकच्या घरातली लहान मुलं पुन्हा पुन्हा माझ्या डोळ्यांपुढे येत होती. ती मुलं मरण पावली आहेत हे मला माहीत होतं, मग असं असताना ती हसत का होती? झोप लागल्या लागल्या ती मुलंच माझ्या डोळ्यांपुढे यायची. मग मला तुरुंगाच्या अंगणातून

ओरडण्याच्या आणि हसण्याच्या आवाजाने जाग आली. नाझी अधिकारी आनंदाने नवीन वर्षाचं स्वागत करत होते. गोळ्या झाडण्याचे, हसण्याचे, काचा फुटण्याचे आवाज येत राहिले आणि मग दारूच्या नशेत बरळण्याचे आवाज आले.

१९४३ चा पहिला दिवस ढगाळ, बर्फाळ होता. या ओळी लिहिताना मला डिटा डब्ल्यू. च्या ट्रेब्लिंकाच्या कथांची आठवण आल्याशिवाय राहत नाही. माझ्या डोळ्यांसमोर त्या निसरड्या न्हाणीघरातून घसरून पडलेले आणि उष्ण वाफांच्या झोतांनी गुदमरलेले नग्न लोक दिसतात. *माझे किती नातेवाईक आणि स्नेही तिथे नष्ट झाले असतील? किती न जन्मलेल्या बालकांचा गर्भातच बळी गेला असेल?* येणाऱ्या नवीन वर्षाला मी शिव्याशाप देते.

जानेवारी १७, १९४३

आम्ही निघण्याच्या बेतात आहोत. आमच्या बॅगा भरून तयार आहेत. आम्ही आमचे कोट चढवून प्रतीक्षा करत बसलोय.

आज सकाळी लवकरच गेस्टापो मुख्यालयातून फ्लेक नावाचा अधिकारी आम्हाला अलेजा झूका इथल्या आमच्या आर्यन बाजूच्या स्त्रियांना निरोप देण्यासाठी न्यायला आला. ही परवानगी मिळवली होती आमचे प्रतिनिधी मिस्टर एस. यांनी. त्यासाठी त्यांना कमिशनर निकोलाऊससशी बराच वेळ वाटाघाटी कराव्या लागल्या. ज्यांना आम्ही 'गुडबाय' करणार होतो, ते ज्यू नव्हेत.

सकाळी दहा वाजता आम्ही ट्रकमध्ये बसून पाविआक सोडलं. घेट्टोचे रस्ते सुनसान आणि मृतवत होते. एवढी थंडी असूनदेखील बऱ्याच घरांच्या खिडक्या सताड उघड्या होत्या, त्यांचे पडदे वाऱ्यावर फडफडत होते. आतमध्ये उलटंपालटं केलेलं सामान, तुटलेले कपाटांचे दरवाजे, इतस्तत: विखुरलेले कपडे आणि इतर सामान दिसत होतं. खुनी दरोडेखोरांनी त्यांची निशाणी मागे ठेवली होती.

बऱ्याच दुकानांचे दरवाजेही उघडे पडले होते. आतलं सामान काऊंटरवर विखुरलेल्या अवस्थेत होतं. काही रस्त्यांवर मोडतोड झालेलं फर्निचर आणि मौल्यवान चायना क्रॉकरी पडली होती. घेट्टोच्या बाहेर पडण्याच्या रस्त्यावर नालेवकी येथे मी एका ज्युईश पोलिसाला पाहिलं. तो एका छोट्या चुलीत कोळसे सारत होता. एक जर्मन रक्षक त्याचे हात त्या उष्णतेवर उबदार करत होता.

आर्यन बाजूला थोडेच लोक दिसले. निर्जन रस्त्यांवर मधूनच एखादा पादचारी घाईघाईत जाताना दिसायचा. जेव्हा ते आम्हाला नाझी लोकांच्या सोबतीने ट्रकमधून जाताना बघायचे, तेव्हा निराशेने मान हलवायचे. त्यांना वाटत होतं नक्कीच आम्हाला जर्मनीच्या लेबर कॅम्पमध्ये घेऊन चालले आहेत.

अलेजा झुकाला आम्हाला आमची ज्यू नसलेली पण आमच्याशी सहकार्याने

वागलेली मैत्रीण मिसेस झाफिया के. भेटली. तिने आमच्यासाठी पाव, कुकीज आणि गोळ्यांचं पाकीट आणलं होतं. आम्हाला निरोप देताना ती रडत होती. नाझींनी आम्हाला तिथे फार वेळ थांबू दिलं नाही आणि तासाभराने आम्हाला पाविआकला परत नेण्यात आलं. निघण्यासाठी तयार राहण्याबद्दल आम्हाला एका सेकंदाची सूचना मिळाली; पण आम्ही एक न संपणारी प्रतीक्षा करत होतो. माझी रोजनिशी पुन्हा वाचण्यात आली, त्यातले काही भाग संक्षिप्तपणे लिहिण्यात मी माझा वेळ घालवला. मला काही विसरून चालणार नव्हतं. रोमेकने त्याच्या शेवटच्या पत्रात लिहिलं होतं, *'तुला आठवतंय? अजूनही वॉर्सामध्ये चाळीस हजार ज्यू उरले आहेत आणि ते बाहेरून काही मदत मिळेल म्हणून वाट बघतायत. त्यांना विसरू नकोस.'*

पाविआकमधून काही दिवसांसाठी सोडण्यात आलेल्या मिस्टर डी.ने आम्हाला आज सकाळी एक दु:खद बातमी दिली.

ती बातमी अशी होती, की घेट्टोमध्ये सगळा गोंधळ माजलाय. विश्वासार्ह माहितीनुसार जर्मन त्यांची बंदिवानांना हलवण्याची मोहीम १८ जानेवारीपासून सुरू करणार होते.

आम्ही तिथे थांबलेलो असताना आम्हाला पाविआकच्या बाहेर लोकांना ऑसविसिम छावणीत पाठवत असल्याचं दिसत होतं. आम्हालाही तिथेच पाठवण्याचा नाझींचा विचार होता का?

बंदिवानांची छावणी

जानेवारी १८, १९४३

काही मिनिटांपूर्वी मी झोपेतून उठले. माझ्या डोळ्यांवर माझा विश्वासच बसत नाही. मला अजूनही कळत नाही, की मी स्वप्न बघतेय की जागी आहे? आमची गाडी ऑसविसिमच्या दिशेने न जाता पोझनानकडे चाललीय. असं दिसतंय, की मी बराच काळ प्रवासात आहे. पहाटे दोन वाजता कमिशनर निकोलॉस आणि त्यांचे साहाय्यक फ्लेक एका अलिशान लिमोझीन गाडीतून आले. त्या गाडीच्या मागे डझनावारी बंद पोलीसगाड्यांचा ताफा होता. आम्हाला अंगणात जाण्यासाठी फर्मावण्यात आलं, जिथे आम्ही गेले सहा महिने फिरण्याचा व्यायाम करत होतो. जमिनीवर बर्फाचा जाड थर साचला होता. तैनात असलेल्या युक्रेनिअन रक्षकाने लांब कोट परिधान केला होता, त्याच्या खांद्यावर रायफल होती. तो आम्हाला म्हणाला, 'गुडबाय!' बाहेर आलेल्या गहिला सैनिकांनीदेखील आम्हाला गुडबाय केलं. त्यांच्या चेहऱ्यावरचे दु:खद भाव बघून आम्हाला वाटलं, की आम्हाला ठार मारण्यात येणार आहे. आम्हाला बंदिवानांच्या छावणीत पाठवत आहेत यावर त्यांच्यापैकी एकाचाही विश्वास बसला नाही.

कमिशनर निकोलॉसनी बाराखडीप्रमाणे बंदिवानांची नावं वाचून दाखवली. ज्यांची नावं वाचण्यात आली त्यांना सशस्त्र पोलिसांनी पोलीस-गाड्यांकडे नेलं. तीन वाजण्याच्या सुमारास आम्ही पाविआकचे दरवाजे आमच्या मागे सोडून, आम्ही एकदाचे घेट्टोचे रस्ते ओलांडले.

सगळीकडे अंधार होता, फक्त संत्र्यांच्या पोस्टजवळ पेटलेल्या स्टोव्हच्या छोट्या आगीचा उजेड दिसत होता.

जेव्हा आम्ही लेस्झनो रस्त्यावरून गेलो, तेव्हा माझा गळा अश्रूंनी रुद्ध झाला. किती ज्यू लोकांचं रक्त इथे सांडलं असेल! आम्ही शांत होतो आणि इतर साथीदार

आम्हाला सहानुभूती दाखवत होते.

माझ्या भावना संमिश्र होत्या, मृत्यूच्या दरीतून सुटका झाल्याचा आनंद तर होताच; पण त्याचबरोबर मी स्वतःला दूषणंही देत होते, अशा प्रकारे माझ्या नातेवाइकांना, मित्रांना, त्यांच्या नशिबावर सोडून तिथून सुटका करून घेण्याचा अधिकार मला खरंच होता का?

आमची गाडी स्टेशनात नव्हे, तर शहरापासून काही अंतरावर साइडिंगला थांबली होती. अखेर जेव्हा आम्ही गाडीत चढलो, तेव्हा दिवस उगवू लागला होता. आम्ही त्या कठीण आसनांवर कोसळलो आणि तात्काळ गाढ झोपी गेलो.

आम्ही आता पूर्वीच्या पोलिश, जर्मन फ्रॅंटिअरवर बास्झिनकडे पोहोचतोय. माझ्या इतर सहप्रवाशांत काही नवीन चेहरे आहेत. मि. एस.नी शेवटच्या क्षणी काही ज्यूंना वाचवण्याचा प्रयत्न केला होता. ते स्वतः एका तरुण स्त्रीबरोबर प्रवास करतायत. तिचं नाव आहे मिमि के.

मि. बी या हाइतिअन नागरिकाने डोसिआला– त्याच्या भाचीला वाचवलं. नवीन आलेल्या बंदिवानांत मिसेस एल. चा नवजात मुलगाही आहे. त्याचा जन्म आर्यन बाजूला झाला. ते बाळ एवढं छोटं आहे, की या प्रवासात ते तग धरू शकेल की नाही याची आम्हाला भीती वाटते. सगळ्या स्त्रिया त्याची काळजी घ्यायला मदत करतात.

जानेवारी २०, १९४३

काल दिवसभर आम्ही जर्मनीत प्रवास केला. बर्लिन शहरातून जाणं टाळण्यासाठी आम्ही मार्ग बदलून वळसा घालून गेलो. आमच्या प्रवासाचा सर्वांत सुंदर भाग होता वळणं वळणं घेत जाणारी ऱ्हाईन नदी, तिच्या काठावरच्या टेकड्या आणि दाट झाडी. दुपारी आम्ही झारब्रुएकेनला पोहोचलो. तिथे प्रथमच आम्ही बहुतेक मित्रराष्ट्रांच्या बॉम्बहल्ल्यांनी झालेले काही भग्नावशेष पाहिले.

सहा वाजता आम्ही मेट्झला होतो. जर्मन रेड क्रॉस सोसायटीने आम्हाला छानपैकी बटाट्याचा रस्सा प्यायला दिला.

करड्या रंगाच्या ॲप्रनवर रेड क्रॉस असलेल्या जर्मन नन्सकडे पाहिल्यावर मला अशी चमत्कारिक जाणीव झाली, की मी इथे पूर्वी आले आहे, हे सगळं मी पूर्वी बघितलं आहे. हे खरं आहे, कारण ॲड्रिएन थॉमसच्या पुस्तकातल्या माझ्या आवडत्या नायिकेशी एकरूप होऊन मी कल्पनेने इथे आले आहे. ही नायिका १९१४ मध्ये इथे होती.

प्रत्येक गोष्ट अगदी पुस्तकातल्या वर्णनाबरहुकूम होती– ते मोठं स्टेशन, काडतुसांच्या आणि बंदुकीच्या गोळ्यांच्या खुणा. जेव्हा गाडीने स्टेशन सोडलं,

तेव्हा मी अशी कल्पना केली, की मला कॅथरिनचं भूत दिसलं आणि मी तिला असं म्हणताना ऐकलं, 'मी व्यर्थच माझ्या आयुष्याचं बलिदान केलं.'

रात्री उशिरा आम्ही न्यूबर्गला पोहोचलो, तिथे आम्हाला पुन्हा जेवण देण्यात आलं, हे जेवण पूर्वीच्या जेवणापेक्षा अधिक चांगलं आणि भरपूर होतं. टेबलावर शुभ्र कापड अंथरलं होतं. चवदार सूपबरोबर आम्हाला पाव आणि सॉसेजेसही देण्यात आली. यामागे बहुतेक आम्ही अमेरिकन लोकांनी सर्वांना सांगावं, की जर्मनीत आम्हाला काही कमी पडू देण्यात आलं नाही, अशीच नाझींची भूमिका असावी.

आम्ही आत्ताच नॅन्सी पार केलं. वीस मिनिटांत आम्ही व्हिटेलला पोहोचू. इथला निसर्ग पूर्णपणे वेगळाच आहे. वॉर्सामध्ये होता तसा बर्फाचा थर कुठेही नाही. इथे स्वच्छ सूर्यप्रकाश आहे आणि हवेत वसंत ऋतूचं आगमन जाणवतंय.

जानेवारी २९, १९४३

मी व्हिटेलमध्ये बराच काळ वास्तव्य केलं होतं असं मला वाटतंय. आमच्याभोवती काटेरी कुंपण आहे; पण घेट्टोमध्ये काढलेल्या तीन वर्षांच्या तुलनेने आम्ही आत्ता अगदी स्वर्गातच राहतोय. एका आलिशान हॉटेलच्या चौथ्या मजल्यावर आम्हाला स्वतंत्र खोली दिलेली आहे. खोली स्वच्छ आहे आणि प्रत्येकाला स्वतंत्र बिछाना आहे. यापेक्षा अधिक कोण काय मागणार?

माझ्या नवीन परिसराशी इथल्या लोकांशी आणि छावणीतल्या परिस्थितीशी माझी हळूहळू ओळख होतेय. पहिले तीन दिवस तर मी माझा बिछानाच सोडला नाही, त्या स्वच्छ पांघरुणात पडून राहण्याचं सुख मला अपुरंच पडत होतं. शेवटी कालच मी माझ्या पहिल्या फेरफटक्यासाठी बागेत गेले. सगळेजण आमच्याकडे कुतूहलाने पाहत होते. त्यात काही आश्चर्य नाही, कारण अमेरिकन लोकांची फ्रान्सच्या बाहेर पडणारी आमची पहिलीच तुकडी.

एकदा जेव्हा मी बागेत रस्ता चुकले, तेव्हा मी जवळून जाणाऱ्या एका दुसऱ्या बंदिवान स्त्रीला सेंट्रल हॉटेलचा मार्ग विचारला. त्या स्त्रीने फ्रेंचमध्ये उत्तर दिलं, की तिला इंग्रजी समजत नाही. असं दिसतं, की बऱ्याच ब्रिटिश कैद्यांना त्यांची स्वत:चीच भाषा समजत नाही. कारण त्यांचा जन्म झाला इंग्लंडमध्ये; पण ते त्यांच्या लहानपणीच फ्रान्समध्ये गेले आणि मग तिथलीच भाषा शिकले.

या बागेत फिरणं खूप सुखद आहे. फिरताना मला काही देखण्या, तरुण अमेरिकन नन्स दिसल्या. माझ्याकडे बघून त्यांनी मित्रत्वाचं हास्य केलं. मग त्यांनी मला विचारायला सुरुवात केली, की *आम्ही पोलंडला कसे राहिलो, आम्ही छावणीत होतो का, आम्हाला तिथे कोणत्या प्रकारची वागणूक मिळाली, रेडक्रॉसकडून*

आम्हाला काही पाकिटं मिळत होती की नाही आणि जर्मन लोकांनी ज्यूंवर अनन्वित अत्याचार केले हे खरे आहे का? इत्यादी इत्यादी.

मी जेव्हा त्यांना सांगितलं, की पहिले सहा महिने मी कैदेत उपाशी होते, तेव्हा त्यांनी मला चॉकलेटच्या गोळ्या दिल्या. मग त्यांनी मला एक मिनिट थांबायला सांगितलं आणि त्या त्यांच्या खोलीकडे परत गेल्या. त्या लगेच घाईघाईत परत आल्या. त्यांच्या हातांत अन्नाचे हवाबंद डबे आणि मिठाई होती.

माझ्या हातातल्या चॉकलेटच्या गोळीचा तुकडा तोडण्याचाही मला धीर झाला नाही. एका सिस्टरने माझा उडालेला गोंधळ बघून चॉकलेटचा एक तुकडा तोडून माझ्या तोंडात भरवला.

ते माझं चार वर्षांत खाल्लेलं पहिलं चॉकलेट! आमच्याबरोबर असलेल्या मुलांवर तर चॉकलेट, गोळ्यांचा वर्षावच होतोय आणि वागणूकही अत्यंत दयाळूपणाची मिळतेय. त्यातली बरीचशी मुलं त्यांच्या वयाच्या मानाने तल्लख आणि खूपच समजूतदार आहेत. तीन वर्षांची क्रिसिआ आणि चार वर्षांचा स्टेफानेक बागेत एखाद्या मोठ्या माणसांसारखे फिरतात आणि 'झेकोलाडा' या पोलिश शब्दाने भेटणाऱ्या प्रत्येकाचं स्वागत करतात. त्याचा अर्थ 'चॉकलेट' आहे असं कोणालाही कळू शकतं. ही मुलं परत येतात तेव्हा त्यांचे हात आणि चेहरे चॉकलेटने माखलेले असतात!

ही छावणी मोठी आहे. या एका पार्कमध्ये तीन हॉटेलं आहेत, ग्रँड, व्हिटेल पॅलेस आणि सेरेस. दोन हजार इंग्लिश लोक, ज्यांना फ्रान्सचा पाडाव झाल्यावर लगेचच कैदी म्हणून पकडण्यात आलं होतं, त्यांना व्हिटेल पॅलेस आणि सेरेसमध्ये ठेवण्यात आलंय. सुरुवातीला त्यांना बेसनकॉनच्या मिलिटरी बराकीत ठेवण्यात आलं होतं; पण आता एका वर्षापासून ते व्हिटेलला आहेत. ही दोन्ही हॉटेलं आरामशीर आहेत आणि सेरेसमध्ये तर एक बऱ्याच भाषांतील पुस्तकं असलेलं वाचनालयही आहे.

व्हिटेल पॅलेसचं रूपांतर रुग्णालयात करण्यात आलंय आणि तिथल्या वैद्यकीय सेवा उत्तम आहेत. तिथले डॉक्टर फ्रेंच युद्धकैदी आहेत. ग्रँड हॉटेलच्या तळमजल्यावर बरीच दुकानं आहेत. त्यापैकी वॉन मर्चि या एका दुकानात लाकडी बूट, सुया, धागा, १९२० च्या काळचे जुने पोशाख, गळपट्टे, कृत्रिम फुलं आणि अशाच इतर वस्तू आहेत. इतर दुकानांत ब्रूच, पिना आणि 'सूव्हेनिर डी व्हिटेल' आणि 'नू ऐव्हिअेनद्राँ' असे संदेश कोरलेली खोकी आहेत. 'नू रेव्हिअेनद्राँ,' अक्षरांचा संदेश असलेल्या पिना देशभक्ती दर्शविणारी बिरुदं झाली आहेत. जवळ जवळ प्रत्येक व्यक्ती आता हे बिल्ले धारण करत आहेत.

शनिवार-रविवारी चलत्‌चित्रपटांचे कार्यक्रम असतात, बहुतेक जुने फ्रेंच चित्रपट.

आठवडाभर चित्रपटासाठी लावलेला पडदा गुंडाळून ठेवण्यात येतो आणि सिनेमागृहाचं रूपांतर नाट्यगृहात केलं जातं. अतिशय सुंदर नाट्यप्रयोग आणि संगीताचे कार्यक्रम सादर केले जातात.

तिन्ही हॉटेलं एकमेकांशी जोडलेली आहेत. तिन्हींचा परिसर मिळून त्यांचा एक मोठा विभाग बनला आहे. ही सगळी वसाहत एका टेकडीवर आहे. ग्रँड हॉटेलपासून बागेपर्यंत पायऱ्या आहेत आणि त्या उतरून गेल्यावर नैसर्गिक खनिजं असलेल्या पाण्याचे जिवंत झरे आहेत. हे झरे अजूनही चालू आहेत. बागेभोवती तीन काटेरी कुंपणं आहेत आणि त्यांच्याबाहेर सशस्त्र सैनिक पहारा देत आहेत. बागेच्या मध्यभागी एक छोटा तलाव आहे, अर्थातच त्यात तलावात अविभाज्य असा राजहंस आहे. एका छोट्या तंबूत बरेचसे बूट बनवणारे कारागीर काम करतात. तेदेखील बंदिवानच आहेत. महिन्यातून एकदा आम्ही आमचे बूट त्यांच्याकडून दुरुस्त करून घेत असतो. तंबूच्या मागे चर्च आहे आणि छावणीच्या कमांडंटचा आलिशान व्हिलादेखील आहे.

कमांडंटच्या बंगल्याच्या डावीकडून एक अरुंद रस्ता 'डी सोर्स हॉटेल'कडे जातो, तिथे इंग्लिश लोक राहतात. त्याच्या पलीकडे साठ वर्षांवरील लोकांसाठी राहण्यासाठी कॉन्टिनेंटल हॉटेल आहे. इंग्लिश आणि अमेरिकन महिलादेखील तिथेच राहतात आणि वृद्ध लोकांची काळजी घेतात.

छावणीच्या दुसऱ्या बाजूला अमेरिकन लोकांसाठी आरक्षित केलेलं सेंट्रल हॉटेल आहे, या लोकांची संख्या जास्त नाही. ते लोक सप्टेंबर १९४२ मध्ये व्हिटेलला आले. तिथे फक्त स्त्रियाच राहतात. त्यांचे नवरे कॉम्पिएनला आहेत.

फेब्रुवारी ३, १९४३

आज प्रथमच आम्हाला अमेरिकन रेड क्रॉसकडून सिरीज क्रमांक आठची पाकिटं मिळाली. माझ्या आईने जेव्हा तिचं पाकीट उघडलं तेव्हा तिच्या डोळ्यांत अश्रू आले. कोणा अज्ञात अमेरिकन हातांनी तयार केलेल्या, सफाईदारपणे वेष्टनात बांधलेल्या पाकिटांकडे आम्ही कौतुकाने बघत होतो. प्रत्येक छोट्या वस्तूत पाठविणाऱ्यांच्या सहृदयतेचा, सहानुभूतीचा प्रत्यय येत होता. युरोपच्या भुकेलेल्या लोकांबद्दलची त्यांची आस्था त्या पाकिटांतून प्रतीत होत होती.

पाविआकला आमच्याबरोबर असलेली सतरा वर्षांची सोनेरी केसांची सुंदर तरुणी ल्युसिया हिने आमच्याबरोबर त्या पाकिटातल्या अन्नाच्या सहभोजनाचा आनंद लुटला. प्रत्येक पाकिटामध्ये गोठवलेल्या दुधाचा डबा, मार्गारिन, चीज, कॉर्न्ड बीफ, साखर, क्रॅकर्स, चॉकोलेट, कोको, कॉफी, पावडरीच्या स्वरूपातला ऑरेंज ज्यूस, खजूर, सिगारेट्सची दोन पाकिटे, तंबाखूचं पाकीट आणि सूपाची पावडर होती.

त्या सगळ्या वस्तू आम्ही टेबलावर मांडल्या आणि अतीव आनंदाने टेबलाभोवती फेर धरून नाचलो. मग आम्ही आमच्या जेवणाची तयारी केली. सगळा वेळ आम्ही विचार करत होतो, यातल्या काही गोष्टी आम्हाला वॉर्साला कशा पाठवता येतील?

फेब्रुवारी २४, १९४३

स्वातंत्र्यापेक्षा दुसरी कोणतीही भावना एवढी आश्चर्यकारक नाही. तीन वर्षांत प्रथमच मी व्हिटेल येथे ही भावना अनुभवतेय, तारेचं कुंपण आणि नाझी रक्षक काही पावलंच दूर असले तरीही. अमेरिकन राष्ट्रध्वजाच्या संरक्षणाखाली असल्याची मला जाणीव होते. माझं दु:ख फक्त एवढंच, की माझ्या वॉर्सामधल्या नातेवाईक आणि स्नेही-सोबत्यांकडून मला अद्याप काहीच खबरबात कळली नाही.

वसंत ऋतू जवळ येतोय. मी बहुतेक वेळ बागेत, वाचनात आणि स्वप्नं पाहण्यात घालवते. पाईन वृक्षांचा तीव्र गंध मी श्वासांत भरून घेते आणि एकटी असताना आनंदी असते. जाणाऱ्या-येणाऱ्यांचं निरीक्षण करते. काही लोकांनी फ्रेंच सैन्याचे गणवेष परिधान केले आहेत. जर्मनांनी त्यांना ते कोटांच्याऐवजी दिले आहेत.

दिवस भरभर चालले आहेत. जर्मन लोक देत असलेलं अन्न अपुरं आहे आणि रेड क्रॉसची पाकिटं नसती, तर आम्ही उपाशीच राहिलो असतो.

वेळ घालवण्यासाठी बंदिवान लोक मनोरंजनाचे वेगवेगळे कार्यक्रम आयोजित करतात. नाटकं, खेळ, शैक्षणिक गट इ; पण आम्ही या सगळ्या कार्यक्रमात भाग घेत नाही. माझे विचार सतत वॉर्साभोवतीच चाललेले असतात. काय घडतंय तिथे? प्रत्येक दिवशी मी पेपर चाळते; पण पोलिश राजधानीसंबंधी मला त्यांच्यात काहीच आढळत नाही.

फेब्रुवारी २८, १९४३

आमच्या छावणीत दोन महत्त्वाचे पाहुणे आले आहेत. पूर्वीचे ब्राझिलिअन कॉन्सुल पॉली जे आणि त्यांचा मुलगा हिमलर, ते पूर्वी पोलंडच्या काटोवाइसला होते. बाप आणि मुलगा कित्येक महिन्यांच्या दुराव्यानंतर गाडीत भेटले. नाझींनी दोघांना एका तुरुंगातून दुसऱ्या, अशी त्यांची फरफट केली होती. हिमलर बावीस वर्षांचा होता. त्याने त्याची कहाणी मला सांगितली. नाझींनी त्याच्यावर तो स्वप्नातही कल्पना करू शकणार नाही असे गुन्हे केल्याचे आरोप ठेवले. युरोपातल्या एका देशासाठी तो हेरगिरी करत असल्याचा बहाणा करून त्यांनी त्याला बंदिवासात टाकलं आणि त्याचे हाल केले.

त्याच्या अंगावर अजूनही बऱ्या न झालेल्या जखमा आहेत आणि त्याच्या

बरगडीचं एक हाड मोडलेलं आहे, ते शेवटपर्यंत नीट जुळून आलेलं नाही. तो एखाद्या सांगाड्यासारखा दिसतो. रेड क्रॉसकडून त्यांना पाकिटं मिळायच्या आधी इतर कैद्यांनी त्यांना अन्न दिलं. या ब्राझिलिअन लोकांना इथे येऊन खूप आनंद झालाय. त्यांना हा जणू काही दुसरा स्वर्गच वाटतोय. तरीही इंग्लिश आणि अमेरिकन लोक छावणीत देण्यात येणारं अन्न आणि परिस्थिती याबद्दल तक्रार करण्याचं कधीही थांबवत नाहीत.

आमच्या आत्ताच्या परिस्थितीबद्दल समाधान वाटण्यासाठी प्रथम आम्ही पोलंडला जे सोसलं, ते अनुभवायला हवं.

थोड्याच दिवसांत आम्हाला नवीन सुरू झालेल्या नूवेल हॉटेलमध्ये हलवण्यात येईल. तिथे कुटुंबं राहतील. टिटमोनिंगला कैदी असलेले पुरुष लवकरच आता इथे त्यांच्या बायका-मुलांसोबत राहायला येतील.

मार्च १५, १९४३

गेले दोन आठवडे आम्ही नूवेल हॉटेलमध्ये राहतोय. टिटमोनिंग आणि कॉम्पिएन येथून अजून लोक आलेले नाहीत; पण दीर्घ विरहानंतर लाड्‌विट्झ येथून पुरुषांचा एक गट त्यांच्या कुटुंबांकडे परत आलाय.

आमच्या नवीन खोल्या सुखद आणि स्वच्छ आहेत. माझ्या आईला स्वतंत्र खोली देण्यात आली आहे, जेव्हा माझे वडील येतील, तेव्हा त्याच खोलीत राहतील. मी, माझी बहीण आणि रोझा-डब्ल्यू., आम्हा तिघींनाही स्वतंत्र खोली आहे. पाविआकचे पूर्वीचे बहुतेक सगळे कैदी दुसऱ्या मजल्यावर आहेत. आमच्या हॉटेलात अमेरिकन आणि इंग्लिश लोकही आहेत. त्यांचे एकमेकांशी एवढे चांगले संबंध नाहीत, कारण बरेचसे इंग्लिश लोक शिष्ट आहेत; पण खरं म्हणजे कोणीही या गोष्टीची काळजी करत नाही, कारण आम्हाला यापेक्षा बरेच अधिक निकडीचे प्रश्न आहेत.

मार्च १७, १९४३

मला दुःस्वप्नं पडतायत. जितका अधिक काळ मी व्हिटेलमध्ये राहीन, तेवढी माझ्या मनातली माझ्या घेट्टोतल्या स्नेह्यांची आणि नातेवाइकांची चित्रं अधिक स्पष्ट होत राहतील, काल आम्हाला दोन पत्रं आली, एक रोमेकचं आणि दुसरं अंकल एबीचं. मी पाठवलेल्या कोऱ्या कागदावर रोमेकने पत्र पाठवलंय. तो लिहितो, *'तुझा प्रत्येक शब्द मला अपरिचित आनंद देतो. मला निदान तू तरी सुरक्षित आहेस हे कळल्यामुळे बरं वाटलं. माझी काळजी करू नकोस, ते तेवढ्या योग्यतेचं नाही, आपण एकमेकांना कधीच भेटणार नाही.'*

अंकल एबीने लिहिलंय, की आम्हाला त्यांच्यासाठी काही करणं शक्य असेल, तर ते लवकरात लवकर करावं, कारण त्या पत्त्यावर ते अधिक काळ राहू शकतील असं त्यांना वाटत नाही. ते शब्द वाचून माझी आई हमसून हमसून रडली. ती छावणीत इतरत्र संबंध असलेल्या वेगवेगळ्या लोकांना भेटली; पण अद्याप तिला काही जमू शकलेलं नाही.

मार्च २९, १९४३

सोळा वर्षांपेक्षा अधिक वयाच्या सगळ्या अमेरिकन नागरिक असलेल्या तरुणांना एकाएकी इथून कॉम्पिएनला पाठवून देण्यात आलं. नाझींनी याचं एक हास्यास्पद कारण दिलं, की अमेरिकेत जर्मन युद्धकैद्यांना वाईट वागणूक देण्यात येतेय. छावणीच्या प्रशासनाने या आज्ञेतून फक्त मि. डी.ना वगळलं. त्यांच्यावर नुकतीच शस्त्रक्रिया करण्यात आली होती आणि ते अद्यापही हॉस्पिटलमध्येच होते. राब्बाई आर, पुरोहित, कॉन्सुल आणि त्यांच्या मुलालादेखील या पाठवणीतून वगळलं गेलं. या लोकांशिवाय इथे आता फार एकाकी वाटतंय. पाविआकच्या त्या दुःखद महिन्यांत आम्ही अगदी एका कुटुंबासारखे जवळ आलो होतो.

एप्रिल १८, १९४३

आता खूप रात्र झाली आहे. मला ॲना आणि रोझाचा लयीत होणारा श्वासोच्छ्वास ऐकू येतोय. त्या गाढ झोपल्या आहेत; पण मी मात्र अस्वस्थ आहे. बाहेर वाऱ्याने झाडं हलतायत. मला असं वाटतं, की कुठेतरी भयानक घटना घडत आहेत. हवा चमत्कारिक पडली आहे. चमचमत्या ताऱ्यांनी आच्छादलेलं आकाश निरभ्र आहे, जोरदार वारा वाहतोय.

मी रोमेकचा आणि त्याने मला काल पाठवलेल्या त्या करुण पत्राचा विचार करतेय. तो लिहितो, *'मी न थांबता काम करतोय, कारण कामामुळे माझ्या त्रासाचा मला विसर पडतो. आपल्या मित्रांची संख्या दिवसेंदिवस घटत चालली आहे. माझा पाय आता बराच सुधारला आहे. आता मी लंगडत नाही. आपल्या जुन्या ओळखीच्या लोकांपैकी मी फक्त ताडेकला भेटतो. आणखी कोणी उरलंच नाही. डोलेक जानेकबरोबर आहे. याचा अर्थ तो आर्यन बाजूला पळून गेलाय. अलीकडेच मी रुटकाला पाहिलं. ती खूप गंभीर झालीय. प्रिये, माझ्याबद्दल विचार करू नकोस. मला ठाऊक आहे, माझे दिवस भरत आलेत. तुम्हा सर्वांचं भलं इच्छितो. तुझा रोमेक.'*

हे पत्र त्याने २१ मार्चला लिहिलं. बाहेर वाऱ्याचा वेग अधिकाधिक भन्नाट होत चाललाय आणि माझी अस्वस्थतादेखील नाहीशी होत नाहीय. काहीतरी अशुभाची चाहूल लागतेय...

विट्टेल इंटर्नमेंट कॅम्पात २२-२३ मार्च १९४३ रोजी,
'रशियन हार्वेस्टर्स'च्या एका प्रयोगात मेरी बर्ग (उजव्या टोकाची)

एप्रिल २५, १९४३

आमच्या छावणीतल्या नाट्यगृहात लेहरच्या हास्यसंगीतिकेचा 'द् लॅन्ड ऑफ लाफ्टर' चा प्रयोग यशस्वीरीत्या करण्यात आला. इंग्लिश अभिनेत्री मिस. एलने त्याचं दिग्दर्शन केलं. वाय. एम. सी. ए. ने पोशाखासाठी साहित्य पुरवलं. कैद्यांपैकी ज्यांना शिवणकाम येत होतं, त्यांनी हे पोशाख शिवले. एक इंग्लिश कैदी केंडालटी याने नेपथ्याचं रंगकाम केलं. मॉरिस एस.ने, एका तरुण इंग्लिश संगीतज्ञाने दिग्दर्शित केलेल्या एका वाद्यमेळाचा कार्यक्रमही सादर केला. निउसिया डब्ल्यू.ने या वाद्य-मेळाव्यात एक खास पोलिश धून वाजवली. त्या संगीताच्या तालावर रंगीबेरंगी स्थानिक पोलिश पोशाख परिधान केलेल्या आठ जोड्यांनी नृत्य केलं. आम्ही पोलिश नृत्य आणि संगीतात भाग घेतला.

या नृत्याच्या कार्यक्रमाचं यश खरोखरच उल्लेखनीय होतं. अमेरिकन आणि इंग्लिश लोकांनी या बाबतीत उत्साह दाखवला. उद्‌घाटनानंतर आम्ही सगळ्या छावणीत असे उद्‌गार ऐकत होतो– 'त्या पोलिश मुली काय छान दिसत होत्या.'

हा प्रयोग सादर करण्यापूर्वी ज्यू नसलेल्या इतर पोलिश कैद्यांकडून आम्हाला बरीचशी नाराजी सहन करावी लागली. त्यांना ही कल्पनाच अवमानकारक वाटत होती, की ज्युईश मुली पोलिश नृत्य करणार होत्या.

जेव्हा या गोष्टी निऊसिया डब्ल्यू.च्या कानावर गेल्या, तेव्हा एका तालमीच्या वेळी तिने जाहीर केलं, की त्या कार्यक्रमाशी तिचा काहीएक संबंध नसेल; पण एका सूज्ञ, ज्यू नसलेल्या पोलिश महिलेने निऊसियाला चांगलंच फैलावर घेतलं. अशा हटवादी, दुराग्रही लोकांच्या हातचं खेळणं न बनता तिने आपलं काम पुढे चालू ठेवावं, असं तिने सुचवलं.

शेवटी आमच्या विरोधात आंदोलन करणाऱ्या त्याच पोलिश महिला कार्यक्रमाला उपस्थित राहिल्या आणि त्या पोलिश नृत्याची त्यांनी प्रशंसा केली. हा कार्यक्रम सगळ्यात यशस्वी ठरला. एवढ्या एकत्रितपणे भोगलेल्या त्रासानंतर अजूनही आमच्यात इतका वर्णविद्वेष असावा, याचा विचारदेखील दुःखद वाटतो.

नन्सचा ज्युईश मुलांबरोबर वागण्याचा खूप चांगला दृष्टिकोन आम्हाला फारच सुखावून टाकतो. त्यांच्या कामावर त्यांची भक्ती आहे. त्यांनी एक शाळा सुरू केली आहे आणि त्या पोलिश, इंग्लिश आणि फ्रेंच मध्ये धडे देतात. मुलांच्या आया त्यांना या कामात मदत करतात. या सर्व उपक्रमांचा आत्मा आहे मदर सेंट हेलन. ती एक उंच, डौलदार आणि सुरेख बांध्याची, भारदस्त व्यक्तिमत्त्वाची स्त्री आहे. जेव्हा संधी मिळेल तेव्हा ती पीडित ज्यूंबद्दलची तिची सहानुभूती व्यक्त करत असते.

घेट्टोची लढाई

जून १९, १९४३

बरेच दिवस मी इथे काहीच लिहिलं नाही. काय उपयोग आहे लिहून तरी? कोणाला रस आहे माझ्या दैनंदिनीत? कित्येक वेळा मी ती जाळून टाकण्याचा विचार केला; पण माझ्या कोणत्यातरी आतल्या आवाजाने मला तसं करण्यापासून रोखलं. तोच आतला आवाज आता मला गेल्या काही दिवसांत मी ऐकलेल्या त्या सगळ्या भयानक गोष्टी लिहून काढण्याबद्दल विनवतोय...

ज्यांची घेट्टोमधून सुटका करण्यात आली आहे, ते आम्ही सगळे एकमेकांकडे बघायलादेखील शरमून जातो आहोत. स्वत:ला वाचवण्याचा हक्क होता का आम्हाला? जगाच्या या भागात सगळं एवढं सुंदर कसं? इथे सगळीकडे स्वच्छ सूर्यप्रकाश आणि फुलांचा गंध भरून राहिलाय... आणि तिथे... तिथे फक्त रक्त... माझ्या लोकांचं रक्त. देवा, एवढी निर्दयता का असावी या जगात? मला शरम वाटतेय. इथे मी मोकळ्या हवेत श्वास घेतोय आणि तिथे माझे लोक गॅसने गुदरमरतायत, आगीच्या ज्वाळांमध्ये भस्मसात होतायत, जिवंत जाळले जातायत, का?

मेच्या अखेरीस, स्त्रिया आणि मुलांचा एक गट लायबेनाऊहून इथे आला. मला एकाएकी बोला भेटल्यावर मी तर आनंदाने उडीच मारली. आमचा विश्वासच बसेना, की आम्ही एकत्र आलो होतो, अगदी अरेबियन नाईट्समधल्या गोष्टीसारखं. पहिले काही दिवस तर आम्ही एकमेकींना चिकटलेल्याच होतो. मी तिला घेट्टोमधल्या माझ्या स्नेह्यांबद्दल सांगितलं आणि तिथे एप्रिल १९४२ नंतर घडलेल्या सगळ्या घटनांबद्दलही सांगितलं. तिने मला तिच्या लायबेनाऊमधल्या आयुष्याबद्दल सांगितलं. बोला आमच्या कॅम्पमध्ये आली त्याच वेळी रोझा डब्ल्यू.ची पुतणी एर्ना डब्ल्यू. ही आली. ती आमच्याच वयाची मुलगी होती. आम्ही लहान मुलं आनंदात होतो आणि

काही काळासाठी आमच्या आजूबाजूचं कठोर वास्तव पूर्णपणे विसरून गेलो.

एकाएकी एक बातमी आमच्या कॅम्पमध्ये पसरली. वॉर्सा घेट्टोला पेटवून देण्यात आलं आहे आणि उरलेले सगळे चाळीस हजार ज्यू जिवंत जळून मरण पावले आहेत. या बातमीचं मूळ होतं एका अमेरिकन धर्मगुरू असलेल्या स्त्रीचं वॉर्साहून आलेलं पत्र. पत्रात म्हटलं होतं, की नालेवकी रस्ता आगीच्या ज्वाळांनी वेढला होता; पण खरं म्हणजे पत्रलेखिकेला संपूर्ण घेट्टोबद्दलच असं म्हणायचं होतं–

त्या पत्राने सुरुवातीला ज्यू लोकांत बराच गोंधळ उडवून दिला; पण नंतर मात्र आम्ही त्या बातमीवर विश्वास ठेवायला नकार दिला. मग वॉर्साहून कैद्यांची एक नवीन तुकडी आली आणि त्यांनी घेट्टोमध्ये घडलेल्या अगदी ताज्या घटनांची सविस्तर कहाणी सांगितली.

नवीन आलेल्या लोकांना प्रॉव्हिडन्स हॉटेलमध्ये उतरवण्यात आलं. त्या हॉटेलभोवती तातडीने काटेरी तारांचं कुंपण घालण्यात आलं. ते अशासाठी होतं, की जुन्या कैद्यांचा त्यांच्याशी काही संवाद होऊ नये; पण जर्मन लोकांनी एक गोष्ट ध्यानात घेतली नाही, की प्रॉव्हिडन्स हॉटेलच्या खिडक्या नाऊवेल हॉटेलच्या मैदानात उघडत होत्या. त्या दिवशी आणि नंतर कित्येक दिवस, दोन्ही हॉटेलांतील कैद्यांत संभाषणं होत राहिली, मधून मधून रडण्यामुळे ती संभाषणं थांबायची एवढंच. नवीन आलेल्या कैद्यांत आम्हाला कित्येक ओळखीचे चेहरे आढळले. उदाहरणार्थ, त्यांच्यात मि. के. होता, जो पाविआकमध्ये आमच्या बरोबर होता आणि आजारी असल्यामुळे आमच्या प्रस्थानाच्या आधी त्याला सोडण्यात आलं होतं. त्याने आम्हाला वॉर्सा घेट्टोच्या काही शेवटच्या दु:खद दिवसांचा तपशील दिला.

आम्ही ज्या दिवशी पाविआक सोडून विट्टेलला निघालो त्याच दिवशी म्हणजे १८ जानेवारी १९४३ रोजी तडीपार करण्याची मोहीम सुरू झाली होती. ज्यू लोकांना असं काहीतरी घडेल याची बराच काळ अपेक्षा होतीच.

आम्ही पहाटे दोन वाजता पाविआक सोडलं. काही तासांनंतर एस.एस. गार्ड्स, लिथुआनिअन, युक्रेनिअन आणि लॅटव्हिआनच्या एका विशेष तुकडीने घेट्टोत प्रवेश केला, त्यांनी संहाराची सुरुवात केली; पण त्या नरपशूंना आश्चर्याचा धक्का बसेल अशा पद्धतीने त्यांचा सशस्त्र प्रतिकार करण्यात आला. बऱ्याच ज्यूंनी त्यांच्या घरांभोवती बॅरिकेड उभारल्या आणि त्यांच्या जिवावर उठलेल्या त्या रक्तपिपासू सैनिकांवर गोळीबार केला. घेट्टोमध्ये चालणाऱ्या छुप्या हालचालींत बंदुकी आणि दारूगोळ्याचा बराच मोठा साठा गोळा करण्यात आला होता.

नाझी आणि त्यांच्या मदतनिसांनी घेट्टोमधून माघार घेतली खरी; पण पाच दिवसांतच ते रणगाडे आणि शस्त्रसज्ज गाड्या घेऊन परतले. ज्या कोणत्या घरातून

मे १९४३ च्या वॉर्सा घेट्टोतील धुमाळीत,
तडीपार करण्यासाठी धरपकड करण्यात आलेले ज्यू लोक

त्यांना प्रतिकार करण्यात आला, ते प्रत्येक घर पेटवून देण्यात आलं. ज्या लोकांनी घराबाहेर पडण्याचा प्रयत्न केला, त्यांना पुन्हा ज्वाळांच्या भक्ष्यस्थानी पडण्यासाठी आत ढकलण्यात आलं, त्या धुमश्चक्रीत जवळ जवळ हजारावर लोक मेले. नंतर, काही दिवस, बऱ्याच लोकांना घेट्टोतून ट्रेब्लिंकाला पाठवण्यात आलं. यानंतर काही आठवडे श्वास घेण्यापुरती उसंत मिळाली; पण या खेपेस घेट्टोत वाचलेल्या लोकांना कोणताही संभ्रम नव्हता. त्यांच्या नशिबावर अखेरची मोहर उठवण्यात आली आहे, हे त्यांना ठाऊक होतं. ज्यू लोकांचा पूर्णपणे नि:पात करण्याचं नाझींनी ठरवलंय, याचीही त्यांना कल्पना होती.

मार्चमध्ये घेट्टोचं शेवटचं खच्चीकरण करण्याच्या प्रक्रियेला सुरुवात झाली. घेट्टोमध्ये ज्या जर्मन लोकांचे वर्कशॉप होते, त्यांना आज्ञा देण्यात आली, की त्यांनी त्यांच्या नोकरमंडळींना ट्रावनिकी येथे जाण्यासाठी नावनोंदणी करावी. पूर्वी देण्यात आलेल्या आश्वासनांप्रमाणे त्यांना यावेळेसही सांगण्यात आलं, की त्यांनी कशाचीही भीती न बाळगता ट्रावनिकीला जावं. मागे राहिलेल्या लोकांना चांगल्या वातावरणात काम देण्यात येईल. ते कारखान्यातच राहतील आणि त्यांच्या कुटुंबीयांपासून त्यांना वेगळं काढलं जाणार नाही.

फक्त अगदी थोड्या, सर्वाधिक हताश झालेल्या, सगळी आशा सोडलेल्या

मूठभर ज्यू लोकांनीच नोंदणी कार्यालयात हजेरी लावली. बाकीच्या लोकांचा जर्मन लोकांच्या आश्वासनांवर विश्वास नव्हता. त्यांना चांगलं ठाऊक होतं, की ट्रावनिकीचे लेबर कॅम्प म्हणजे ट्रेब्लिंकाला जाण्यासाठी त्यांना भुरळ पाडणारं आमिष होतं.

सगळ्या तरुण मंडळींनी, तसंच बाकीच्या धडधाकट लोकांनी त्यांची उरलीसुरली पुंजी खर्चून छुप्या कारवायांसाठी शस्त्रं खरेदी केली. सशस्त्र लढा देण्याची चक्रावून टाकणारी तयारी सुरू झाली. छोट्या छुप्या कारवायांच्या केंद्रांना आता एक शिस्तबद्ध, मोठ्या संघटनेचं स्वरूप यायला लागलं. गुप्तपणे खणलेल्या भुयारांतून पोलिश सोशॅलिस्ट पार्टीच्या, तसंच इतर डाव्या पोलिश गटांच्या मदतीने, घेट्टोमध्ये अन्न आणि दारूगोळा आणण्यात येऊ लागला.

जर्मन लोकांना या तयारीची चांगलीच कल्पना होती; पण घेट्टोवर हल्ला करण्यासाठी त्यांना कोणताही देखावा करण्याची गरज नव्हती. जेमतेम दोनशे ज्यू लोकांनीच ट्रावनिकीला जाण्यासाठी नावं नोंदवलेली असल्याने, नाझींनी बाकीच्या सुमारे चाळीस हजार ज्यूंना बळाच्या जोरावर पाठवण्याचं ठरवलं.

१९४३ च्या एप्रिल १८ आणि १९ च्या मधल्या रात्रीत, ज्यू लोकांच्या 'पासओव्हर' या मुक्तीच्या मेजवानीच्या प्रसंगी, शस्त्रसज्ज एस. एस. गार्ड्सच्या गटाने 'बिग घेट्टो'ला घेराव घातला. या घेट्टोच्या भोवताली लेस्झनो, नावोलिपाय, बोनीफ्रॅटेरस्का आणि स्मोकसा हे रस्ते होते. गार्ड्समध्ये युक्रेनिअन, लॅटव्हिअन आणि लिथुआनिअन वंशाचे लोक होते. १९ एप्रिलचा दिवस उजाडताना जर्मन गार्ड्सनी शस्त्रसज्ज गाड्यांतून झामेनहोफा रस्त्याने घेट्टोत प्रवेश केला आणि घरांवर गोळीबार सुरू केला. घरांभोवती तटबंदी उभारलेल्या ज्यू लोकांनी हँडग्रेनेड आणि गोळीबाराने त्यांना प्रत्युत्तर दिलं. काही तासांनी नाझींनी घेट्टोतून माघार घेतली.

प्रत्येक खिडकी, छत आणि पडझड झालेल्या भिंतीवरून नाझींवर स्वयंचलित बंदुकांतून गोळ्यांचा वर्षाव झाला. लढाईला तोंड फुटण्याचा इशारा देण्यासाठी तरुणांच्या एका गटाने चाल करून येणाऱ्या जर्मन रणगाड्यांवर हँडग्रेनेड भिरकावले. नाझी जेवणाच्या सुटीनंतर आणखी कुमक घेऊन परतले. त्यांनी नोवोलिपाय, बोनी फ्रॅटेरस्का आणि फ्रॉसिसझकान्स्का रस्त्यांवर गोळीबार सुरू केला. मग युद्धाच्या धुमश्चक्रीला तोंड लागलं.

ज्यू स्त्रियांनीही लढाईत सक्रिय सहभाग घेतला. चालून येणाऱ्या जर्मन लोकांच्या दिशेने त्यांनी मोठमोठे दगड भिरकावले आणि उकळतं पाणी ओतलं. अशा प्रकारची असमान प्रतिस्पर्धी असलेली आणि एवढी कडवी देखील लढाई इतिहासात कधी झाली नसावी. जर्मन लोकांनी शेवटी त्यांची तगडी कुमक मागवण्याचा निर्णय घेतला.

एप्रिलच्या २३,२४ आणि २५ तारखांच्या रात्री तर सगळं घेट्टो तोफगोळ्यांच्या

मे १९४३ मध्ये वॉर्सा घेट्टोतील बंड मोडून काढताना जळणाऱ्या इमारतींवरून जाणारे एस. एस.ट्रूप्स

माराने अक्षरश: एका प्रचंड अग्निकुंडात रूपांतरित झालं. जळणाऱ्या घरांमुळे एक अभेद्य भिंत तयार झाली. त्यामुळे बाहेर पडणं अशक्य होऊन गेलं. अशाप्रकारे ते शूर लढवय्ये आगीच्या ज्वाळांच्या भक्ष्यस्थानी पडले. जे कोणी त्यातून आश्चर्यकारकरीत्या बाहेर पडू शकले, त्यांना नाझी सैनिकांनी घेट्टोच्या भिंतीबाहेर गोळ्या झाडून ठार केलं. बळी गेलेल्यांत बरेच पोलिश लोकही होते, जे घेट्टो भिंतींच्या शेजारच्या आर्यन बाजूला होते.

घेट्टोचे रस्ते म्हणजे एक धगधगतं अग्निकुंड होऊन गेलं होतं. बंदुकीच्या सुटणाऱ्या गोळ्यांचा थर एवढा दाट होता, की जो कोणी खिडकीबाहेर डोकं काढेल, त्याला लगेच गोळी लागत होती. घेट्टोच्या धुमश्चक्रीसाठी जर्मनांनी वॉर्सा काबीज करण्याच्या वेळी वापरला होता त्यापेक्षा अधिक दारूगोळा वापरला. नालेवकी, नोवोलिपाय् , फ्रान्झिस्झकांसका, कार्मेलिका, स्मोकझा, मिला, निझका आणि गेसिआ रस्ते, मुरानोवस्की चौक पूर्णपणे उद्ध्वस्त झाले. या रस्त्यांवर एकही घर शिल्लक राहिलं नाही. नंतर जळून गेलेल्या घरांच्या पडझड झालेल्या भिंतीही सुरुंग लावून उडवून देण्यात आल्या.

नंतरच्या कित्येक रात्री वॉर्साभोवतालच्या काही मैलांच्या परिसरात घेट्टोची आग दिसत राहिली.

"आम्ही पाविआक सोडलं तेव्हा आम्हाला आगीच्या ज्वाळांनी तयार झालेला एक प्रचंड डोंगर दिसत होता," नुकत्याच तिथून आलेल्या एका कैद्याने आम्हाला

प्रॉव्हिडन्स हॉटेलच्या खिडकीतून सांगितलं, "डीझायल्ना रस्त्यावरची घरं बॉम्बस्फोटांनी हादरत होती," त्याने पुढे सांगितलं.

बरेचसे ज्यू, जे विशेष पद्धतीने बांधण्यात आलेल्या तळघरांत लपले होते, ते आग आणि धुरामुळे मृत्यू पावले. या लढ्यातून जीव वाचवून पळून जाण्यात यशस्वी झालेल्या एका ज्यूने आम्हाला सांगितलं, की एस.एस. गार्ड्सनी गटारात लपून बसलेल्या स्त्रिया आणि मुलांना केस धरून ओढून बाहेर काढलं, मग त्यांना गोळ्या घालून ठार केलं. खोलवर असलेले मोठमोठे सांडपाण्याचे पाईपही त्यांनी धुऊन काढले आणि आतमध्ये विषारी वायूदेखील सोडला.

घेट्टोच्या आत गुप्त भुयारं होती, याची जर्मनांना कल्पना असावी. कारण त्यांनी सुरुंगानी तिथली तळघरं उडवून दिली. ज्यांनी तिथे आसरा शोधला होता, असे हजारो स्त्री-पुरुष, लहान मुलं, शेवटच्या श्वासापर्यंत लढत होते.

जर्मनदेखील घेट्टोच्या बचाव करणाऱ्या या निधड्या प्रतिकाराने थक्क झाले. या थकल्या-भागलेल्या, उपाशी-तापाशी लोकांमध्ये, पोलिश ज्यूंच्या अखेरच्या निशाणीला वाचवण्यासाठी लढा देण्याची एवढी ताकद, इतकं धैर्य कुठून आलं असेल?

पूर्वीच्या 'छोट्या घेट्टो'तून, जिथे टोबेन आणि शूल्टझ् कारखाने तसेच बरेचसे लहान वर्कशॉप होते, तिथून शेवटी उरलेल्या ज्यूंना जबरदस्तीने हुसकावून लावण्यात आलं.

प्रॉव्हिडन्स हॉटेलमध्ये नवीन आलेल्या बंदिवानांत एस्टा एच. आहे. ती माझी लोड्झमध्ये चांगली मैत्रीण होती. तिने हॉटेलच्या खिडकीतून मला तिचे दुःखद अनुभव सांगितले. ती त्या वेळी टोबेन्सच्या फॅक्टरीत काम करत होती. तिथून जर्मन लोकांनी ट्रावनिकीला पाठवायला सुरुवात केली, त्या वेळेला घेट्टोची लढाई सुरूदेखील झाली होती.

"आम्हाला अंगणात गोळा करण्यात आलं," तिने पुढे सांगितलं, "मी तर पूर्णपणे गोंधळून गेले होते. मला तर वाटलं, की आम्हाला त्याच वेळी गोळ्या घालून ठार करणार. मी खाली आले तेव्हा शस्त्रसज्ज जर्मन लोकांनी मोठ्या प्रमाणात कामगारांना वेढा घातला होता. गोळीबाराच्या आणि स्फोटांच्या आवाजांनी कारखान्यांच्या खिडक्यांची तावदानं हादरत होती. आम्ही सगळे बाहेर जमल्यावर त्यांनी आम्हाला भिंतीला टेकून हात वर करून उभं राहायला फर्मावलं. आमच्यातले काहीजण प्रार्थना करत होते आणि मी त्या वेळी विषादाने खंत करत होते. कारण मला एकही प्रार्थना येत नव्हती; पण माझ्या स्वत:च्याच शब्दांत मी प्रार्थना केली, की मला त्वरित मृत्यू येऊ दे.

"पण नशिबाने मला वाचवलं. काही वेळाने उच्च श्रेणीचे जर्मन अधिकारी त्या ठिकाणी आले आणि त्यांनी आज्ञा दिल्या, की आम्हाला उमश्लागप्लाट्झला

पाठविण्यात यावं. मला वाटलं म्हणजे ट्रेब्लिंकाला असणार. मी पूर्णपणे भांबावून गेले होते आणि लोकांच्या गर्दीत मालवाहू गाडीतून आले. इतका वेळ मला हेही कळलं नाही, की माझा नवरा माझ्या शेजारीच होता. मला खूप तहान लागली होती. एका स्टेशनात गाडी थांबल्यावर माझ्या नवऱ्याने बरोबर असलेल्या एका युक्रेनिअन रक्षकाकडून पाण्याची बाटली आणली. माझ्या नवऱ्याने त्या बाटलीसाठी दीडशे लोटिस मोजले. त्या ट्रीपमध्ये युक्रेनिअन रक्षकांनी भरपूर पैसे कमावले. पावाच्या एका छोट्याशा तुकड्यासाठी ते लोक सहाशे लोटिस आकारत होते. हळूहळू आमच्या ध्यानात आलं, की ती गाडी ट्रेब्लिंकाच्या दिशेने चालली नव्हती. बारा तासांच्या प्रवासानंतर आम्ही ट्रॉनिकीला पोहोचलो.

"छावणी अगदी छोट्या जागेत होती. आम्हाला एका जुन्या कडबा साठवण्याच्या कोठारात ठेवण्यात आलं. तिथं पिण्याचं पाणी किंवा स्वच्छतागृह नव्हतं. फक्त काही जणांनाच गवताच्या थैल्या मिळाल्या. बाकीच्यांना उघड्या जमिनीवर पडावं लागलं. दुसऱ्या दिवशी अधिकाधिक लोक आजारी पडू लागले. त्यांना इतरांपासून वेगळं काढण्यात आलं नाही. प्रत्येक दिवशी आम्हाला सकाळी सहा वाजता कामावर जाण्यासाठी उठवण्यात यायचं. संध्याकाळी सहा वाजता आम्ही थकून भागून त्या कडबापडळीत परतायचो. फक्त आम्ही जिवंत राहू शकू, एवढंच अन्न आम्हाला दिलं जात होतं. सर्वांत जवळचं खेडेगाव फक्त काही मैलांवरच होतं; पण त्या छावणीतून गुपचूप बाहेर पडून तिथून अन्न आणण्याची कोणाचीच हिंमत नव्हती, लिथुआनिअन आणि लॅटविआन सैनिकांच्या संगिनी आमच्या सभोवताली तळपत होत्या. तरीदेखील आमच्या या छावणीत चोरून सामान आणणारे लोक होतेच. प्रत्येक दिवशी कामावर जाताना आम्हाला फळं आणि पाव घेऊन जाणारे शेतकरी भेटायचे. ते आम्हाला त्यांचा माल विकायचा प्रयत्न करायचे. कधीकधी आम्ही ते पदार्थ मिळविण्यात यशस्वी व्हायचो; पण बरेचदा युक्रेनिअन रक्षक त्या शेतकऱ्याला आणि पदार्थ विकत घेणाऱ्या ज्यूंना, दोघांनाही गोळ्या झाडून ठार मारायचे.

"एकदा एका जवळच्या गावातील ज्यू नसलेल्या माणसाने एका बारा-तेरा वर्षांच्या मुलाकडे काटेरी कुंपणाच्या पलीकडून पावाचा एक तुकडा भिरकावला. त्या मुलाचा चेहरा आनंदाने उजळला. त्या मुलाने तो तुकडा उचलला आणि खायला सुरुवात केली. त्याच क्षणी जवळच्या थांब्यावरचा युक्रेनिअन रक्षक धावत आला आणि एका ठोशासरशी त्याने त्या मुलाच्या हातातला पाव खाली पाडला. नंतर त्याने त्या बिचाऱ्या मुलाला बंदुकीच्या दस्त्याने मारायला सुरुवात केली. तो जमिनीवर पडला तरीदेखील तो त्याला मारतच राहिला. शेवटी तो मुलगा मारहाणीने मरण पावला. मला अक्षरशः मेल्यासारखं झालं. इतर लोक हा प्रकार पूर्णपणे हतबल होऊन बघत होते.

"तरीही, काही लोक तिथून पलायन करण्यात यशस्वी झाले. एकदा, रात्री उशिरा, आमच्या छावणीवर गोरिलांच्या एका गटाने हल्ला केला. सैनिकांची शस्त्रं काढून घेऊन त्यांनी काही बंदिवानांची मुक्तता केली. काही युक्रेनिअन रक्षकदेखील त्यांना सामील झाले, तर दुसरे काही रक्षक भूमिगत गटांत सामील होण्यासाठी पळून गेले.

"ट्रॉनिकीच्या जवळ, जंगलामध्ये, हजारो युद्धकैद्यांची एक सामूहिक दफनभूमी आहे. ते आमच्याच छावणीत बंदिवान होते, जवळच्या गावांतील सगळ्या शेतकऱ्यांना या दफनभूमीची माहिती आहे. कारण ते या रशियन युद्धकैद्यांच्या सामूहिक संहाराचे प्रत्यक्ष साक्षीदार होते आणि त्यांनाच ही भलीमोठी दफनभूमी खणायला जबरदस्तीने भाग पाडण्यात आलं होतं.

"मी किती काळ हे सर्व सहन करू शकले असते, मला माहीत नाही," एस्टाने समारोप करताना म्हटलं, "पण नशिबाने काही आठवड्यानंतर आमचे विदेशी पासपोर्ट्स आले आणि त्या क्षणापासून सर्व काही सुरळीत झालं. आम्हाला वॉर्साच्या गेस्टापो मुख्यालयात पाठवण्यात आलं. तिथे आम्ही रॉयल हॉटेलमध्ये दक्षिण अमेरिकन प्रजासत्ताकाच्या कैद्यांच्या एका मोठ्या गटाबरोबर राहिलो.

"शेवटी आम्हाला व्हिटेलला नेण्यात आलं. आमच्याबरोबर पाविआकच्या बंदिवानांची शेवटची तुकडी होती; पण मी आनंदी राहू शकत नाही, कारण माझे आई-वडील अजूनही ट्रॉनिकीलाच आहेत.

"अलीकडेच आमची खूप कागदपत्रं वॉर्साला आली; पण ज्याच्या नावाने ती आली होती, त्यातले बरेचसे लोक पूर्वीच ट्रेब्लिंकामध्ये तरी नाहीतर घेट्टोच्या लढाईत निधन पावले होते."

घेट्टोची लढाई पाच आठवडे चालली, ही लढाई लढणारे भुकेजलेले, थकलेभागलेले सैनिक शक्तिमान नाझी युद्ध यंत्रणेशी शूरपणे लढले. त्यांनी गणवेष घातले नव्हते, त्यांना कुठलाही हुद्दा नव्हता, त्यांच्या या विलक्षण कामगिरीबद्दल त्यांना कुठलीही पदकं देण्यात आली नव्हती.

त्यांचा गुणविशेष एवढाच होता, की ते आगीमध्ये जळून मेले. हे सगळे अनामिक सैनिक, शूरवीर होते, ज्यांच्या तोडीचे कोणीच नव्हते. किती भयानक आहे या सगळ्या गोष्टींचा विचार करणं! माझे कितीतरी नातेवाईक, स्नेही त्या मृत पावलेल्या लोकांत होते. अंकल एबी, रोमेक, रुटका... गेले काही दिवस मी माझ्या खिडकीतून प्रॉव्हिडन्स हॉटेलच्या खिडकीतल्या नवीन आलेल्या बंदिवानांशी संवाद साधत होते. त्यांचा शब्दन्‌शब्द मी अधीरतेने, आसुसून ऐकून घेत होते आणि मग माझे विचार मला घेट्टोतल्या त्या जळणाऱ्या घरांकडे घेऊन जात होते, जिथे मी त्या शूरवीरांबरोबर तीन वर्षं राहिले होते. वरचेवर मला चक्करल्यासारखं व्हायचं, जणू

काही माझं हृदयच विदीर्ण होऊन गेलंय, मग खिडकी सोडून मी बिछान्यावर अंग टाकून देत असे.

आमच्या खोल्यांतला वॉलपेपर एका अनाकलनीय, गडद, लाल डिझाईनने भरून गेला आहे. एकदा मी त्या वॉलपेपरकडे टक लावून बघत राहिले आणि अशी कल्पना केली, की त्या आकृत्यांतल्या लाल रेघा रक्ताच्या लालभडक लोटांमध्ये परिवर्तित होतायत... त्यांचं रक्त प्रवाहित होऊन त्या ज्वाळांशी एकरूप होऊन गेलं होतं. आमचंच रक्त, आमच्याच अस्थी राख होत होत्या. देवा, आम्हाला हे सर्व का भोगावं लागतंय? अंकल एबी, रोमेक आणि इतर... कदाचित काहीजण सुटका करून घेण्यात यशस्वी झाले असतील?

ज्या दिवशी मी एस्टा डब्ल्यू. शी बोलले, त्या दिवशी मी आमच्या हॉटेलातल्या बंदिवानांकडून वेगवेगळे अन्नपदार्थ गोळा केले. मग रात्री हिल्मर जे. गुपचूप काटेरी तारांच्या कुंपणापलीकडे गेला आणि ते अन्न त्यांनी प्रॉव्हिडन्स हॉटेलमधल्या नवीन आलेल्या बंदिवानांमध्ये वाटलं. त्याला घेट्टोतून आलेल्या वैयक्तिक शुभेच्छा तसंच काही लोकांना पाठवण्यात आलेली पत्रंही देण्यात आली.

त्यातलं एक पत्र फेलिसिआ के.च्या नातेवाइकाकडून आलं होतं. ती व्यक्ती ओळखीच्या बनावट कागदपत्रांच्या आधारे बराच काळ आर्यन बाजूला राहिली होती. मिसेस के.ने स्वित्झर्लंडहून त्याच्यासाठी कागदपत्र मागवले होते आणि तो व्हिटेलला का आला नव्हता, हे तिला कळत नव्हतं; पण त्याच्या पत्राने सगळा खुलासा झाला. त्याने लिहिलं होतं, "माझी सद्सद्विवेकबुद्धी मला स्वत:ला वाचवण्याची परवानगी देत नाही, मी माझ्या जवळच्या लोकांना इतक्या भयानक रितीने मृत्यू आलेला बघितलंय, की मी त्यांच्यापेक्षा चांगला आहे असं वाटतं. हे उद्ध्वस्त भग्नावशेष सोडून यायचं धारिष्ट्य माझ्यात नाही; नाही, मी वॉर्सा सोडू शकत नाही. हे माझं ठिकाण आहे, मला इथेच राहायला पाहिजे. त्या शूरवीरांच्या आयुष्यांपुढे माझ्या आयुष्याची काय किंमत? त्यांनी तर आपल्या लोकांसाठी स्वत:चं रक्त सांडलं. हे पत्र लिहिताना देखील माझ्या कानांत घेट्टोत होणारे स्फोटांचे आवाज घुमतायत. शेवटच्या उरलेल्या तळघरांना सुरुंगाने उडवून देण्यात येतंय. त्या भग्नावशेषांत तुझे-माझे भाऊबंद पुरले गेले आहेत. तूच सांग, मी त्यांच्यापासून पळून जाऊ?

"काल रात्री मी घेट्टोच्या फाटकांवरून गेलो आणि मला अजूनही गोळीबाराचे आवाज ऐकू आले. शेवटचे उरलेले ज्यू लोक अजूनही प्रतिकार करतायत, वॉर्सामध्ये लावण्यात आलेल्या भित्तिपत्रकांत म्हटलंय, पोलंडने शेवटी ज्युईश साम्यवादी लोकांपासून सुटका मिळवली.

"गेले काही आठवडे मी अशा दाहक अनुभवांतून गेलोय, की माझ्यामध्ये आता स्वत:ला वाचवण्यासाठी एखादं पाऊल उचलण्याचंही धैर्य उरलेलं नाही. जीवनाची सगळी किंमतच माझ्यासाठी हरवून गेलीय."

मिसेस फेलिसिआ के आणि इतरांनी जेव्हा हे पत्र वाचलं तेव्हा त्यांना रडूच कोसळलं.

पोलिश लोकांच्या या ज्यू शोकांतिकेबद्दलच्या दृष्टिकोनाच्या कथादेखील उद्विग्न करणाऱ्या आहेत. जळणाऱ्या घेट्टोतून पळून आलेल्या ज्यूंना आसरा देण्यासाठी पोलिश लोकांच्या गुप्त संघटनांनी चोरून प्रसिद्ध केलेल्या पत्रकांचा प्रभाव पडला होता हे सत्य असलं, तरी जे पोलिश लोक या याचनेला प्रतिसाद देतात, त्यांची संख्या फारच थोडी असते. जे निधडे पोलिश लोक ज्यू लोकांना आश्रय देतात, त्यांना इतर सेमेटिक वंशविरोधी बंडखोरांकडून निर्भत्सना सहन करावी लागते, त्यामुळे मग हे माणुसकीच्या दृष्टिकोनांतून करावयाचं कर्तव्य करायला ते धजावत नाहीत. अशा परिस्थितीत ज्यूंना मोठ्या संख्येने आपली सुटका करून घेता येईल अशी फारशी आशा नाही.

जुलै १९, १९४३

माझा उत्कट आनंद, नव्हे आनंद आणि दु:ख मी कसं प्रकट करू, तेच मला कळेनासं झालंय. मला आज रुटकाकडून बरीच पत्रं आली. ती जिवंत आहे, ठीकठाक आहे. १७ एप्रिलला तिच्या आईवडिलांनी मोठी रक्कम मोजून तिला घेट्टोच्या बाहेर काढलं. ते दुसऱ्या दिवशी तिला भेटणार होते; पण नाझींच्या तुकडीने संपूर्ण घेट्टोभोवती कडं केलं आणि आता सोळा वर्षांची रुटका आर्यन बाजूला एकटीच राहिली आहे.

तिच्या पत्रात बऱ्याच कटू गोष्टींचा निर्देश आहे. त्यामुळे आश्चर्य वाटतंय, की त्या पत्राला सेन्सॉरने कशी काय परवानगी दिली? ती म्हणते, की ती शेवटी नक्कीच आत्महत्या करणार आहे. घेट्टो सोडताना ती रोमेकला भेटली आणि त्याच दिवशी ती झोफिआ के.लाही भेटली. तिनेच त्यांना माझा पत्ता दिला. तिच्या आज आलेल्या चार पत्रांवर वेगवेगळ्या तारखा होत्या. तिच्या दुसऱ्या पत्रात डोलेकची टीप आहे. त्याने आणि त्याच्या नातेवाइकांनी विदेशी पासपोर्ट्स मिळवले आणि त्यांना बंदिवान केलं गेलं. तिच्या या पत्रात रुटका म्हणते, 'डोलेकबरोबर घालवलेले दिवस माझ्या आयुष्यातले सर्वाधिक आनंदी दिवस होते. कोणाच्या तरी संरक्षणाखाली असल्यासारखं मला वाटत होतं.'

आज एक कोणी मि. आर. वॉर्साहून आले. लोकांना असा संशय आहे, की तो गेस्टापोंशी संबंधित आहे. कोणत्याही पोलिसांच्या सोबतीशिवाय तो एकटाच आला. त्याने सांगितलं, की विदेशी पासपोर्ट असलेल्या जवळजवळ दोन हजार लोकांना अलीकडेच हॅनोव्हरच्या शेजारच्या बर्गेन बेल्सेन येथील छावणीत पाठवण्यात आलं. त्याच्या मते पाविआक आणि पोल्सी हॉटेलमधील शेवटचे बंदिवान तिथे आहेत. त्या बंदिवानांचे बरेच नातेवाईक आमच्यामध्ये आहेत. त्यांना त्यांच्या भविष्याची

काळजी वाटते आहे. स्विस कमिशनकडे आम्ही केलेल्या सगळ्या चौकशा अनुत्तरित राहिल्या आहेत.

जुलै १८, १९४३

या अशा पशुवत काळात, ज्यांच्या हृदयात गरजू आणि पीडित लोकांबद्दल 'खरंखुरं' प्रेम आहे, अशा लोकांना भेटणं म्हणजे एक दिलासा असतो. म्हणूनच मला आमच्या विस्मयकारी मदर सेंट हेलनकडे बघत राहायला आवडतं. तिच्याजवळ असताना मी एवढी दुःखी नसते. तिची सहनशीलता, कामसूपणा आणि लहान मुलांबद्दलचं प्रेम याबद्दल मला कौतुक वाटतं. कोणतंही काम तिला कठीण नाही. तिच्या नाजूक हातांनी ती गुडघ्यांवर बसून फरशीदेखील पुसते, मुलांची नाकं आणि त्यांचे अश्रूदेखील. अंगावर पायघोळ काळा झगा घातला, तरी तिला व्यवहारी जगाच्या संघर्षाची चांगली कल्पना आहे आणि वेगवेगळ्या वंशांच्या, धर्मांच्या लोकांमध्ये उद्भवणारे असे प्रसंग ती तिच्या पद्धतीने सोडवते.

ती चालवत असलेल्या शाळेच्या कामात तिला मदत करायला मला खूप आनंद वाटतो. मी मुलांची खेळणी रंगवते. पूर्ण वर्गासाठी असलेल्या एकुलत्या एक पुस्तकाच्या दहा प्रती मी तयार केल्या.

ऑगस्ट ६, १९४३

शेवटी टिटमोनिंगहून माझे वडील काही लोकांबरोबर येऊन पोहोचले. दीर्घ काळच्या विरहानंतर अखेर आमचं पुनर्मीलन झालं. वेगवेगळ्या कुटुंबांच्या भेटीगाठी सद्गदित करणाऱ्या असतात. लोक आनंदाने रडत होते; पण अजूनही अशा बऱ्याच स्त्रिया आणि मुलं आहेत, त्यांना त्यांचे नवरे किंवा वडील दोन वर्षांपासून भेटलेले नाहीत.

कॉम्पिएन, टॉस्ट आणि क्रेडझबर्ग येथील छावण्यांतूनही लोक आले. वेगवेगळ्या छावण्यांतून बंदिवानांच्या एकत्र येण्याने आमच्या देवाणघेवाणीच्या आशा पल्लवित झाल्या.

मला रुटकाकडून पुन्हा काही पत्रं आली आहेत. त्यात काही दुःखद गोष्टींची वर्णनं आहेत. ताडेकला कसं मरण आलं, याबद्दल तिने लिहिलं आहे. आम्हाला वाटत होतं, की ताडेक आमच्यापेक्षाही जास्त जगेल, कारण त्याला तशी संधी होती; पण तो आता जिवंत नाही. त्या दुर्दैवी मुलाने आत्महत्या केली. रुटकाच्या पत्रावरून मला उमगलं, की त्याच्या वडिलांना भूमिगत गटांनी ठार केलं. ताडेकला ही अवहेलना सहन झाली नाही. त्याला असं वाटलं असावं, की त्याच्या नावावरचा डाग तो कधीच पुसून काढू शकणार नाही. त्याच्या वडिलांना बंडाच्या आदल्या

दिवशी म्हणजेच १७ एप्रिलला त्यांच्या घरातच मारण्यात आलं, दुसऱ्या दिवशी ताडेकने आत्महत्या केली. *बिचारा! त्याचं माझ्यावर खूप प्रेम होतं.*

ऑगस्ट २२, १९४३

आमच्या छावणीत जन्म आणि मृत्यू दोन्ही घडत असतं. अलीकडेच आमच्या छावणीत कॉन्टिनेंटल हॉटेलच्या दोघा वृद्ध इंग्लिश लोकांचे अंत्यविधी आम्ही पार पाडले आणि तीन नवी बाळंही जन्माला आली. त्यांच्या मातांना खूप काळजीपूर्वक वागवलं जातंय आणि नन्सकडून त्यांना विशेष पाकिटंदेखील पुरवण्यात येतायत. गरोदर स्त्रियांनादेखील विशेष पाकिटं देण्यात येतात, त्यांची काळजी युद्धकैदी असलेल्या वैद्यकशास्त्रतज्ज्ञांच्या देखरेखीखाली घेतली जाते.

या तज्ज्ञांपैकी डॉ. एल. हे एक प्रसिद्ध शस्त्रक्रिया विशारद आहेत; पण त्यांची परिस्थिती केविलवाणी आहे. त्यांची पत्नी आणि मुलगा पॅरिसजवळच्या छावणीत आहेत, जिथून पोलंडला सारखे लोक पाठवण्यात येत आहेत. ते आम्हाला सारखे विचारत राहतात, की ट्रेब्लिंकाविषयी ऐकलेलं सगळं खरं आहे का म्हणून. तिथे हजारो लोकांना विषारी वायू आणि धुराने ठार मारण्यात येतं, यावर त्यांचा विश्वासच बसत नाही.

आमची छावणी म्हणजे एक वेगळंच छोटंसं विश्व आहे. आमच्या छावणीत भूमिगत कारवाया चालवणारे फ्रेंच सेलदेखील आहेत. सगळ्या कैद्यांना ठाऊक आहे, की छावणीत कुठेतरी एक गुप्त रेडिओदेखील आहे. प्रत्येक दिवशी ताज्या बातम्या त्वरेने तोंडीच प्रसारित केल्या जातात. असं दिसतंय, की जर्मन लोकांना अशा प्रकारचं काहीतरी चाललंय याचा संशय आलाय; कारण त्यांनी काल हॉटेलमध्ये बरीच शोधाशोध केली; पण रेडिओ काही त्यांना मिळाला नाही. कुणीतरी नंतर सांगितलं, की जर्मन लोक हॉटेलात शोध घेत असताना एकजण सूटकेसमध्ये रेडिओ ठेवून बागेत दररोज फिरत होता.

जर्मन लोक आता दररोज वेगळ्या हॉटेलमध्ये शोध घेतात; पण रेडिओचं काम चालूच आहे आणि आम्हाला सगळ्या गोष्टींची खबरबातही मिळत राहतेच. बातमी चांगली आहे. रशियन लोक पोलिश सीमारेषेवर पोहोचण्याच्या बेतात आहेत, जर्मनीवर हवेतून सतत बॉम्बवर्षाव होतोय. मित्रराष्ट्रं इटलीत पोहोचली आहेत आणि आफ्रिकन मोहीम खूप आधीच गुंडाळण्यात आलीय.

द गॉलच्या एअर फोर्स सेवेत अधिकारी असलेल्या माझ्या चुलतभावाचं, हेन्री डब्ल्यू. चं मला आफ्रिकेहून पत्र आलंय. पत्रं मिळणं हा एक फार मोठा विशेषाधिकार आहे युरोपात आणि तो मला मिळालाय, कारण अमेरिकन ध्वज. मी रुटकाशी सतत पत्रव्यवहार करतेय, ती वॉर्सामध्ये आर्यन बाजूला आहे. कैद्यांना एका आठवड्याला

फक्त एकच कागद वापरायची परवानगी आहे; पण मी माझ्या सगळ्या कुटुंबाचे कागद वापरते आणि छावणीतले माझे इतर स्नेही मला त्यांचे कागददेखील देतात. सेन्सॉरना माझं पत्रलेखन वाचण्याचं एक मोठंच काम झालंय.

शाळेतल्या कामातून मला खूप आनंद मिळतो. या कामामुळे मला इंग्रजी आणि फ्रेंच भाषांचा सराव करण्याची संधीही मिळते. हल्ली मी दोन वर्गांत हस्तकला शिकवते. रेडक्रॉसकडून मिळालेल्या पाकिटातला कार्डबोर्ड आणि विरघळवलेलं पावडरचं दूध या साहित्याचा वापर करून आम्ही वस्तू बनवतो. बहुतांश मुलं पोलंडची आहेत. घेट्टोचं विलिनीकरण झाल्यावर इथे आलेल्या शेवटच्या दोन तुकड्यांत ती होती. फ्रेंच आणि इंग्रजी ते फार लवकर शिकले. आम्हाला त्यांच्या सहवासात खूप छान वाटतं.

सप्टेंबर ९, १९४३

आज आम्हाला टूलोसमधल्या आमच्या काकाचं पत्र आलं. त्याने लिहिलंय, की त्याला त्याचा पत्ता सतत बदलत राहावा लागतो. त्याच्या मुलीला तिचं एक वर्षाचं बाळ नाझींपासून लपवण्यासाठी एका दुसऱ्या कुटुंबाकडे ठेवावं लागलं. फ्रेंच ज्यू लोकांची परिस्थिती दिवसेंदिवस बिघडत चालली आहे. हजारों ज्यूंना पॅरिसहून ड्रांसीच्या छावणीत पाठवण्यात येतंय, हा एक ट्रेब्लिंकाला पाठवण्याच्या आधीचा फक्त एक टप्पा आहे.

नाझींनी घेरलेल्या इतर देशांतदेखील ज्यूंना 'डूर्क गँगस्लागर' नावाने ओळखल्या जाणाऱ्या ट्रांझिट कॅम्पमध्ये गोळा करण्यात येतंय. ही पोलंडच्या वेगवेगळ्या मृत्यूच्या कारखान्यांत त्यांना पाठवण्याची एक पूर्वतयारी. या ज्यूंना त्यांच्यापुढे कोणतं भयानक ताट वाढून ठेवलंय त्याची कल्पना नाही.

पोलिश ज्यूंना काय झालंय याचीदेखील त्यांना कल्पना नाही.

वेस्टरबोर्गच्या डच छावणीतून सर्वांत अधिक ज्यू पाठवले जात आहेत. हॉलंडहून काही दिवसांपूर्वी आलेल्या काही ब्रिटिश नागरिकांनी आम्हाला याची माहिती दिली. अलीकडेच आलेल्या एका अमेरिकन स्त्रीने आम्हाला डच लोकांचा त्यांच्या ज्यू सहनागरिकांबरोबर वागण्याचा उल्लेखनीय दृष्टिकोन सांगितला. त्यांना ते केवळ आपल्या घरात लपवत नाहीत, तर त्यांना बंदिवान म्हणून घेऊन जाणाऱ्या रेल्वेगाड्यांवर हल्ला करून त्यांची सुटकादेखील करतात. काही शहरांत डच लोकांनी ज्युईश लोक कोण आहेत हे कळू नये म्हणून नोंदवह्याही जाळून टाकायला कमी केलं नाही. इतर काही शहरांत लोकांनी ज्यूंवर होणाऱ्या अत्याचारांविरुद्ध निषेधमोर्चे काढले, जर्मन लोकांनी ज्यूंना कैदी म्हणून नेऊ नये म्हणून त्यांना कडवा प्रतिकार केला.

ऑक्टोबर २, १९४३

रोश हाशन्ना सणाच्या दोन दिवसांत पुरुषांनी आमच्या खोल्यांपैकी एका खोलीत प्रार्थना केली. आम्ही पाविआकमध्ये असताना जसं टेबल तयार केलं होतं, अगदी तसंच एक टेबल आम्ही मेणबत्त्या लावून तयार केलं. वॉर्साच्या सर्वांत प्रतिष्ठित राब्बाईची पत्नी मादाम एस. एच. वेदीजवळ उभी राहिली. सगळ्यांच्या भावना दु:खद आणि धीरगंभीर होत्या.

रोश हाशन्नाच्या दुसऱ्या दिवशी मला रुटकाचं पत्र आलं, ज्यात तिने कळवलं होतं, की अंकल एबी जिवंत आहेत. झोफिआ के.ने तिला सांगितलं, की ते प्राग्रा येथील उपनगरात काम करतायत. माझ्या आईवडिलांना रोश हाशन्नाच्या दिवशी हे पत्र येणं हा एक शुभशकुन वाटला; पण रुटकाने मला रोमेकबद्दलच्या प्रश्नांना अजूनही उत्तरं दिलेली नाहीत. ती त्याच्याबद्दल जे सांगते, ते सुस्पष्ट नाही. मला अशी भीती वाटते, की तिला सत्य सांगायचं नाहीये. घेट्टोमधल्या इतर हजारो शूरवीरांबरोबर तोही धारातीर्थी पडला असावा.

ऑक्टोबर १०, १९४३

काल 'डे ऑफ अटोनमेंट'चा दिवस होता आणि आज माझा वाढदिवस आहे. मला खूप मोठं झाल्यासारखं वाटतंय; पण खरं म्हणजे मी फक्त एकोणीस वर्षांची आहे. माझ्या आईने मला चकित करण्यासाठी एक पार्टी आयोजित केली आणि छावणीतल्या सगळ्या तरुण मुलामुलींना बोलावलं. त्यांनी आनंदी वातावरणनिर्मितीचा 'मूड' तयार करण्याचा प्रयत्न केला; पण त्यांच्या त्या कृत्रिम आनंदाने मी आणखीनच उदास झाले.

नोव्हेंबर १९, १९४३

आज आम्ही छावणीच्या बाहेर पडून एका जवळच्या खेडेगावापर्यंत चालत जाण्याचा सुखद अनुभव घेतला. ही परवानगी मिळवण्यासाठी आम्हाला बराच काळ त्रासून टाकणारी चर्चा करावी लागली होती. आमच्या गटात तीस लोक होते. आमच्या बरोबर सोबत करण्यासाठी आलेल्या जर्मन माणसाला आम्ही अमेरिकन सिगारेट्सची पाकिटं आणि इतर काही मौल्यवान वस्तू दिल्यावर त्याच्या कडक वागणुकीत फरक पडला.

अकरा महिन्यांमध्ये प्रथमच आम्ही काटेरी कुंपणाने वेढलेल्या जागेच्या बाहेर पडत होतो. व्हॉलजेस्च्या हरित टेकड्यांमधून तो रस्ता जात होता. काही ठिकाणी तर तो रस्ता इतका अरुंद होता, की आम्हाला एकेरी रांग करावी लागत होती. सूर्य

तळपत होता आणि वाऱ्याच्या हलक्या, थंड झुळका येत होत्या. आम्हाला रस्त्यात एकही जिवंत प्राणी दिसला नाही. मग आम्ही त्या छोट्याशा गावात गेलो. झोपड्यांसमोर गलिच्छ, कृश मुलं खेळत होती. कुंपणाजवळ बांधलेला एक घोडा यांत्रिकपणे गवत खात होता.

त्यापेक्षा जे मोठं गाव आम्हाला बघायचं होतं, ते या गावापेक्षा काही अधिक चांगलं दिसलं नाही. घरं मोडकळीला आली होती, लोक खंगलेले आणि उन्हापावसाने रापलेले होते. लवकरच आम्हाला मुलांच्या एका समूहाने वेढा घातला आणि ते अन्नासाठी याचना करू लागले. आम्ही त्यांना पाव आणि चॉकलेटं दिली. थरथरत्या हातांनी आम्ही ती त्यांच्या तोंडात कोंबली.

गावाच्या मध्यवर्ती ठिकाणी एक खानावळ होती. शेकोटीजवळ बसलेल्या काही स्त्रिया आम्हाला वाढण्यासाठी उठल्या. मोठ्या टेबलावर रेड वाईन आणि किरश्चच्या बाटल्या ठेवण्यात आल्या. जर्मन सुरक्षा रक्षक प्यायला बसला आणि त्याने आम्हाला थोडंफार फिरण्याची परवानगी दिली. त्याचबरोबर विशिष्ट वेळेत परतण्यासाठी निक्षून बजावलं.

एरना, बोला, रोझा आणि हॅरॉल्डबरोबर आम्ही गव्हाची कणीक कुठे मिळते का त्याचा शोध घेऊ लागलो. आमच्या छावणीत पैसे मोजूनदेखील कणीक मिळत नव्हती. बराच वेळ शोधल्यावर आम्हाला एक भटारखाना दिसला. तिथे रेशनिंगसाठी पाव बनवले जात होते. बिचारा बेकर बराच वेळ घुटमळला आणि जेव्हा त्याने आमच्याकडे असलेले हवाबंद खाद्यपदार्थांचे डबे पाहिले, तेव्हा त्याने आमच्या पिशव्यांत गव्हाची कणीक भरली. आम्ही लांबलचक फ्रेंच ब्रेडदेखील विकत घेतला, तो युद्धपूर्व काळात फ्रान्समध्ये मिळायचा तसा छान पाव नव्हता. तो पाव काळा होता आम्ही त्या पावासाठी सात फ्रँक मोजले.

एका शेतकरी बाईने आम्हाला काही अंडी दिली. आम्ही तिला दिलेल्या साबणाच्या वडीसाठी आणि अमेरिकन चीजच्या तुकड्यासाठी तिने पुन्हा पुन्हा आमचे आभार मानले. जिथे कुठे आम्ही गेलो तिथे आमचं हर्षोत्फुल्ल उद्‌गारांनी स्वागत झालं. 'इंग्लिश लोक! अमेरिकन लोक!'

खाणावळीत परतलो तेव्हा आमच्यासाठी एक मोठं आश्चर्य वाट बघत होतं. टेबलावर एक पूर्वी दडवून ठेवलेला रेडिओ होता, जर्मन रक्षकाने चांगलीच दारू ढोसली होती आणि तो बाहेरच्या एका बाकड्यावर गाढ झोपून गेला होता. हॅरॉल्डने एक विदेशी स्टेशन जुळवलं आणि चार वर्षांत प्रथमच मी रेडिओवरचं प्रसारण ऐकलं.

आम्हाला अमेरिकेहून युरोपमध्ये प्रसारित केला जाणारा एक कार्यक्रम ऐकता आला. प्रसारण जर्मन भाषेत होतं आणि त्याचं भाषांतर इंग्रजीत देण्यात येत होतं. आम्ही ताज्या बातम्या ऐकल्या. पॅरिसवर आणि नॉर्मंडीच्या किनाऱ्यावर तुफानी

बॉम्बहल्ले होत होते.

रशियन लोकांनी बऱ्याच शहरांवर पुन्हा ताबा मिळवला होता आणि काही हजार जर्मन लोकांना युद्धकैदी म्हणून पकडलं होतं. युरोपातल्या भरडल्या गेलेल्या लोकांना अभिवादन करून त्या प्रसारणाचा समारोप झाला. आम्ही श्वास रोखून ते प्रसारण ऐकत होतो. अचानक तो जर्मन रक्षक आत आला. सुदैवाने तो इतका प्यायलेला होता, की काय चाललंय ते समजण्याच्या पलीकडे गेला होता. मी पटकन डायल फिरवून पॅरिस स्टेशन लावलं आणि 'गे' संगीत ऐकलं.

आम्ही दुपारी उशिरा आमच्या पदकांसह घरी परतलो, प्रत्येकाकडे काही पौंड कणीक भरलेली एकेक थैली होती. एर्नाच्या पिशवीला भोक असल्याने पीठ सांडत सांडत आमचा मार्ग अधोरेखित होत होता. एका इंग्लिश मुलीने विजयाने जाहीर केलं, की तिची ढाल सर्वांत उत्तम आहे... तिच्या थैलीत एक ससा होता! आमची ही संपत्ती आम्हाला छावणीच्या प्रवेशद्वारापाशी तपासून आत सोडणाऱ्या रक्षकाच्या लक्षात आली नाही, कारण आम्ही परतलो तेव्हा अंधार झाला होता.

नोव्हेंबर १७, १९४३

दहा वाजले आहेत. माझ्या खोलीत एक छोटा दिवा जळतोय. खोलीच्या फटीतून प्रकाश बाहेर जाऊ नये म्हणून मी दारावर एक ब्लँकेट टांगलंय. नियमांप्रमाणे दहा वाजता दिवे घालवायचे असतात; पण फक्त रात्रीच्या वेळीच मी लिहू किंवा वाचू शकत होते. खिडक्यांवर काळे पडदे आहेत, मी त्यांच्यावरही आच्छादन टाकलंय आणि त्या छोट्या दिव्याच्या शेजारी एका कोपऱ्यात बसलेय.

प्रत्येक रात्री याच सुमाराला ऐकू येणारी ब्रिटिश आणि अमेरिकन विमानांची घरघर ऐकायला मला आवडतं.

बॉम्बर विमानांचा आवाज ऐकताना मला असं वाटतं, की जणू काही मी उत्कृष्ट संगीत ऐकते आहे. माझं अंगाईगीत म्हणजे हे आवाज आणि शेवटी या नाझीवादाच्या काळ्याकुट्ट शक्तींचा बीमोड होईल या कल्पना करत एका वाढत्या आशेने मी झोपी जाते. दुसऱ्या दिवशी सकाळी मी जर्मन बातमीपत्रं वाचते. त्यात बातमी असते, की पॅरिसवर खूप मोठ्या प्रमाणावर बॉम्बहल्ले करण्यात आले आणि अर्थातच रुग्णालयं, बालसदन यावर हल्ले झाले. कदाचित माझा चुलतभाऊ हेन्री डब्ल्यू. त्या रात्री घिरट्या घालणाऱ्या विमानात असावा आणि त्याने मला एखादं पत्र टाकावं.

नोव्हेंबर २१, १९४३

इंग्लंड आणि जर्मनीतल्या युद्धकैद्यांची पहिली देवाणघेवाण झाली आहे. विशेषत: आजारी आणि साठी उलटलेले सुमारे शंभर लोक व्हिटेल सोडून गेले

आहेत, निरोपाचे प्रसंग हेलावून टाकणारे होते. आम्हाला सर्वांना त्यांचा हेवा वाटत होता. ते नशीबवान लोक हसत होते, जणू काही दीर्घ कालावधीच्या भोगवट्यानंतर स्वर्गाची दारं त्यांच्यासाठी खुली झाली होती.

गेल्या शनिवारी आम्ही सिनेमात न्यूयॉर्कचा एक प्रवासी फेरफटका पाहिला. धुक्यातून उमटलेला, हातात मशाल घेतलेला स्वातंत्र्यदेवतेचा भव्य पुतळा प्रथम दिसला. नंतर गगनचुंबी इमारती नजरेस पडल्या. माणसांनी फुललेले न्यूयॉर्कचे रस्ते मी पाहिले. प्रचंड वेगाने गाड्या धावत होत्या. मग निऑन लाइट्सनी उजळलेलं ब्रॉडवे. या कार्यक्रमाच्या शेवटी न्यूयॉर्क बंदरात शिरणारी एक बोट दाखवण्यात आली. त्या क्षणाला टाळ्यांच्या कडकडाटाने हॉल दुमदुमला.

बहुतेक प्रत्येकजण त्या क्षणाची कल्पना करत होता, जेव्हा ते स्वतःच बोटीतून न्यूयॉर्क बंदरात उतरतील. माझ्या शेजारी बसलेल्या माझ्या आईला तर स्वतःवर नियंत्रण ठेवणं कठीण झालं. "बघ, बघ," ती मला उत्साहाने म्हणाली, "ती रेडिओ सिटी, तो फिफ्थ ॲव्हेन्यू आणि ब्रॉडवे..."

टाळ्यांचा कडकडाट बराच वेळ होत राहिला. ज्या लोकांना न्यूयॉर्कची माहिती होती, त्यांच्या मनात भावनांचा कल्लोळ निर्माण झाला. जर्मनांनी हा कार्यक्रम का दाखवला, हे मला कळलं नाही.

नोव्हेंबर २७, १९४३

इटालिअन युद्धकैद्यांची पहिली तुकडी व्हिटेलला आली आहे. बेनिटोने शरणागती पत्करल्यावर हे इटालिअन मित्रराष्ट्रांकडे गेले. 'देस कॉलनीज' हॉटेल, जे आमच्या छावणीच्या क्षेत्राच्या बाहेर आहे, तिथे त्यांना ठेवण्यात आलं.

हेन्री डब्ल्यू. या माझ्या चुलतभावाकडून मला अनपेक्षितपणे एक पत्र आलं. तो दोन महिने लंडनला होता आणि अजूनही द् गॉलच्या हाताखाली काम करतो आहे.

डिसेंबर १८, १९४३

ज्युईश बंदिवानांमध्ये भयानक गोंधळ माजला आहे. जर्मन लोकांनी अचानक ज्युईश वंशाच्या अमेरिकन आणि ब्रिटिश लोकांना नावनोंदणी करायला सांगितली आहे. याचा अर्थ आम्हाला कळत नाही; पण वेगवेगळ्या अफवा पसरत आहेत. काही लोक म्हणतात, की ज्यू लोकांना तिथल्या जर्मन बंदिवानांच्या बदल्यात पॅलेस्टाइनला पाठवण्यात येणार आहे. इतरांना वाटतंय, की आम्हाला पोलंडला पाठवण्यात येईल. ज्यू लोक त्यांच्या खोल्यांत निराश होऊन बसले आहेत, हतबुद्ध होऊन. काहीतरी गंभीर घटना घडणार आहे असं दिसतंय, कारण जर्मन फॉरेन

ऑफिसमधून वरिष्ठ अधिकाऱ्यांचं नेमलेलं एक शिष्टमंडळ आमच्या छावणीत डेरेदाखल झालंय. नन्सची आम्हाला सहानुभूती आहे. मदर सेंट हेलनने तर जाहीर केलंय, की ती मुलांना तिथून जाऊ देणार नाही. "मी त्यांच्याकडे मुलांना देणार नाही," तिने निग्रहाने सांगितलं, "मी मुलांना चर्चमध्ये लपवेन आणि त्यांना आव्हान देईन."

डिसेंबर २८, १९४३

या वेळेला फक्त भीती दाखवून आमची सुटका झाली. नाझी शिष्टमंडळ नाहीसं झालंय आणि सगळ्या छावणीतल्या ज्यूंनी आणि इतरांनीदेखील सुटकेचा निःश्वास टाकलाय.

या खेपेस आमचा चानुकाचा सण ख्रिसमसच्या बरोबरच आलाय. बऱ्याच ज्यूंना हे प्रतीकात्मक वाटतंय.. चानुकाच्या मेणबत्त्या बऱ्याच खोल्यांतून लावण्यात आल्या आहेत, तर चर्चच्या समोर चमकत्या दिव्यांनी सुशोभित केलेला ख्रिसमस ट्री ठेवण्यात आला आहे. कदाचित आमचा एकाच प्रकारचा त्रास आणि छळणूक आमच्यामधला अंध वर्णद्वेष नाहीसा करू शकेल?

जानेवारी १, १९४४

पुन्हा एकदा नवीन वर्ष! काय असेल या वर्षांत आमच्यासाठी? काल रात्री आम्ही सण साजरा केला. काही काळासाठी मीदेखील सगळं विसरून नृत्यात भाग घेतला; पण एकाएकी मला असा भास झाला, की माझ्याभोवती सावल्यांनी फेर धरलाय. नंतर माझ्या कानांत घंटांचा निनाद ऐकू आला, जो लवकरच एका गडगडाटी हास्यात बदलला. मला चक्करल्यासारखं झालं आणि मी माझ्या साथीदाराला मला घरी घेऊन जायला सांगितलं.

जानेवारी १२, १९४४

पुन्हा एकदा छावणीत अस्वस्थतेची लाट पसरलीय. अशा अफवा आहेत, की लवकरच व्हिटेलमध्येही ज्यूंना एका प्रकारच्या घेट्टोमध्ये वेगळं काढण्यात येईल. बऱ्याच इतर लोकांना याबद्दल काही विशेष वाटत नाही, तर काही आर्यन लोकांना या प्रस्तावामुळे आनंदच झालाय. त्यांच्या म्हणण्यानुसार ज्यूंना, ज्यू नसलेल्या लोकांपासून वेगळं काढलं पाहिजे, जसं त्यांना टिटमोनिंगच्या छावणीत काढलं गेलं होतं. या अफवा पसरवायला तेच ज्यूविरोधी लोक जबाबदार असणार.

जानेवारी ३०, १९४४

काही दिवसांपूर्वी छावणीच्या प्रशासनाने अमेरिकन लोकांना एका क्षणाच्या सूचनेसरशी छावणी सोडून जाण्यासाठी तयार राहायला सांगितलं. इंग्लिश लोक या गोष्टीबद्दल उदासीन आहेत. ते आग्रहाने प्रतिपादन करतात, की आणखी एक वर्ष तरी कैद्यांची देवाणघेवाण होणार नाही, कारण इंग्लिश लोकांची पहिली तुकडी प्रस्थान करण्यापूर्वी तेवढा काळ लोटला होता. युद्धापूर्वी देण्यात आलेल्या अमेरिकन ग्रीन पासपोर्ट्सना प्राधान्य देण्यात येईल असं जर्मन लोकांचं म्हणणं आहे.

गेले काही दिवस मी अधीरतेने प्रतीक्षा करते आहे. मी इतकी अस्वस्थ आहे, की माझा बहुतेक सगळा वेळ मी पार्कमध्ये फेऱ्या मारण्यातच घालवला.

फेब्रुवारी १८, १९४४

रुटकाने मला अगदी अटीतटीला येऊन पत्र लिहिलंय. तिची ओळखपत्रं आणि पैसे यांची चोरी झाली आहे. जिथे फक्त तिरस्कार आणि माणसांची शिकार याचंच राज्य आहे अशा जगात ती आता एकटी पडली आहे. ती लिहिते, 'तुझ्याबद्दलचा विचार हा माझा एकमेव दिलासा आहे. तुला पुन्हा बघू शकेन या एका आशेवर मी जगते आहे.'

बिचारी रुटका! कोणकोणत्या प्रसंगांतून ती गेलीय आणि आणखी काय काय तिच्यापुढे वाढून ठेवलंय.

फेब्रुवारी २७, १९४४

शेवटी एकदाची एक तारीख निश्चित झाली! लिस्बनमध्ये पाच जर्मन कैद्यांची देवाणघेवाण होईल. जखमी अमेरिकन सैनिक आणि नागरी बंदिवान यांना त्यासाठी नक्की करण्यात आलं आहे; पण ही देवाणघेवाण कोणत्या पद्धतीने होणार आहे, हे स्पष्ट झालेलं नाही. पाच जर्मन आणि एक अमेरिकन, की त्याच्या उलट? या विषयावर विविध अफवा प्रसृत होत आहेत. छावणीचं प्रशासन तासातासाने नवीन नोंदणी सत्रं आयोजित करत आहेत, नवीन लोकांना यादीवर घेतलं जातं, जुनी नावं खोडली जातात. आम्ही सगळेजण फार मोठ्या तणावाखाली आहोत. आमचं कुटुंब आधी पहिल्या दोन याद्यांत होतं; पण नंतर आमचं नाव वगळण्यात आलं. माझी आई एका कार्यालयातून दुसऱ्या कार्यालयाकडे धावतेय...

पहिल्या तुकडीत फक्त तीस लोक जाऊ शकतात; पण व्हिटेलमध्ये दीडशे लोक देवाणघेवाणीसाठी थांबले आहेत. हे सगळे बदल, अफवा, यांनी आमची सहनशक्ती कमालीची ताणली गेली आहे.

फेब्रुवारी २८, १९४४

याद्या करण्याचं काम बंद करण्यात आलं आहे. आम्हाला जाता येणार नाही. माझी आई सतत कमांडंटला भेटते आणि तिला वारंवार तेच सांगण्यात येतं, की आम्ही जाऊ शकत नाही, कारण माझे वडील सैनिकाच्या वयाचे आहेत आणि कुटुंब विभक्त करणं त्यांच्या तत्त्वांत बसत नाही.

हे जर खरं असेल, तर बरीचशी कुटुंबं जाऊ शकणार नाहीत, कारण त्या कुटुंबातले पुरुष पंचावन्न वर्षांपेक्षा कमी वयाचे आहेत. मध्यंतरीच्या काळात सगळ्या नन्स आणि हिरव्या पासपोर्टधारकांना निश्चितपणे सांगण्यात आलंय, की त्यांचा समावेश पहिल्या तुकडीत केलेला आहे; पण कमांडंट म्हणतात, की अगदी शेवटच्या क्षणी देखील बदल होऊ शकतात.

त्यामुळे पाविआकमधल्या नाझी लोकांच्या कारखान्यांची मला आठवण होते. तिथेदेखील सकृतदर्शनी आमचा मानसिक छळ करण्याच्या एकमेव उद्देशाने ते त्यांची मनं प्रत्येक मिनिटाला बदलत होते.

फेब्रुवारी २९, १९४४

देवाणघेवाणीसाठी अमेरिकन लोकांची यादी निश्चित करण्यात आली आहे. आम्ही जाणार नाही आहोत. नशीबवान लोकांना त्यांच्या सामानाची बांधाबांध करायला सांगण्यात आलं आहे. माझ्या खिडकीतून मला त्यांच्या खोल्यांतला बॅगांचा ढीग दिसतोय. बाहेर बर्फ़ पडतोय. कधीकधी मी कल्पना करते, की मी पाविआकला परतलेय.

प्रवास स्वातंत्र्याकडे...

मार्च १, १९४४

आम्ही गाडीत आहोत! सगळं काही घडूनदेखील आम्ही चाललोय. गेल्या बारा तासांत आम्ही अतिशय हृदय पिळवटून टाकणारे अनुभव घेतले. प्रत्येक अर्ध्या तासाने बदल घडत होते. सहा वाजता छावणीच्या प्रशासनाने ध्वनिक्षेपकांवरून त्यांच्या यादीत नसलेल्या सर्व लोकांची नावं पुकारली. प्रवासासाठी काही लोक कमी पडत होते, तेव्हा आम्हाला आशा वाटत होती, की आमचादेखील समावेश होऊ शकेल.

माझी आई कमांडंटकडे घाईघाईतच गेली; पण लवकरच पडलेल्या चेहऱ्याने परतली, फार उशीर झाला होता; पण तिने आशा सोडली नाही, ती प्रार्थना करत होती की शेवटच्या क्षणी काहीतरी घडेल.

आणि खरंच तसं घडलं. रात्री दहा वाजता टिटमोनिंग आणि लायबेनाऊ येथून ट्रान्सपोर्टची व्यवस्था करण्यात आली, आणखी काही लोकांना गाडीत जागा मिळू शकेल अशी परिस्थिती निर्माण झाली होती. प्रशासनाने स्थानिक अमेरिकन लोकांना बोलावून घेतलं आणि माझ्या आईची लगेचच निवड झाली. सुरुवातीला माझ्या वडिलांनी व्हिटेल येथे थांबावं असं सांगण्यात आलं आणि माझ्या आईने त्या प्रस्तावाचा स्वीकार केला, कारण तिला विश्वास होता, की शेवटच्या क्षणी काहीतरी बदल घडेल आणि माझ्या वडिलांनादेखील आमच्याबरोबर जायची परवानगी मिळेल.

मध्यंतरीच्या वेळेत तिने आमच्या सामानाची बांधाबांध केली. अगदी वॉर्सामध्ये घडलं होतं, तसंच बऱ्याच लोकांनी आम्हाला भेटून त्यांच्या अमेरिकन नातेवाइकांचे पत्ते आम्हाला दिले. आम्हाला सामानाची बांधाबांध करायला मदत करत ते आमच्याभोवती भिरभिरत राहिले. निउसिया डब्ल्यू. ने प्रवासासाठी आमचा खाण्यापिण्याचा डबा तयार केला, तर बोला तिच्या खोलीत जाऊन रडत बसली.

सकाळी सात वाजताच माझी आई छावणीच्या प्रशासकीय कार्यालयात गेली. काही मिनिटांतच ती पळतच आली, ओरडतच, "आपण सगळेच चाललोय!"

तो क्षण मी कधीच विसरणार नाही. इतक्या हालअपेष्टा सोसलेल्या त्या सगळ्या लोकांचा निरोप घेतानाचा क्षण. जीवनमृत्यूच्या दोन टोकांवर त्यांच्याबरोबर सतत हेलकावे घेतले होते आम्ही. प्रत्येकाने आम्हाला सांगितलं, "कृपा करून आम्हाला विसरू नका. आमच्या सगळ्या आशा तुमच्यावर केंद्रित झाल्या आहेत. गप्प बसू नका. आमची सुटका करण्याचा प्रयत्न करा..." पुरुष, स्त्रिया, मुलं... कोणाचाही अपवाद नव्हता, सगळे रडत होते. काटेरी तारांच्या कुंपणापलीकडे असलेल्या खिडक्यांतून शंभराच्या वर हात आम्हाला हलवून निरोप देत होते. दूरवर मला इर्ना तिचे डोळे पुसताना दिसली. तिच्याशेजारी रोझा, हॅरॉल्ड आणि बरीच मित्रमंडळी आणि अपरिचित लोकही उभे होते.

आमची बोगी आमच्याबरोबर सोबत करणाऱ्या जर्मन लोकांच्या शेजारचीच होती. ते लोक अतिशय अस्वस्थ मन:स्थितीत होते. जर्मन लोकांना एवढं अपसेट झालेलं मी कधीच बघितलं नव्हतं. त्यांच्या हातांतल्या याद्यांतल्या कैद्यांच्या संख्येशी ते बरोबर असलेल्या कैद्यांची सारखी पडताळणी करत होते.

मार्च २, १९४४

आम्ही बिआरिट्झमध्ये कित्येक तास थांबलो आहोत. मुख्य रेल्वेस्थानकापासून दोन मैलांवर आमची गाडी थांबली. प्रवाशांची भीती वाढत चालली होती. अफवा अशा होत्या, की काही कैद्यांना व्हिटेलला परत पाठवलं जाईल, कारण देवाणघेवाणीसाठी आमची संख्या बरीच जास्त वाटत होती.

मार्च ३, १९४४

काही मिनिटांपूर्वी आम्ही आमचे सगळे पैसे डॉलर्समध्ये रूपांतरित केले. त्यामुळे आम्हाला एकदाचा दिलासा मिळाला होता. आता आम्हाला खरंच पटलं होतं, की आम्ही आता अमेरिकेला चाललोय. सगळ्या पुरुषांकडून एक प्रतिज्ञापत्र लिहून घेण्यात आलं, की ते जर्मनीच्या विरुद्ध कोणत्याही सैन्यात भरती होणार नाहीत. जेव्हा ते त्या प्रतिज्ञापत्रांवर सह्या करण्यासाठी गेले, तेव्हा आमच्या गाडीशी समांतर रूळांवर आम्हाला दुसरी गाडी आलेली दिसली. त्यात अमेरिकेहून आलेले जर्मन कैदी होते. आमच्याबरोबर त्यांची देवाणघेवाण करण्यासाठी; खरं म्हणजे आम्हां सर्वांना त्या जर्मन लोकांची कीवच आली.

मार्च ४, १९४४

आमची गाडी आता स्पॅनिश हद्दीत आहे. स्थानकावर काही लोकांनी आमचं 'व्ही'ची खूण करून स्वागत केलं. स्पेनचं दारिद्र्य मला तात्काळ जाणवलं. अंगावर चिंध्या पांघरलेली मुलं त्यांचे हात पसरून एखादं नाणं मिळवण्यासाठी याचना करत होती. नीटनेटका पोशाख केलेले बरेच सैनिकी अधिकारीही दिसले. नागरी लोकांच्या अंगावर चिंध्या होत्या आणि त्यांची गालफडं बसली होती.

आमच्याबरोबर आलेले बरेच जर्मन सीमारेषेच्या फ्रेंच बाजूला थांबले, आमच्याबरोबर अजूनही सोबत करणाऱ्या जर्मनांनी आता 'मुक्ती' वेष परिधान केला आहे. गणवेषाचा त्याग केल्यावर त्यांच्यातील आक्रमकताही त्यांनी सोडून दिली आहे.

मार्च ५, १९४४

आम्ही नुकतीच पोर्तुगीज सीमारेषा ओलांडली. गणवेषातल्या स्पॅनिश पोलिसांची जागा आता पोर्तुगीज गुप्त पोलिसांनी घेतली आहे. आम्ही अजून त्याच गाडीत आहोत. इथेदेखील लोकांनी आमचं 'व्ही' खूण करून स्वागत केलं.

आमची गाडी लिस्बनला पोहोचते आहे. मला बोटींची शिडं दिसतायत. आमच्या गाडीतलं कोणीतरी नुकतंच ओरडलं, 'ग्रीपशोम!' या अपरिचित स्वीडिश शब्दाचा अर्थ आहे, 'आम्हाला स्वातंत्र्य मिळो!'

बोटीच्या इंजिनाच्या आवाजाने मला जाग आली. 'ग्रीपशोम' मोकळ्या समुद्रात होती. मी डेकवर गेले आणि अथांग निळाईमध्ये भरभरून श्वास घेतला. रक्तरंजित युरोपची माती मागे पडली होती. स्वातंत्र्याच्या जाणिवेने माझा श्वास जवळजवळ हरवल्यासारखा झाला.

गेल्या चार वर्षांत मी ही भावना अनुभवलेली नाही. काळ्या स्वस्तिकाची, काटेरी तारांची, घेट्टो भिंतींची, संहाराची आणि भयानक दहशतीची चार वर्ष–दिवसरात्र दहशत. चार वर्षांच्या त्या दुःस्वप्नानंतर माझ्या स्वातंत्र्याचा आनंद उपभोगणं मला सुरुवातीला कठीण गेलं. मला सारखं वाटत होतं, की हे फक्त एक स्वप्नच आहे. कोणत्याही क्षणी मला जाग येईल आणि मी पाविआकमध्ये जागी होईन, पुन्हा मला तेच पांढऱ्या दाढ्यांचे वृद्ध लोक, उमलत्या तरुण मुली आणि ऐटदार तरुण पुरुष दिसतील, ते एखाद्या गुरांच्या कळपासारखे स्टावकी रस्त्याने उमश्लाग्प्लाट्झला त्यांच्या मृत्यूकडे हाकलले जात असतील.

मला कधी असेही भास झाले, की मी पीडित लोकांच्या किंकाळ्या ऐकल्या आणि मग एकाएकी समुद्राचा खारट गंध मानवी रक्ताच्या गोडसर, उलटी आणणाऱ्या दुर्गंधात बदलला, जो मी पाविआकमध्ये असताना खिडक्यांतून आत येत होता.

खालच्या मजल्यावरच्या लाऊंजमध्ये कोणीतरी पियानो वाजवायला सुरुवात

कैद्यांची देवाणघेवाण करणारे एस.एस. ग्रीपशोम जहाज न्यूयॉर्क बंदरात प्रवेश करताना

केली होती; त्यामुळे मला रोमेकची आठवण आली, तोही शूबर्टच्या याच मेलडीज वाजवायचा. माझ्या डोळ्यांपुढे त्याची लांबसडक, नाजूक बोटं आली. मी केबिनमध्ये गेले आणि बिछान्यावर अंग टाकून हमसाहमशी रडायला लागले.

मला वाटलं होतं, की मी बोटीवर घेट्टोचं दुःस्वप्न विसरेन; पण विचित्र म्हणजे त्या अथांग महासागरात मला वॉर्साचे रक्तरंजित रस्ते दिसत होते.

डेकवर माझी अमेरिकन सैनिकांशी आणि वैमानिकांशी मैत्री झाली. या लोकांची आमच्याबरोबर देवाणघेवाण झाली होती. काही लोकांच्या बाह्या रिकाम्या होत्या, तर इतर काहीजण क्रचेसच्या आधाराने चालत होते. दोन तरुण अधिकाऱ्यांचे चेहरे फार भयानक रीतीने विद्रूप झालेले होते. काही लोकांचे चेहरे भाजलेले होते. एकाने आपले दोन्ही पाय गमावले होते; पण ओठांवरचं हास्य तसंच होतं.

मला त्या अमेरिकन लोकांबद्दल आपुलकी वाटली. जेव्हा मी त्यांना घेट्टोमध्ये नाझींनी आमच्यावर केलेल्या अत्याचारांबद्दल सांगितलं, तेव्हा त्यांनी मला समजून घेतलं.

बोटीवर मी चार वर्षांनंतर प्रथमच अमेरिकन चित्रपट पाहिला. त्याचं नाव होतं, 'यांकी डूडल डँडी.' त्या सैनिकांच्या आणि अधिकाऱ्यांच्या डोळ्यांत तो चित्रपट

बघितल्यावर अश्रू उभे राहिले.

१४ मार्चची रात्र होता होता अमेरिकेचा समुद्रकिनारा धुक्याच्या आवरणातून दृग्गोचर होऊ लागला होता. प्रवाशांनी डेकवर जाऊन रेलिंगला टेकून रांग लावली. मला त्या वेळी बायबलमधल्या नोहाच्या आर्कची आणि पुराच्या कथेची आठवण झाली, शेवटी एकदाची आमची बोट किनाऱ्याला लागली.

तो पूर्ण दिवस मी कोलमडून गेले होते, जणू काही कित्येक वर्षांचं ओझं मला माझ्या खांद्यावर वाहत असल्यासारखं वाटत होतं. त्या रात्री मनोरंजनाच्या कार्यक्रमात मी भाग घेतला नाही. डेकच्या एका कोपऱ्यात रेलून मी अधिकाधिक वादळी होत जाणारी समुद्राची गाज ऐकत होते.

१५ मार्चला आमची बोट न्यूयॉर्कच्या किनाऱ्याला लागली. कित्येक दुर्दैवी वर्षं एकत्र काढलेले लोक एकमेकांना निरोप देत होते, परस्परांविषयी आमच्या मनात बंधुत्वाचं प्रेम दाटून आलं होतं. प्रत्येकाच्या चेहऱ्यावर अस्वस्थ उत्कंठा होती. न्यूयॉर्कच्या गगनचुंबी इमारती दिसू लागल्या होत्या; पण माझे विचार मात्र वॉर्सातच होते आणि मी रुटकाशी बोलत होते. क्षणभर मला असंही वाटलं, की मी तिचा हात धरून तिला बोटीवर ओढून घेते आहे.

"प्रिय रुटका, मला तुझी उणीव तीव्रतेने भासतेय. मला शक्य असतं तर माझं नशीब मी तुझ्याबरोबर वाटून घेतलं असतं. अमेरिकेच्या मातीत पाय ठेवताना तूही बरोबर असतीस, तर किती छान झालं असतं. माझ्या वाट्याला येऊ घातलेल्या स्वातंत्र्य आणि आनंदापैकी थोडा तरी हिस्सा तुला देता आला असता तर...

"मी आता तुझ्याबरोबर आहे. स्वातंत्र्यदेवतेचा तो पुतळा, हातात मशाल घेतलेली ती अभिमानी स्त्री जेवढी माझ्याकडे, तेवढीच तुझ्याकडेही बघते आहे. ती तुझं, तुझ्या स्नेह्यांचंही स्वागत करतेय. जे अद्याप जिवंत आहेत आणि दुसरे लोक, ज्यांना आपण पुन्हा कधीच बघू शकणार नाही.

"रुटका, माझ्या डोळ्यांनी पाहा, तुझं हृदय माझ्या हृदयाबरोबर धडधडू देत. आम्ही स्वातंत्र्याच्या दिशेने निघालो आहोत. आम्हाला प्रत्येकाला इथे रोजीरोटी मिळेल, घर मिळेल आणि स्वातंत्र्य. एकदा गमावलेल्या स्वातंत्र्याची महती आमच्याइतकी कोणालाच कळणार नाही.

"माझ्या रूटके, त्या सर्व जीवित लोकांना सांग, की मी त्यांना कधीच विसरणार नाही. ज्यांना वाचवता येणं शक्य आहे, त्यांच्यासाठी मला शक्य होईल तेवढं सगळं मी करेन. तसंच ज्यांना आयुष्याच्या अंतकाळी लाजिरवाणं वागवण्यात आलं, त्यांच्या दुर्दशेचा मी सूड घेईन. जे मातीला मिळाले, त्यांना मी सदैव जिवंतच बघेन...

"मी जगाला सगळं काही ओरडून सांगेन, आम्ही भोगलेलं दुःख, आमची

लढत, आमच्या प्रियजनांची कत्तल आणि त्या जर्मन खुन्यांना आणि त्यांच्या बर्लिन, म्युनिच आणि न्यूरेमबर्गच्या ग्रेचेनना शिक्षा व्हावी, असा आग्रह धरेन, जे या नरसंहाराची फळं उपभोगतायत, आमच्या बळी गेलेल्या भाऊबंदांचे कपडे, बूट घालून मिरवतायत.

"धीर धर, रुटका, धीर धर. आणखी थोडी सहनशीलता आणि आपणा सर्वांना स्वातंत्र्य मिळेल."